சூரியோதயம் முதல் உதயசூரியன் வரை
தலித் இதழ்கள் (1869 – 1943)

சூரியோதயம் முதல் உதயசூரியன் வரை

தலித் இதழ்கள் (1869 – 1943)

ஜெ. பாலசுப்பிரமணியம்

தமிழ் இதழியல் வரலாறு இடைவெளிகள் நிரம்பிய ஆய்வுப் பரப்பு. தமிழின் முக்கிய இதழ்கள் பல முற்றிலுமே கிடைக்காத நிலை இவ்வரலாற்றை எழுதுவதற்குப் பெரிய தடைக்கல் ஆகும். 'சூரியோதயம் முதல் உதயசூரியன் வரை' முறையான ஆய்வு நெறியைக் கைக்கொண்டு, கூரிய அரசியல் பார்வையுடன் ஒரு முக்கால் நூற்றாண்டுக் கால தலித் இதழியல் வரலாற்றைத் திறம்பட மீட்டுருவாக்கம் செய்கிறது. நான்கைந்து தலித் பத்திரிகைகள் மட்டுமே இன்று கிடைக்கும் நிலையில், நாற்பதுக்கும் மேற்பட்ட தலித் இதழ்களைப் பற்றிக் காலனிய அரசாங்க ஆவணங் களிலிருந்து ஏராளமான செய்திகளைத் திரட்டி, அவற்றைப் பகுத்தாராய்ந் திருக்கிறார் ஜெ. பாலசுப்பிரமணியம்.

19ஆம் நூற்றாண்டில் நவீனத்துவம் முகிழ்ந்த தருணத்திலேயே தலித்துகளிடையே வளமானதொரு அறிவுச் சூழல் நிலவியதையும் நிறுவிக்காட்டுகிறார். தலித் வரலாற்றுக்கு மட்டுமல்லாமல் தமிழ்ச் சிந்தனை வரலாற்றுக்குமேகூட இந்நூல் சீரிய பங்களிப்பாகும். இதனை அடியொற்றித் தமிழ் இதழியல் வரலாறு விரிவாக எழுதப்படும் நற்காலத்தை எதிர்நோக்குவோம்.

ஜெ. பாலசுப்பிரமணியம் (பி. 1978) திருநெல்வேலி மாவட்டம் திருப்பணி கரிசல்குளத்தில் பிறந்தவர். சென்னை வளர்ச்சி ஆராய்ச்சி நிறுவனத்தில் (MIDS) ஆராய்ச்சி செய்து முனைவர் பட்டம் பெற்றவர். மதுரை காமராசர் பல்கலைக்கழகத்தில் இதழியல் துறையில் உதவிப் பேராசிரியராகப் பணியாற்றும் இவர் தலித் வரலாறு, அரசியல் குறித்துத் தமிழிலும் ஆங்கிலத்திலும் ஆய்வுக் கட்டுரைகள் எழுதிவருகிறார்.

ஜெ. பாலசுப்பிரமணியம்

சூரியோதயம் முதல் உதயசூரியன் வரை
தலித் இதழ்கள் (1869 – 1943)

காலச்சுவடு பதிப்பகம்

அன்பார்ந்த வாசகருக்கு,

வணக்கம்.

காலச்சுவடு நூலை வாங்கியமைக்கு நன்றி.

நூலின் உள்ளடக்கம், உருவாக்கம், அட்டைப்படம் இன்ன பிற அம்சங்கள் பற்றிய உங்கள் கருத்துகளையும் ஆலோசனைகளையும் காலச்சுவடு வரவேற்கிறது. தகவல், எழுத்து, வாக்கியப் பிழைகள் தென்பட்டால் கட்டாயம் தெரிவித்து உதவுங்கள். நூல் தயாரிப்பில் கடும் குறைபாடு இருப்பின் மாற்றுப் பிரதி உங்களுக்குக் கிடைக்கக் காலச்சுவடு ஏற்பாடு செய்யும்.

மின்னஞ்சல்: publisher@kalachuvadu.com

காலச்சுவடு நாகர்கோவில் அலுவலகத்திற்குக் கடிதம் அனுப்பலாம்.

தங்கள்
எஸ்.ஆர். சுந்தரம் (கண்ணன்)
பதிப்பாளர் — நிர்வாக இயக்குநர்

சூரியோதயம் முதல் உதயசூரியன் வரை தலித் இதழ்கள் 1869 – 1943 ❖ ஆசிரியர்: ஜெ. பாலசுப்பிரமணியம் ❖ ©ஜெ. பாலசுப்பிரமணியம் ❖ முதல் (குறும்) பதிப்பு: மே 2017, ஐந்தாம் பதிப்பு: நவம்பர் 2023 ❖ வெளியீடு: காலச்சுவடு பப்ளிகேஷன்ஸ் (பி) லிட்., 669, கே. பி. சாலை, நாகர்கோவில் 629001

suuriyootayam mutal utayasuuriyan varai talit itazkal 1869 -1943 ❖ Author: J. Balasubramaniam ❖ © J. Balasubramaniam ❖ Language: Tamil ❖ First (Short) Edition: May 2017, Fifth Edition: November 2023 ❖ Size: Demy ❖ Paper: 18.6 kg maplitho ❖ Pages: 184

Published by Kalachuvadu Publications Pvt.Ltd., 669, K.P. Road, Nagercoil 629001, India ❖ Phone: 91-4652-278525 ❖ e-mail: publications @kalachuvadu.com ❖ Printed at Clicto Print, Jaleel Towers, 42 KB Dasan Road, Teynampet Chennai 600018

ISBN: 978-93-5244-099-3

11/2023/S.No. 774, kcp 4790, 18.6 (5) 1k

என் ஆசிரியர்
ஆ.இரா. வேங்கடாசலபதி
அவர்களுக்கு

பொருளடக்கம்

நன்றியுரை — 13
முன்னுரை — 15

தலித் இதழியல் தோற்றப் பின்னணி

தலித்துகளும் அச்சு ஊடகமும் — 17
இந்தியாவில் அச்சு ஊடகமும் அடையாள உருவாக்கமும் — 23
இந்தியாவில் இதழியல் தோற்றம் — 24
இந்திய இதழியலும் சாதியும் — 26
தமிழகத்தில் இதழியல் தோற்றம் — 27
தமிழ் இதழியலும் சாதியும் — 29
தமிழக அறிவு உருவாக்கத்தில் அச்சு ஊடகம் — 31
தலித்துகளும் நவீனக் கல்வியும் — 34
தலித் அடையாள உருவாக்கம் — 37
தமிழக அறிவு உற்பத்தியில் தலித்துகள் — 39
சமூக, அரசியல், பொருளாதாரப் பின்புலம் — 42
மக்கள்தொகை கணக்கெடுப்பும் சாதி அரசியலின் தோற்றமும் — 45
தலித் இதழ்களின் தோற்றம் — 49

தலித் இதழ்கள் 1869 – 1943

1. சூரியோதயம் (1869) — 53
2. பஞ்சமன் (1871) — 54
3. சுகிர்தவசனி (1872) — 54

4. இந்துமத சீர்திருத்தி (1883)	57
5. ஆன்றோர் மித்திரன் (1886)	57
6. மஹாவிகடதூதன் (1886–1927)	58
7. பறையன்	68
பறையன் என்ற சொல்லின் தோற்றம்	70
பறையன் இதழில் வெளியான செய்திகள்	72
இந்தியாவில் சிவில் சர்வீஸ் தேர்வுக் கோரிக்கை	73
சுதேசமித்திரனும் ஐ.சி.எஸ். தேர்வும்	77
தலித் அல்லாத பத்திரிகைகளின் ஆதரவு	79
பறையர்களுக்கான தனிப்பள்ளி கோரிக்கை	81
தனிப்பள்ளிக்கான இடர்கள்	86
தனிப்பள்ளி குறித்து தலித் அல்லா இதழ்கள்	88
பறையன் பார்வையில் காங்கிரஸ்	90
இரட்டைமலை சீனிவாசனின் அரசியல்	92
8. திராவிடப் பாண்டியன் (1896)	94
9. இல்லற ஒழுக்கம் (1898)	96
10. பூலோகவியாசன் (1903–1917)	97
பூலோகவியாசன் – தமிழன் உறவு	100
வாசகர்கள்	101
11. ஒருபைசாத் தமிழன் / தமிழன் (1907–1933)	102
பண்டிதர் அயோத்திதாசர்	102
ஒருபைசாத் தமிழன்: தோற்றமும் வளர்ச்சியும்	105
தமிழன் வாசகர்கள்	106
அயோத்திதாசரின் மறுவாசிப்பும் வரலாற்றுக் கட்டமைப்பும்	107
தென்னிந்திய சாக்கிய பௌத்த சங்கம்	109
தமிழனின் உள்ளடக்கம்	109
ஆசிரியருக்குக் கடிதம்	110
விளம்பரங்கள்	111
சந்தா மற்றும் நன்கொடை	111
செய்திகள்	112
கட்டுரையாளர்கள்	114

பெயர் மாற்றம்	115
அச்சகம்	116
தமிழனும் சிவில் சர்வீஸ் தேர்வும்	118
12. திராவிட கோகிலம் (1907)	120
13. மதுவிலக்கு தூதன் (1909)	121
14. ஆல்காட் கிண்டர்கார்டன் ரிவியூ (1909)	124
15. விநோதபாஷிதன் (1909)	126
16. ஊரிஸ் காலேஜ் கிண்டர்கார்டன் மேகசின் (1911)	126
17. வழிகாட்டுவோன் (1918)	127
18. ஆதிதிராவிடன் (கொழும்பு) (1919–1922)	130
19. மெட்ராஸ் ஆதிதிராவிடன் (1919–1920)	134
20. ஜாதி பேதமற்றோன் (1922)	135
21. இந்திரகுல போதினி (1924–1927)	136
22. சாம்பவர் நேசன் (1924)	136
23. ஆதிதிராவிட பாதுகாவலன் (1927–1931)	137
24. சாம்பவகுல மித்திரன் (1930)	138
25. தருமதொனி (1932)	138
26. சந்திரிகை (1932)	139
27. ஆதிதிராவிட மித்திரன் (1934)	139
28. கிறிஸ்தவ ஊழியன் (1936)	140
29. நந்தனார் (1934–1936)	141
30. ஜோதி (1932–1939)	141
31. புத்துயிர் (1935–1940)	144
32. சமத்துவம் (1936)	144
33. தமிழர் சேவை (1936)	145
34. தீண்டாதார் துயரம் (1937)	145
35. ஜெயகேசரி (1938)	146
36. சமத்துவச் சங்கு (1942)	146

37. தென்னாடு (1943)	147
38. உதய சூரியன் (1943)	147
சூரியோதயம் முதல் உதயசூரியன் வரை	**149**
தலித் இதழ்களின் பட்டியல் (1869–1943)	159
துணை நூல்கள்	163
படங்கள்	173

1. பண்டிதர் அயோத்திதாசர்
2. ஜெ.ஜெ.தாஸ், உதயசூரியன் ஆசிரியர்
3. எம்.சி. ராஜா தன் துணைவியாருடன்
4. ஏ.பி. பெரியசாமி புலவர்
5. இரட்டைமலை சீனிவாசன்
6. என். சிவராஜ்
7. *பறையன்* இதழ்
8. *பூலோகவியாஸன்* இதழ்
9. *ஒருபைசாத் தமிழன்* இதழ்
10. *தமிழன்* இதழ்
11. *வழிகாட்டுவோன்* இதழ்
12. *ஆதிதிராவிடன்* இதழ்
13. *சமத்துவம்* இதழ்

நன்றியுரை

முனைவர் பட்ட ஆய்வுநாட்களில் என் ஆய்வுப்பார்வையைச் செழுமைப்படுத்தியதோடு மட்டுமல்லாமல் நூலுக்கான ஆலோசனைகளை வழங்கிப் படியையும் திருத்திய என் ஆசிரியர் ஆ.இரா. வேங்கடாசலபதி அவர்களுக்கு நன்றி.

இந்நூலினைப் பிழைதிருத்தம் செய்துதந்த நண்பர் ஸ்டாலின் ராஜாங்கம் அவர்களுக்கும் இந்நூலைப் பதிப்பிக்கும் காலச்சுவடு பதிப்பகத்திற்கும் என் நன்றி. இந்நூலை மெய்ப்பு பார்த்து உதவிய முனைவர் காசி மாரியப்பன் (இணைப் பேராசிரியர், ஈ.வே.ரா. கல்லூரி) அவர்களுக்கும் காலச்சுவடு பணியாளர் மணிகண்டன் அவாகளுக்கும் அட்டைப் படம் ஓவியம் வரைந்து கொடுத்த ஓவியர் மணிவண்ணன் அவர்களுக்கும் என் நன்றி.

முனைவர் பட்ட புறநிலைத் தேர்வாளர் எடின்பரோ பல்கலைக்கழகப் பேராசிரியர் ஹுகோ கோரிஞ்ச், சென்னை ஐ.ஐ.டி. பேராசிரியர் ஜான் போஸ்கோ லூர்துசாமி, சென்னை ஐ.ஐ.டி.யில் பணியாற்றிய மறைந்த பேராசிரியர் தே. வீரராகவன் ஆகிய முனைவர் பட்ட அறிவுரைக்குழுவினர், இந்நூலுக்காக *வழிகாட்டுவோன்* இதழ்ப் படியைத் தந்து உதவிய ஜெர்மன் கெட்டிங்கென் பல்கலைக்கழகப் பேராசிரியர் ரூபா விஸ்வநாத், என் முனைவர் பட்ட ஆய்வைச் செழுமைப்படுத்த உதவிய பேராசிரியர் ராபின் ஜெஃப்ரி ஆகியோருக்கு நன்றி.

இந்நூலுக்கான ஆதாரங்களைத் தேடும்பணியில் உதவிய நேரு நினைவு அருங்காட்சி நூலகம் – புது தில்லி, இந்திய தேசிய ஆவணக்காப்பகம் – புது தில்லி, ஜவஹர்லால் நேரு பல்கலைக்கழக நூலகம் – புது தில்லி, தமிழ்நாடு ஆவணக்காப்பகம், மறைமலையடிகள் நூலகம் – சென்னை, உ.வே.சாமிநாதையர் நூலகம் – சென்னை, சென்னைப் பல்கலைக்கழக நூலகம், ரோஜா முத்தையா ஆராய்ச்சி நூலகம் – சென்னை, கன்னிமாரா நூலகம் – சென்னை, சென்னை வளர்ச்சி ஆராய்ச்சி நிறுவன நூலகம் – சென்னை, கலைநிலா இதழகம் – திருச்சி, தலித் ஆதார மையம் – மதுரை ஆகிய நூலகங்களுக்கும் அவற்றில் பணியாற்றும் பணியாளர்களுக்கும் நன்றி.

என் ஆய்வுக்குப் பல்வேறு வகைகளில் உதவிய சென்னை வளர்ச்சி ஆராய்ச்சி நிறுவனப் பேராசிரியர் சி. லெட்சுமணன், அன்புசெல்வம், அ. ஜெகநாதன், மா. வேலுசாமி, அண்ணன் அ. மாரியப்பன், அக்கா அனுராதா, மாமா சித்தார்த் வாசன், கோ. ரகுபதி, ந. செல்வராஜ், சிட்டிபாபு, தா. கார்த்திகேயன், மலர்விழி ஜெயந்த், வா. ரத்தினமாலா, மு. சதீஷ்குமார், எம்.ஐ.டி.எஸ் ஆய்வாளர்கள் கோகிலவாணி, பாரதிதாசன், ஆழி செந்தில்நாதன், சென்னை ஆவணக்காப்பகத் தமிழ்ச்செல்வன், மதுரை காமராசர் பல்கலைக்கழக மேனாள் பேராசிரியர் அ. சாந்தா, சென்னைப் பல்கலைக்கழகப் பேராசிரியர் கோ. ரவீந்திரன், புதுச்சேரி பல்கலைக்கழகப் பேராசிரியர் செ. அருள்செல்வன் ஆகியோருக்கு நன்றி.

தனிமரமாக நின்று என்னை ஆளாக்கிய என் அம்மாவுக்கும் சிறுவயது முதல் என்னை அரவணைத்த என் அக்காள்கள் சுசிலா, கோகிலா ஆகியோருக்கும் எனது நன்றி. திருமணமான நாளிலிருந்து என்னுடன் பயணிக்கும் என் யசோதாவுக்கும் எங்கள் மகன்கள் போதி நிலவன், சந்தீபன் ஆகியோருக்கும் என் அன்பு என்றென்றும்.

மதுரை **ஜெ. பாலசுப்பிரமணியம்**
14 ஏப்ரல் 2017

முன்னுரை

மனோன்மணியம் சுந்தரனார் பல்கலைக் கழகத்தில் முதுகலைத் தொடர்பியல் முடித்தபின்பு செய்தியாளராகும் எண்ணத்தில் சென்னை வந்துசேர்ந்தேன். பல பத்திரிகைகளின் கதவுகளைத் தட்டிய பின்பு கதவுகள் திறந்தாலும் வேலை கிடைக்காததால் சில மாதங்கள் தூர்தர்ஷன் பொதிகைத் தொலைக்காட்சியிலும் அதன் பின்பு ஒரு வருடம் மொழிபெயர்ப்பாளராகவும் பணியாற்றினேன். இந்தச் சூழலில் மேற்கொண்டு வாசிப்பதற்கான வாய்ப்பைப் பெறும் பொருட்டு 2004இல் முனைவர் பட்ட ஆய்வைச் சென்னை வளர்ச்சி ஆராய்ச்சி நிறுவனப் பேராசிரியர் ஆ.இரா. வேங்கடாசலபதி அவர்களின் நெறியாள்கையில் தொடங்கினேன். சென்னை வருவதற்கு முன்பு எனது கிராம வாழ்க்கை, இயக்கச் செயல்பாடு, புத்தக வாசிப்பு போன்றவை தலித்துகளின் நிலை குறித்த புரிதலை ஏற்படுத்தி யிருந்தன. இந்தப் புரிதலில்தான் 'சமகாலப் பத்திரிகைகளில் தலித்துகளின் சித்திரிப்பை' ஆராயத் தொடங்கினேன். சமகாலப் பத்திரிகைகளைப் புரிந்துகொள்வதற்கு அதிகசிரத்தை எடுக்கத் தேவையில்லை என்பதைச் சில மாதங்களிலேயே புரிந்துகொண்டேன். பின்பு என் ஆசிரியருடன் விவாதித்துத் 'தலித்துகளும் அச்சு வரலாறும் – ஒரு வரலாற்று ஆய்வு' எனும் தலைப்பில் இதழியல் வரலாற்றில் தலித்துகளின் பங்கு குறித்து ஆராயலாம் என்ற முடிவுக்கு வந்தேன். நான் தொடர்பியல் படிக்கும்போது இதழியல் வரலாறு என்பது

தேசியத்திற்குப் போராடிய சில பத்திரிகைகளைக் கொண்டதே இந்திய இதழியல் வரலாறு என்றது. தமிழன் இதழில் வெளியான அயோத்திதாசர் சிந்தனைகள் தொகுப்பாக வெளியான சூழலில் தலித் பத்திரிகைகள் வரலாறு ஒளிபடா உலகமாக இருந்தது. என் ஆய்வைத் தொடங்கும்போது தலித்துகளுக்கான இதழியல் வரலாறு என்ற ஒன்றை எழுதிவிட முடியுமா எனும் பெரும்கேள்வி என்னுள் எழுந்தது. தேசிய அடையாளங்களாக மதிக்கப்படும் பெரும் தலைவர்கள் நடத்திய பத்திரிகைகளே முழுமையாகக் கிடைக்கப்பெறாதபோது சமூகத்தின் விளிம்பு நிலையில் இருந்தவர்கள் நடத்திய பத்திரிகைகள் குறித்த ஆதாரங்களைத் திரட்டி முனைவர் பட்ட ஆய்வேட்டை எவ்வாறு எழுதப்போகிறேன் என்ற மலைப்பு எனக்கு. ஆனால் எனது நெடிய ஆய்வுத் தேடலில் தலித் பத்திரிகைகள் அனைத்தும் முழுமையாகக் கிடைக்காவிட்டாலும் 38 தலித் பத்திரிகைகளின் துல்லியமான வரலாற்றை அறிய முடிந்ததில் மகிழ்ச்சி. ஆவணங்களில் புதைந்து கிடந்த தலித் அறிவு மரபை வெளிக்கொண்டு வருவதன் மூலம் தலித்துகளின் கடந்த காலத்தின் மீது கழிவிரக்கத்தை காட்டுவோரின் பார்வையில் மாற்றம் ஏற்படும் என நம்புகிறேன். இந்நூல் முனைவர் பட்ட ஆய்வேட்டின் மொழிபெயர்ப்பு அல்ல. நான் 2012இல் ஆய்வேட்டை முடித்த பின்பு அதை மேலும் விரிவுபடுத்தும் பணியில் தொடர்ந்து ஈடுபட்டுவந்ததின் சற்று விரிந்த வடிவமே இந்நூல். தலித் அறிவுப் பெருவெள்ள வரலாற்றில் சிறு துளியே இது.

தலித் இதழியல் தோற்றப் பின்னணி

தலித்துகளும் அச்சு ஊடகமும்

***சூரியோதயம் முதல் உதயசூரியன் வரை
தலித் இதழ்கள்*** 1869-1943 என்னும் தலைப்பிலான இந்நூல் 1869 முதல் 1943 வரையில் வெளியான தலித் பத்திரிகைகள் குறித்து ஆராய்கிறது. சென்னை மாகாணம், மைசூர் சமஸ்தானம், திருவாங்கூர் சமஸ்தானம், தமிழர்கள் புலம்பெயர்ந்த பர்மா, இலங்கை ஆகிய பகுதிகளிலிருந்து வெளியான தலித் பத்திரிகைகளின் வரலாறே இந்நூல் ஆய்வுப்பரப் பாகும். இதுவரை எழுதப்பட்ட தமிழக இதழியல் வரலாற்றில் தலித் இதழ்கள் குறித்து ஆங்காங்கு சிறு சிறு குறிப்புகளைத் தவிர வேறெதுவும் இல்லாத சூழலில் இந்த ஆய்வு தலித் இதழ்களின் வரலாற்றைக் காலனிய அரசு ஆவணங்கள் மற்றும் பிற ஆதாரங்களின் துணை கொண்டு பதிவு செய்ய முற்படுகிறது.

தலித் எனும் சொல் தீண்டப்படாதவர்களைக் குறிப்பதற்குப் பயன்படுத்தப்படுகிறது. இந்தியாவில் நவீன அரசியல் தொடங்கிய காலந்தொட்டு தீண்டப்படாத மக்கள், ஒடுக்கப்பட்ட வகுப்பினர் (Depressed Classes), பஞ்சமர் மற்றும் பறையர்கள் (இன்று பறையர்கள் என்ற சொல் பல உட்பிரிவு களைக் கொண்ட ஒரு சாதியைக் குறிப்பதற்குப் பயன்படுத்தப்படுகிறது. ஆனால் காலனிய காலம் முதல் 1970கள் வரை தமிழ் பேசும் தீண்டப்படாத

சாதிகள் அனைத்தையும் குறித்தது) என்று பலவாறாக அரசாங்கத்தால் வகைபடுத்தப்பட்டனர். 'ஹரிஜன்' என்ற சொல்லை காந்தி அறிமுகப்படுத்தினார். மராத்தியிலும் இந்தியிலும் தலித் என்றால் 'சிதறுண்ட' அல்லது 'தாழ்த்தப்பட்ட மக்கள்' என்பது பொருளாகும். தற்போது பரவலாக இந்திய அளவில் சாதியால் ஒடுக்கப்பட்ட மக்களைக் குறிப்பதற்கு இச்சொல் பயன்படுத்தப்படுகிறது. பத்தொன்பதாம் நூற்றாண்டு மஹாராஷ்டிரத்தில் ஒடுக்கப்பட்ட மக்களின் விடுதலைக்காகப் போராடிய ஜோதிராவ் பூலேயின் எழுத்துக்களில் தலித் என்ற சொல் முதன்முதலாகப் பயன்படுத்தப்பட்டுள்ளது. அதற்குப் பின்பு அம்பேத்கர் நடத்திய பஹிஸ்கிரித் பாரத் *(Bahishkrit Bharat)* எனும் பத்திரிகையில் *(1928)* தலித் எனும் சொல் பயன்படுத்தப்பட்டிருந்தாலும் 1970களில் மகராஷ்டிரத்தில் 'தலித் சிறுத்தைகள் இயக்கம்' *(Dalit Panthers)* தோற்றத்திற்குப் பிறகே இச்சொல் பரவலானது. தலித் விடுதலை சார்ந்து தீவிரமாகச் செயல்பட்டு வந்த தலித் சிறுத்தைகள் மராத்தி தலித் சாகித்தியத்தை (மராத்தி தலித் இலக்கியம்) மறுவாசிப்பிற்கும் புதிய வகை தலித் இலக்கியங்களைப் படைப்பதற்குமான ஒரு வெளியாக உருவாக்கினர்.[1] தமிழகத்தில் தலித் எனும் சொல் 1990களுக்குப் பின்பு அம்பேத்கரிய இயக்கங்கள் மற்றும் மாநில அளவிலான ஒடுக்கப்பட்ட மக்களின் அரசியல் எழுச்சியின் சொல்லாடலானது. மேலும் தலித் என்ற சொல்லின் வருகைக்குப் பின்பு, அதற்கு முன்பு பொதுவெளியில் புழங்கிய பட்டியல் இனத்தவர், தாழ்த்தப்பட்டோர், பஞ்சமர், ஹரிஜன், தீண்டப்படாதோர் போன்ற பதங்கள் பொதுவெளியில் நிராகரிக்கப்பட்டன. தலித் என்பதற்கு நேரடிப் பொருள் தாழ்த்தப்பட்ட, சிதறுண்ட என்று இருந்தாலும் அது ஒரு எழுச்சிமிக்க அரசியல் அடையாளமாகவே புழக்கத்திற்கு வந்தது.[2] இன்றுவரை இந்தியா முழுமைக்குமான ஒரு சமூகக்குழுவின் அரசியல் அடையாளமாக 'தலித்' எனும் சொல் பயன்படுத்தப்படுகிறது. வரலாற்றில் தலித்துகள் பல்வேறு அடையாளங்களை வரித்தும் துறந்தும் வந்திருக்கின்றனர். தமிழகத்தில் பத்தொன்பதாம் நூற்றாண்டின் இறுதியில் அடையாளக் கோரிக்கைகளைப் பல இயக்கங்கள் முன்வைத்தன. பண்டிதர் அயோத்திதாசர், இரட்டைமலை சீனிவாசன், எம்.சி. ராஜா ஆகியோர் சென்னை மாகாணத்தில் தமிழ்ப் பகுதிகளில் வாழ்ந்த தலித் மக்களின் பிரச்சினைகளைப் பிரிட்டிஷ் இந்திய அரசாங்கத்திற்குக் கோரிக்கைகளாக முன்வைத்தனர்.

---

1. Anupama Rao, "Respresenting Dalit Selfhood", *Seminar*, February 2006.
2. Raj Sekhar Basu, *Nandanar's Children; The Paraiyans' Tryst with Destiny, Tamilnadu 1850-1956* (New Delhi: Sage, 2011) p.21.

பல மாவட்ட, வட்டார அளவிலான தலித் இயக்கங்களும் தோன்றின. அதேபோல் சீகன்பால்க் முதற்கொண்டு பல்வேறு மிஷனரிகளும் தீண்டப்படாத மக்கள் முன்னேற்றத்தில் கவனம் செலுத்தி வந்தனர். குறிப்பாக அம்மக்களுக்குக் கல்வி அளிப்பதில் அதிக அக்கறை எடுத்துக்கொண்டனர். தாழ்த்தப்பட்ட மக்கள் மத்தியில் எழுந்த இயக்கங்கள், சமூக சீர்திருத்தச் சிந்தனை கொண்ட தேசியத் தலைவர்கள், காலனிய அதிகாரிகள் மற்றும் மிஷனரிகளின் அழுத்தம் காரணமாக அரசாங்கம் தீண்டப்படாத மக்களின் முன்னேற்றம் குறித்த திட்டங்களை வகுத்துச் செயல்படுத்த ஆரம்பித்தது. தலித்துகளின் நவீன அரசியல் 1850களுக்குப் பின்பு தோற்றம் பெற்று அம்பேத்கரின் வருகைக்குப் பின்பு (அதாவது 1930களுக்குப் பின்பு) அகில இந்திய அளவில் தாக்கத்தை ஏற்படுத்தியது. இந்தச் சூழலில்தான் தலித்துகள் அச்சு ஊடகம் எனும் நவீன வடிவத்தைப் பத்தொன்பதாம் நூற்றாண்டின் பிற்பாதியிலிருந்து கைக்கொள்ள ஆரம்பித்தனர்.

அச்சுப் பரவலாக்கத்தின் விளைவால் மக்கள் மத்தியில் செய்திகளும் தகவல்களும் விரைவாகவும் பரவலாகவும் சென்றடைந்தன. உலகின் பல பகுதிகளில் சமூக அரசியல் மாற்றத்திற்கான தூண்டுகோலாக அச்சு ஊடகம் செயலாற்றி யுள்ளது. ஹேபர்மாஸ் எனும் அறிஞர் 18ஆம் நூற்றாண்டில் பிரிட்டிஷ் ஜனநாயக அரசியல் வரலாற்றில் பொதுவெளி உருவாக்கத்தில் பங்களித்த காரணிகள் குறித்து விவாதிக்கும் போது 'பத்திரிகைகள், இதழ்கள், வாசிப்புக்கூடங்கள், பொது விவாதத்திற்கான வெளியை உருவாக்கின, இந்தப் பொதுவெளிகள் மூலம் மக்கள் அரசியல் விசயங்களை விவாதித்தனர்' என்கிறார்.[3] இதனால் ஜனநாயக அரசு உருவாக்கத்தில் அனைவரின் கருத்தை வெளிப்படுத்துவதற்கான ஒரு வாய்ப்பு ஏற்பட்டது. ஆனால் மன்னராட்சியில் இது போன்ற விவாதம், மக்கள் கருத்தை வெளிப்படுத்துவது சாத்தியமில்லாமல் இருந்தது என்கிறார். இந்திய வரலாற்றிலும் காலனிய காலத்தில் அச்சு ஊடகங் களின் வருகையால் பொதுவெளி உருவாகியது. அதுவரை பேசப்படாத மற்றும் விவாதிக்கப்படாத விசயங்கள் பொது வெளியில் விவாதிக்கப்பட்டன. ஆனால் இந்தியச் சூழலில் பொதுவெளி என்பது அனைவரையும் உள்ளடக்கியதாக இல்லை என்று வாதிடுகிறார் சுதிப்தா கவிராஜ்.[4] அதாவது சாதியால் ஒடுக்கப்பட்டவர்களுக்கு இத்தகைய பொதுவெளிகளில்

---

3. Luke Good, *Jurgen Habermas, Democracy and the Public Sphere* (London: Pluto Press, 2005).

4. Sudipta Kaviraj, *The Imaginary Institution of India: Politics and Ideas* (New York; Columbia University Press, 2012).

இடமளிக்கப்படவில்லை என்கிறார். இதுபோன்ற விலக்கப்பட்ட சமூக யதார்த்தம் கொண்ட சாதியப் படிநிலைச் சமூகத்தில் தலித்துகள் தங்களைப் பொதுவெளிகளில் பிரதிநிதித்துவப் படுத்தவும், சமூக வேறுபாடுகளையும் சாதியக் கொடுமைகளையும் கேள்விக்குட்படுத்தவும் நவீனக் கருவியான அச்சு ஊடகத்தைப் பயன்படுத்தினர்.

அச்சுத் தொழில்நுட்பத்தின் வருகையும் அப்போது நிலவிய சூழலும் இணைந்து இந்தியாவில் இதழியல் தோற்றத்திற்கு வழிவகுத்தன. காலனிய காலத்தில் அச்சுத் தொழில்நுட்பத்தைக் காலனி ஆட்சியாளர்களும் தேசியவாதிகளும் தங்களது பிரச்சாரத்திற்கான ஊடகமாகப் பயன்படுத்தினர். இதுவரையிலான இந்திய இதழியல் வரலாற்றெழுதியல் என்பது இந்திய விடுதலைப் போராட்டச் சூழலில், இந்திய தேசிய உருவாக்கத்தில் இதழ்களின் பங்கு என்ன என்ற பார்வையில் மட்டுமே எழுதப்பட்டுள்ளது. ஆனால் தேசியவாதக் கற்பனைகளுக்கு மத்தியில் அரசியல் சமூக (political community) உருவாக்க நோக்கில் தலித்துகளின் கருத்து வெளிப்பாடுகளில் இதழியல் வரலாறு எவ்வாறு பயணித்தது என்பதைக் காண தவறிவிட்டோம்.

இதழியல் வரலாறு குறித்துத் தமிழில் பல நூல்கள் வெளிவந்துள்ளன. அ.மா. சாமி அச்சு வரலாறு குறித்து சில புத்தகங்களை எழுதியிருக்கிறார். தமிழ் இதழியல் வரலாற்றைப் பத்தொன்பதாம் நூற்றாண்டு தமிழ் இதழ்கள், இந்து இதழ்கள், இஸ்லாமிய இதழ்கள், தேசிய இதழ்கள், திராவிட இதழ்கள் என்று அவர் பகுத்திருக்கிறார். அவர் எழுதிய 'திராவிட இயக்க இதழ்கள்' நூலில் தலித் இதழ்கள் குறித்த குறைவான தகவல்களே கிடைக்கின்றன. ஆனால் பிற தமிழ் இதழியல் வரலாற்று நூல்களை ஒப்பிடும்போது அ.மா. சாமியின் நூலில் சற்று அதிகமாக தலித் இதழ்கள் குறித்த தகவல்கள் உள்ளன. மா.சு. சம்பந்தன் எழுதிய 'தமிழ் இதழியல் சுவடுகள்' நூலில் தமிழ்ச் சூழலில் அச்சு வரலாறு மற்றும் இதழியல் வரலாறு குறித்த தகவல்கள் நிரம்பக் காணப்பட்டாலும் தலித் இதழ்கள் குறித்த தகவல்கள் ஒன்றுகூடக் கிடைப்பதில்லை. இந்நூலில் திரு.வி.க, பாரதி, ஈ.வே. ராமசாமி பெரியார், சி.என். அண்ணாதுரை, கல்கி கிருஷ்ணமூர்த்தி, சி.பா. ஆதித்தனார் உள்ளிட்ட பல இதழாளர்கள் குறித்த தகவல்கள் கிடைக்கின்றன. ஆனால் தலித் இதழாளர்கள் குறித்த பதிவுகள் ஏதும் இல்லை.

பெ.சு. மணி எழுதிய 'விடுதலைப் போரில் தமிழ் இதழ்கள்' நூலில் சுதேசியப் போராட்டக் கருத்துகளைக் கொண்ட சுதேசமித்திரன், இந்தியா, தேசபக்தன், நவசக்தி, தமிழ்நாடு,

லோகோபகாரி போன்ற பத்திரிகைகள் குறித்த தகவல்கள் மட்டுமே விளக்கப்பட்டுள்ளன. இந்தப் பத்திரிகைகள் சுதேசியப் போராட்டத்தை முழுமையாக ஆதரித்தன. ஆனால் சமூக விசயங்களில் தலித் பத்திரிகைகளைப் போல் தீண்டாமைக்கு எதிராகவோ, தாழ்த்தப்பட்டோர் நலன் வேண்டியோ கருத்து தெரிவிக்கவில்லை. உதாரணமாக, திரு.வி.க.வின் நவசக்தி பத்திரிகையில் 'அரசியல் கட்சிகளும் சாதி அரசியலும்' எனும் தலைப்பில் எழுதப்பட்ட கட்டுரையில் ஒடுக்கப்பட்ட வகுப்பினர், கிறிஸ்தவர், முஸ்லிம், ஆங்கிலோ இந்தியருக்கு வகுப்புவாரி பிரதிநிதித்துவம் வழங்கப்பட்டதைக் கண்டித்து, "சாதிப்பகை மறைய வேண்டிய காலத்தில் சாதிப்பகை வளர நேர்ந்தது இந்தியாவின் துர்அதிர்ஷ்டமாகும்" என்று எழுதுகிறார்.[5] ஆனால் இந்தக் காலகட்டத்திற்கு முன்பிருந்தே தலித் பத்திரிகைகள் வகுப்புவாரி பிரதிநிதித்துவத்தை எழுப்பியும் தொடர்ந்து கோரியும் ஆதரித்தும் வந்தன.[6] பெ.சு. மணி இந்தப் புத்தகத்தில் ஏழு தலித் இதழ்களைப் பட்டியலிடுகிறார். ஆனால் அப்பட்டியல் விரிவான தகவல்களைக் கொண்டதாக இல்லை.

இ. சுந்தரமூர்த்தியும் மா.ரா. அரசும் தொகுத்து உலகத் தமிழ் ஆராய்ச்சி நிறுவன வெளியீடாக 'இந்திய விடுதலைக்கு முந்தைய தமிழ் இதழ்கள்' எனும் தலைப்பில் தமிழ் இதழியல் வரலாறு குறித்து வெளிவந்துள்ள நான்கு தொகுதிகளும் தமிழ் இதழியல் வரலாறு குறித்த அடுத்த முக்கியமான ஆய்வுகளாகும். இந்தத் தொகுதிகளில் 19ஆம் நூற்றாண்டிலும் 20ஆம் நூற்றாண்டிலும் வெளிவந்த தமிழ் இதழ்களான *பிரசண்ட விகடன், ஆனந்த போதினி, தத்துவ போதினி, ஜனவிநோதினி, செந்தமிழ், சித்தாந்தம், குமரன், கல்கி, விவேக போதினி, கலைமகள், கலா நிலையம், மணிக்கொடி* முதலானவை குறித்த கட்டுரைகள் தொகுக்கப்பட்டுள்ளன. ஆனால் ஒரு தலித் இதழுக்குக்கூட இடம் இல்லை. இதே ஆசிரியர்கள் 'திராவிட இயக்க இதழ்கள்' எனும் இரண்டு தொகுதிகளைத் தொகுத்துள்ளனர். இந்தத் தொகுப்பில் அயோத்திதாசப் பண்டிதரின் 'ஒரு பைசாத் தமிழன்' இதழ் குறித்து அம்பேத்கர்பிரியன் எழுதிய கட்டுரை மட்டுமே இடம் பெற்றுள்ளது.

தமிழ் இதழியல் வரலாறு எழுதியலில் இரண்டு விதமான போக்கை அடையாளம் காண முடிகிறது. ஒன்று இந்திய தேசியப் போராட்டத்திற்கு ஆதரவளித்த, பெரும்பாலும் பிராமணர்களும்

---

5. *நவசக்தி*, 3 டிசம்பர் 1920.
6. *ஆதிதிராவிடன்*, 15 ஆகஸ்டு 1920.

மேல் சாதியினரும் நடத்திய பத்திரிகைகள் குறித்த ஆய்வுகள்; இரண்டு பிராமண காங்கிரஸ் அரசியலுக்கு எதிராகக் கிளம்பிய திராவிட, பிராமணரல்லாதார் பத்திரிகைகள் குறித்த ஆய்வுகள். ஆகவே இதுவரை எழுதப்பட்டுள்ள தமிழ் இதழியல் வரலாறு குறித்த நூல்கள் இந்திய தேசிய நோக்கிலும், திராவிட இயக்க நோக்கிலும் மட்டுமே எழுதப்பட்டு தலித் இயக்க நோக்கிலான இதழியல் வரலாறு என்பது எழுதப்படாத வரலாறாக இருக்கிறது. ஆகவேதான் இந்த ஆய்வுக்கான கால எல்லை 1869 முதல் 1943 வரை என்று வரையறுக்கப்பட்டுள்ளது. இதுவரை நமக்குக் கிடைத்த ஆதாரங்களின்படி 1869இல் தொடங்கப்பட்ட *சூரியோதயம்* பத்திரிகைதான் முதல் தலித் பத்திரிகை என்பதால் 1869ஆம் ஆண்டு ஆய்வின் தொடக்கமாகக் கொள்ளப்பட்டது, 1944இல் ஈ.வே. ராமசாமி பெரியார் தனது தலைமையிலான நீதிக்கட்சியைத் 'திராவிடர் கழகம்' என்று பெயர் மாற்றினார். திராவிட அரசியல் எழுச்சியின் முக்கியக் கட்டமாகத் திராவிடர்கழகத்தின் தோற்றம் பார்க்கப்படுகிறது. ஆகவே இந்த ஆய்வு திராவிட அரசியலின் எழுச்சிக்கு முந்தைய காலங்களில் வெளிவந்த தலித் இதழ்கள் குறித்து ஆராய்கிறது.

இந்திய ஒடுக்கப்பட்ட வகுப்பினரின் வரலாற்றில் காலனிய காலம் முக்கியமான ஒன்றாகும். இந்தக் காலகட்டத்தில் அரசின் வகைப்படுத்தலில் வருணத்தையும் சாதியையும் அளவீடாக எடுத்துக்கொண்டதால் 'சாதிப்படிநிலை' எனும் கருத்தாக்கம் அரசு ஆவணங்களில் பதியப்பட்டதன் மூலம் அது ஒரு நிலையான அமைப்பு எனும் அங்கீகாரத்தைப் பெற்றது. ஆனால் அதே காலகட்டத்தில்தான் சட்டத்தின் ஆட்சி, அரசியல் பிரதிநிதித்துவம், அனைவருக்குமான நவீனக் கல்வி போன்ற திட்டங்களால் சாதி மற்றும் மதத்தின் இறுக்கங்களிலிருந்து ஒடுக்கப்பட்ட மக்கள் ஓரளவு விடுபட முடிந்தது. ஆனால் இந்தியப் பண்பாடு மற்றும் பாரம்பரிய விசயங்களில் தலையிடாக் கொள்கை என்பதைக் கடைபிடித்த பிரிட்டிஷ் நிர்வாகம் சாதிய மத விசயங்களில் முழுமையாகத் தலையிட்டு சரிபடுத்தவில்லை. அதேவேளை சட்டத்திற்கு முன் அனைவரும் சமம் என்பதையும் நிறுவ வேண்டிய கட்டாயம் பிரிட்டிஷ் இந்திய அரசுக்கு இருந்தது. இதனால் சாதியால் ஒடுக்கப்பட்டவர்கள் சட்டத்தின் ஆட்சியை நம்பினர். தங்கள் நலனின் பாதுகாப்பிற்கான புதிய சட்டத்தை இயற்றவும் ஏற்கெனவே உள்ள சட்டத்தை நடைமுறைப் படுத்தவும் அரசுக்கு அழுத்தம் கொடுத்தனர். ஒடுக்கப்பட்ட சாதியினர் அமைப்புகளாக, சங்கங்களாகத் திரண்டு அரசுக்கு அழுத்தம் கொடுத்து வந்தனர். ஒடுக்கப்பட்டவர்களின் இந்த

உரிமைக்கான திரட்சிதான் தலித்துகளின் நவீன வரலாறாக இருக்கிறது. இதுவரை தலித்துகளின் சமூக அரசியல் எழுச்சி குறித்து மானுடவியலாளர்களும் சமூகவியலாளர்களும் வரலாற்றாளர்களும் எழுதியுள்ளனர். ஆனால் தலித்துகளின் அறிவு வரலாறு குறித்த ஆய்வுகள் இதுவரை நடத்தப்படவில்லை. தலித் இதழ்களின் வரலாறு குறித்த இந்த ஆய்வு தலித்துகளின் அறிவு வரலாறு குறித்த வெற்றிடத்தை ஓரளவு நிரப்பும்.

~

இந்தியாவில் அச்சு ஊடகமும் அடையாள உருவாக்கமும்

இந்திய, ஐரோப்பியச் சூழலில் அச்சு ஊடகத்தின் மூலம் வெளிப்பட்ட அடையாள உருவாக்கங்கள் குறித்த ஆய்வுகள் வெளியாகியுள்ளன. தேசிய உருவாக்கம் குறித்த ஆய்வில் பெனடிக்ட் ஆண்டர்சன் "தேசியம் எனும் கற்பனைச் சமூகம் குறித்த கருத்தாக்கத்தை வெளிப்படுத்துவதற்குச் செய்தித்தாள்கள் புறவடிவமாக விளங்கின"[7] என்கிறார். இந்தியாவில் தேசியம், மொழி, சாதி, மதம் போன்ற அடையாள உருவாக்கங்களில் அச்சு ஊடகம் பெரும் பங்கு வகிப்பதை மறுக்க முடியாது. காலனிய இந்தியாவில் அச்சு ஊடகத்தின் அதிகாரம் குறித்து ஆய்வு செய்த அனிந்திதா கோஷ் "காலனிய இந்தியாவில் சமூக அடையாள உருவாக்கத்திற்கு அச்சிடப்பட்ட மொழிகளும் இலக்கியங்களும் முக்கியக் காரணிகளாக இருந்தன" என்கிறார்.[8] இந்தியாவில் செய்தித்தாள்களின் பரவல், தாக்கம் குறித்து ஆய்வு செய்த ராபின் ஜெஃப்ரியின் புத்தகத்தின் சாராம்சம் வருமாறு, 'இந்தியச் செய்தித்தாள்கள் ஓர் இந்தியத் தன்மையை வெளிப்படுத்தின. இதன் புறவடிவம் இந்தியத் தேசியத்திற்கான வாக்கெடுப்பைக் கோரும் பொருட்டே அமைக்கப்பட்டது. இந்திய வாசிப்பாளர்கள் தினமும் செய்தித்தாள்களை வாங்குவதன் மூலம் குறியீட்டு ரீதியாக இந்தியத் தேசியத்திற்கு வாக்களித்தனர். வியாபாரச் செய்திப் பக்கங்கள் இந்திய வியாபாரங்களை முன்னிலைப்படுத்தின; விளையாட்டுச் செய்திப் பக்கங்கள் இந்திய விளையாட்டுகளை முதன்மைப்படுத்தின; வானிலை, இந்திய வானிலையாக இருந்தது. பெரும்பாலான செய்தித்தாள்கள்

---

7. Benedict Anderson, *Imagined Communities*, p. 25.
8. Anindita Ghosh, *Power in Print: Popular Publishing and the Politics of Language in a Colonial Society* (New Delhi: Oxford University Press, 2006), p. 3.

வெளிப்படையாகத் 'தேசியச்' செய்திகள் மற்றும் 'தேசியக்' கருத்துகள் என்ற வகைமைகளை வெளியிட்டன."⁹

காந்தி குறித்த தனது ஆய்வில் காந்தி எனும் தலைவரைப் பத்திரிகைகள் எவ்வாறு மகாத்மாவாகச் சித்திரித்து மக்களின் மனதில் நிலைக்கச் செய்தன என்பதைச் சஹித் அமின் விளக்குகிறார். உத்திர பிரதேசத்தின் கோரக்பூர் பகுதியில் 1921ஆம் ஆண்டு பிப்ரவரி முதல் மே மாதம் வரை வெளியான உள்ளூர்ப் பத்திரிகைகள் காந்தியின் மகிமைகள் குறித்த புரளிகளை எவ்வாறு செய்திகளாக வெளியிட்டன, இந்தச் செய்திகள் கிராம மக்களிடையே காந்தி குறித்த பிம்பத்தை எவ்வாறு உருவாக்கின என்று விளக்குகிறார்.¹⁰ அச்சு ஊடகத்தின் தாக்கம் குறித்து விளக்கும் போது கோரக்பூர் பகுதி மக்கள் ஒரு செய்தி பத்திரிகைகளில் வெளிவந்தது என்பதற்காக எந்தக் கேள்வியுமில்லாமல் கண்மூடித்தனமாக நம்பிவிடவில்லை. மாறாக அம்மக்கள் தங்கள் பண்பாட்டில் ஏற்கெனவே கொண்டிருக்கக்கூடிய தெய்வீக அதிசயங்கள், அவதாரங்கள் குறித்த நம்பிக்கைகளினாலேயே மகாத்மா குறித்த செய்திகளை (புரளிகளை) நம்பினர் என்கிறார். இவ்வாறு பத்திரிகைகளுக்கு அடையாளங்கள், ஆளுமைகளை உருவாக்குவதில் பெரும்பங்கு இருக்கிறது. நாம் வாழும் இக்காலத்தில் அனைத்து அடையாளங் களும் ஊடகங்கள் மூலமே சாத்தியப்படுகின்றன.

~

இந்தியாவில் இதழியல் தோற்றம்

முகலாயர் ஆட்சிகாலம்தான் இந்திய இதழியல் தோற்றத்திற்கான அடிக்கல் எனலாம். இதழியல் என்பது "நவீன ஊடகங்களைப் பயன்படுத்திப் பொதுத் தகவல்கள், பொதுக் கருத்துகள், பொதுப் பொழுதுபோக்குகளை மக்களிடையே தொடர்ச்சியாகப் பரப்பும் செயல்பாடு" என்று ரோலண்ட் வோல்ஸ்லி இலக்கணம் வரையறுக்கிறார்.¹¹ இன்று நாம் பின்பற்றும் நவீன இதழியல் என்பதை இந்த வரையறையிலேயே பார்க்க முடியும்.

---

9. Robin Jeffrey, *India's Newspaper Revolution: Capitalism, Politics and the Indian-Language Press* (New Delhi: Oxford University Press, 2003), p. 218.
10. Shahit Amin, 'Gandhi as Mahatma: Gorakhpur District, Eastern UP, 1921-22', in Ranajit Guha (ed.), *Subaltern Studies III*, (New Delhi: OUP, 1984), pp. 1-55.
11. Roland E.Wolseley, *Journalism in Modern India* (New Delhi: Asia Publishing House, 1964).

இந்தியாவில் அச்சுத் தொழில்நுட்பத்தின் வருகைக்குப் பின்பு இதழியல் பெரும் மாற்றத்திற்குள்ளானது. இந்தியாவில் 1850-களுக்குப் பின்பு தொடங்கிய தேசிய இயக்கங்களினால் இதழியல் கலை வளர்வதற்கான ஓர் அரசியல் சூழலும் உருவாகியது. ஏற்கெனவே புழக்கத்தில் இருந்த தகவல் தொடர்பு அமைப்புகள் (செய்தி கொண்டு செல்பவர், உளவாளி, தபால் சாவடி) மெல்ல முடிவுக்கு வந்தன. அவற்றிற்குப் பதிலாக புதிய தகவல் நிறுவனங்களாகத் தபால் நிலையங்கள், தந்தி, அச்சகங்கள் முதலானவை தோன்றின. அச்சகங்களிலிருந்து புத்தகங்கள், இதழ்கள், சிறுவெளியீடுகள் போன்றவை பொதுமக்களுக்குச் செய்திகளைக் கொண்டு சேர்க்கும் முக்கிய வடிவங்களாக மாறின. இதன் உள்ளடக்கமும் சமூகம், அரசியல், பண்பாடு என விரிந்திருந்ததால் பொதுமக்களும் இதனை எளிதில் அங்கீகரித்தனர். இதன் விளைவாகச் சமூக நிறுவனங்களில் ஒன்றாக அச்சு ஊடகம் மாறியது. இதன் மூலம் பொதுவெளி என்பதும் உருவானது. பல்வேறு தரப்பட்ட மக்கள் தங்கள் கருத்துக்களைச் செய்தித்தாள்களில் தெரிவிப்பதன் மூலம் செய்தித்தாள்கள் பொது விவாதத்திற்கான களமானது. இங்கு அரசியல், சமூகம், மதம் போன்றவை குறித்து விவாதிக்கப்பட்டது.

அச்சுக்கலைக்கும் புத்தக அச்சாக்கத்திற்கும் முன்னோடியான தமிழகம் இதழியல் கலையில் முன்னோடியாக விளங்கவில்லை. இந்தியாவின் முதல் இதழ் கல்கத்தாவில்தான் தோன்றியது. கல்கத்தாவைச் சுற்றி ஆங்கிலத்திலும் இந்திய மொழிகளிலும் பல்வேறு பத்திரிகைகள் தோன்றின. அதற்குக் காரணம் கல்கத்தா அப்போது பிரிட்டிஷ் இந்தியாவின் தலைநகரமாக இருந்தது. இதழியல் வரலாறும் சனநாயக அரசியல் தோற்றத்தினூடேயே தோன்றியது. செய்தி நிறுவனங்கள் அனைத்துமே கல்கத்தாவில் இருந்ததால் அதன் அண்மையும் செய்தித்தாள்களுக்குச் சாதகமான சூழலை உருவாக்கித் தந்தது. அடுத்து ஒரு முக்கியக் காரணம் மேற்கத்திய கல்வி கற்றவர்கள் பிற மாகாணங்களை விடக் கல்கத்தாவில் அதிகம் இருந்தனர். இதழ்கள் தோன்றுவதற்கு இந்தப் படித்த வர்க்கமே அடித்தளமாக இருந்தனர். இந்தியாவின் முதல் செய்தித்தாளான பெங்கால் கெசட் (Bengal Gazette alias Calcutta General Advertiser) ஜேம்ஸ் அகஸ்ட் ஹிக்கி என்பவரால் 29 ஜனவரி 1780இல் வார இதழாகத் தொடங்கப்பட்டது.[12] 1816 வரை இந்தியர்களால் தொடங்கப்பட்ட ஒரு செய்தித்தாள் கூட இல்லை. 1816 முதல் 1820 வரை ஒரே ஒரு வார இதழ்தான் இந்தியருக்குச் சொந்தமானதாக இருந்தது. இந்தியாவில் முதல்

---

12. Rangaswami Parthasarathy, *Journalism in India*, p. 23.

இதழ் தோன்றியதிலிருந்து முதல் 40 வருடங்கள் ஐரோப்பியர்களின் கட்டுப்பாட்டிலேயே இதழியல் துறை இருந்தது.[13]

~

இந்திய இதழியலும் சாதியும்

1816இலிருந்துதான் இந்தியர்களின் கைகளுக்கு இதழ்கள் வர ஆரம்பித்தன. 1816இல் பெங்கால் கெசட் எனும் பத்திரிகையை கங்காதர் பட்டாசார்ஜி என்பவர் தொடங்கினார். இந்திய இதழியலின் முன்னோடி என்றழைக்கப்படும் ராஜா ராம்மோகன் ராய் 1820இல் 'பிராமணிக்கல் மேகசின்' எனும் இதழையும் 1821இல் 'சம்வாத் கௌமுதி' (Sambad Kaumudi) என்ற இதழையும், 1822இல் மிராட் உல் அக்பர் (Mrat ul Akhbar) என்ற பாரசீக மொழி இதழையும் தொடங்கினார். மேலும் அவர் 'ரிஃபார்மர்', 'தி இன்கொய்ரர்', 'ஞான் அன்வேசன் (Reformer, The Inquirer, Gyan Auneshun) ஆகிய இதழ்களையும் தொடங்கினார். 1831 முதல் 1833 வரை வங்காளத்தில் மட்டும் 19 இதழ்கள் தொடங்கப்பட்டன. பம்பாயில் பாலகங்காதர திலகர் 1881 ஜனவரியில் கேசரி (Kesari) என்ற மராத்தி இதழையும் 'மராட்டா' (Mahratta) என்ற ஆங்கில இதழையும் தொடங்கினார்.[14] சென்னையில் 1878இல் தி ஹிந்து (The Hindu) ஆங்கிலச் செய்தித்தாள் தொடங்கப்பட்டது. இன்றளவும் இந்திய இதழியல் வரலாற்றில் மேற்கண்ட இதழ்கள் முன்னோடி இதழ்களாகக் குறிப்பிடப்படுகின்றன. இவை அனைத்துமே இந்திய தேசியக் கருத்துக்களைத் தாங்கி வந்த பிராமண, உயர்சாதி இந்துக்கள் நடத்திய பத்திரிகைகளாகும். அப்போதைய சமூகப் பொருளாதாரச் சூழலைக் கணக்கில் கொண்டால் பிராமண, உயர்சாதியினர் மட்டுமே நவீனக் கல்வி கற்கும் வாய்ப்பை பெற்றிருந்தனர். காலனி ஆட்சிக் காலத்தில் நவீன கல்வி முறை வந்தாலும் சாதியப் பாகுபாடுகள் கல்விக்கூடங்களுக்குள் நுழைந்தது. ஒடுக்கப்பட்ட சாதிகளுக்குப் பள்ளிக்கூடங்களில் அனுமதி மறுக்கப்பட்டது. பிரிட்டிஷ் ஆட்சியில் அறிமுகமான முறைப்படுத்தப்பட்ட கல்வி ஒடுக்கப்பட்ட மக்களுக்கு மறுக்கப்பட்டதால் செய்தித்தாள் மற்றும் அறிவு சார் துறைகளில் ஒடுக்கப்பட்ட

---

13. ibid, p. 42.
14. Margrit Pernau and Yunus Jaffery (ed.), *Information and the Public Sphere*, p. 25; Rangaswami Parthasarathy, *Journalism in India*, p. 42.

மக்கள் பங்கேற்பதற்கான வாய்ப்பு தடைபட்டது. அச்சுக்கலை அறிமுகமான காலத்தில் உயர் குடியினர் பிரிட்டிஷாரிடம் தாங்கள் இழந்த சமூக அதிகாரங்களை மீட்கும் பொருட்டும், சாதியப் பாரம்பரியத்தை மீட்கும் நோக்கிலும் புத்தகங்களை வெளியிட்டனர். தொடக்கத்தில் மதம் சார்ந்த புத்தகங்களே அதிகம் பதிப்பிக்கப்பட்டன. இதனால் எழுத்துப் பணியில் இருந்த இந்து உயர்சாதியினரும் மேட்டுக்குடி இஸ்லாமியரும் தங்களின் எழுத்து அறிவு மரபு பிறருக்குச் சென்று விடாத வண்ணம் பாதுகாத்து வந்தனர்.[15] எழுத்துக்களின் மூலமும் அச்சு மூலமும் ஏற்படும் அறிவு மறுஉற்பத்தியில் தங்களின் மேலாதிக்கம் குலையா வண்ணம் பாதுகாக்க முயன்றனர். இந்தக் காலத்தில் கல்லூரிகளில் ஆங்கிலம், உருது மொழி பயின்ற, புலமை பெற்ற நவீன இந்திய அறிவுக்குழு உருவாகியது. இக்குழு தங்கள் அறிவைப் பரப்புவதற்காக அச்சகங்களைத் தொடங்கியது. பத்தொன்பதாம் நூற்றாண்டு வரலாற்றில் காலனிய நிறுவனங்களின் வளர்ச்சி எவ்வளவு முக்கியமோ அவ்வளவிற்கு இந்த அறிவுக் குழுவினரின் வளர்ச்சியும் முக்கியமானதாகும். இக்குழுதான் இந்தியத் தேசியப் போராட்டத்தை முன்னெடுத்தது. இப்போராட்டத்தின் மூலம் பிரிட்டிஷாருக்கு அழுத்தம் கொடுத்து அதிகாரத்தைப் பகிர்ந்துகொண்டனர். மேட்டுக்குடிகளாக இவர்கள் இருந்ததால் இயல்பாகவே அரசியல் விடுதலை குறித்த கேள்விகளை முன்னிறுத்தினர். ஆனால் சாதி, தீண்டாமை போன்ற விசயங்களில் கவனம் செலுத்தாமல் விட்டுவிட்டனர். மேற்கத்திய ஆய்வாளர்களின் இதுபோன்ற ஆய்வில் தலித் அறிவுக் குழுவினரின் வளர்ச்சி குறித்து எந்தக் குறிப்பும் இல்லை.

~

தமிழகத்தில் இதழியல் தோற்றம்

சென்னையில் *1785*இல் ரிச்சர்ட் ஜான்சன் எனும் அரசாங்க அச்சுக்கூட ஊழியர் தொடங்கிய *மெட்ராஸ் கூரியர்* எனும் ஆங்கில இதழ்தான் தென்னிந்தியாவில் தொடங்கப்பட்ட முதல் இதழாகும். சென்னையில் 1831இல் தொடங்கப்பட்ட *தமிழ் மேகசின்* எனும் இதழே முதல் தமிழ் இதழாகும். இந்த இதழை மெட்ராஸ் ரிலீஜியஸ் ட்ராக் சொசைட்டி *(Madras Religious Tract*

---

15. Bayly.C.A., p. 287.

Society) வெளியிட்டது.[16] மா.சு. சம்பந்தன் தனது நூலில் முதல் தமிழ் இதழ் *தமிழ் மேகசின்* என்றும் முதல் நாளிதழ் 1882இல் தொடங்கப்பட்ட *சுதேசமித்திரன்* என்றும் கூறுகிறார்.[17] அ.மா. சாமி 1812இல் ஞானபிரகாசம் என்பவர் தொடங்கிய *மாத தினச் சரிதை* எனும் இதழ்தான் முதல் தமிழ் இதழ் என்றும் 1887இல் தொடங்கப்பட்ட *லலித பிரசோனதயா* எனும் பத்திரிகைதான் முதல் தமிழ் நாளிதழ் என்கிறார். மேலும் *சுதேசமித்திரன்* முதலில் வார இதழாகவும் பின்பு வாரமிருமுறை இதழாகவும் வெளிவந்தது. 1900 ஆண்டில்தான் அது தினசரியாக மாற்றம் பெற்றது. ஆகவே *சுதேசமித்திரனை* முதல் தமிழ் நாளிதழாக ஏற்றுக்கொள்ள முடியாது என்று அ.மா. சாமி வாதிடுகிறார்.[18]

தொடக்க காலத்தில் தமிழ் இதழியல் பல தடைகளைச் சந்தித்தது. ஒன்று தொழில்நுட்பத்தடை; தமிழ் அச்சு எழுத்துக்கள் கிடைப்பதில் சிரமம் இருந்தது. ஆங்கில எழுத்துக்களைப் போல் தமிழில் குறைவான எழுத்துக்கள் கிடையாது. இதனால் அச்சக உரிமையாளர்கள் சரியான உலோக அச்சுத் தமிழ் எழுத்துக்களைப் பெறுவதற்குக் கஷ்டப்பட்டனர். இரண்டாவது தடை, செய்திகள் சேகரிப்பது. இப்போது இருப்பது போல அனைத்துப் பகுதிகளிலும் செய்தியாளர்களை நியமிக்க இயலாது. அதற்கான பொருளாதாரம் அவர்களிடம் இல்லை. ஆகவே செய்தி நிறுவனச் *(news agency)* செய்திகளை நம்பியிருக்க வேண்டியிருந்தது. செய்தி நிறுவனங்கள் ஆங்கிலத்தில் செய்திகளை அனுப்புவதால் அதை மொழிபெயர்த்துத் தமிழில் வெளியிட வேண்டும். மூன்றாவது தடை, வருமானம் சார்ந்தது. தமிழ்ப் பத்திரிகைகள் நடத்துவது லாபகரமானதாக இருந்ததில்லை. விளம்பரம் தருபவர்கள் பெரும்பாலும் ஆங்கிலப் பத்திரிகைளை நாடினர். ஏனென்றால் ஆங்கிலப் பத்திரிகைகள் அதிக எண்ணிக்கையில் விற்பனையாயின. அதன் வாசகர்கள் வாங்கும் திறன் கொண்டவர்களாக இருந்தனர்.[19] மேலும் பத்திரிகை களுக்கு அரசாங்கம் வழங்கும் சலுகைகளைப் (அச்சுத்தாள், அரசாங்கச் செய்தி அறிக்கை) பெறுவதற்குக் குறைந்தபட்ச விற்பனை எண்ணிக்கை இருக்க வேண்டும். பெரும்பாலான தமிழ்ப் பத்திரிகைகள் அந்த அளவில் விற்பனையாகவில்லை. உதாரணமாக, அரசாங்கத்தின் அதிகாரப்பூர்வச் செய்தி அறிக்கைகள் 500 பிரதிகளுக்குமேல்

---

16. John Murdoch, *Classified Catalogue of Tamil Printed Books, with Introductory Notices*, 1865, p. 234.
17. மா.சு. சம்பந்தன், *அச்சும் பதிப்பும்*,
18. அ.மா. சாமி, *19ஆம் நூற்றாண்டு தமிழ்* இதழ்கள்.
19. "A Brief summary of the Tamil press", *Tamil Culture*, 2 April 1955.

விற்பனையாகும் பத்திரிகைகளுக்குதான் அனுப்பப்பட்டன.[20] ஐந்நூறுக்குக் குறைவாக விற்கும் பத்திரிகைகள் இதிலிருந்து விலக்கப்பட்டன.

1850களிலிருந்து 1890 வரை தமிழ் இதழ்கள் இலக்கியம், மதம் போன்றவை குறித்துக் கவனம் செலுத்தி வந்தன. பிரிட்டிஷ் அதிகாரத்தை எதிர்க்கும் போக்கு அப்போது இல்லை. பத்தொன்பதாம் நூற்றாண்டின் இறுதியில் இந்திய தேசிய இயக்கத்தின் தீவிரம் உணரப்பட்டது. தமிழ் இதழ்களும் தேசிய இயக்கங்களும் இதற்கு ஆதரவாக எழுத ஆரம்பித்தன. அன்னி பெசன்ட் அம்மையாரின் ஹோம்ரூல் இயக்கத்தின் *நியூ இந்தியா (New India), காமன் வீல் (Commonweal)* ஆகிய பத்திரிகைகள் பிராமண நிலையிலிருந்து தேசிய இயக்கத்திற்கு ஆதரவாகத் தீவிரப் பிரச்சாரத்தை மேற்கொண்டன. இந்தக் கருத்துக்களுக்குத் *தி ஹிந்து* ஆங்கில நாளிதழும் ஆதரவு தெரிவித்துக் கட்டுரைகளை வெளியிட்டது. ஆனால் 1920களுக்குப்பின்பு சுதேசி இயக்கத்திற்கு எதிராகவும் பிராமணரல்லாதார் ஆதரவுக் கருத்துக்களையும் தாங்கிப் பத்திரிகைகள் வெளிவந்தன. காந்தியின் வருகைக்குப் பின்பு இந்தியத் தேசியப் போராட்டத்தில் எழுச்சி ஏற்பட்டதைத் தொடர்ந்து 1930களுக்குப் பின்பு இந்திய தேசியக் காங்கிரஸ் ஆதரவுப் பத்திரிகைகள் தமிழில் தோன்றின. 1930களின் இறுதியில் *பாரத பக்தன், பாரத கேசரி, பாரதகுல தீபம், பாரதமணி, பாரதமாதா, பாரதநாடு* போன்ற பெயர்களில் பத்திரிகைகள் வெளியாயின. இது சுதேசிய ஆதரவு நிலை மேலோங்கியிருந்ததைக் காட்டுகிறது.[21]

~

தமிழ் இதழியலும் சாதியும்

1850களிலிருந்தே தமிழகத்தில் சாதிக்கும் இதழியலுக்குமான தொடர்பைக் காணமுடியும். ஆரம்பகாலங்களில் கிறிஸ்தவ மிஷனரிகள் பெரும்பாலான இதழ்களை மதப்பரப்பலுக்காகத் தொடங்கினர். இதை எதிர்கொள்ளும் விதமாக இந்து அமைப்புகளும் இந்துச் சீர்திருத்த அமைப்புகளும் இதழ்களைத் தொடங்கின. பிராமண, உயர்சாதி இந்துக்கள் கிறிஸ்தவ மிஷனரிகளையும் மதமாற்றத்தையும் இந்து மதத்திற்கும் சாதி அமைப்பிற்கும் எதிரான அச்சுறுத்தலாகப்

20. G.O. 297-98, Public, 4 April 1922.

21. G. O. 1222, Public, 25 July 1939.

பார்த்தனர். இதன் விளைவாக இந்து மதப் புனரமைப்பின் சார்பாக இதழ்கள் வரத் தொடங்கின. 19ஆம் நூற்றாண்டு இறுதியில் தொடங்கப்பட்ட இதழ்கள் சிலவற்றின் பெயரைப் பார்த்தாலே அவை யாருக்காக, என்ன நோக்கத்திற்காகத் தொடங்கப்பட்டன என்பது புரியும். *ஆரியஜனப் பிரியன்* (1891), *ஆரியஜன ரட்சனி* (சென்னை, 1891, ஈரோடு, 1894) *ஆரியஜன பரிபாலனி* (சென்னை, 1889) போன்றவற்றைக் கூறலாம். இவ்விதழ்கள் தொடங்கப்பட்ட காலத்திலிருந்தே தங்களின் மேலாதிக்கத்தைத் தக்கவைத்துக்கொள்ளும் பொருட்டு பிரிட்டிஷாருடன் பிராமணர்கள் அதிகாரப் பேரம் நடத்திக் கொள்வதற்கு இப்பத்திரிகைகள் பயன்படுத்தப்பட்டன. ஆனால் பத்தொன்பதாம் நூற்றாண்டு இறுதியில் இடைநிலைச் சாதியினரும் தலித்துகளும் பத்திரிகைகளைத் தொடங்கினர். இடைநிலைச் சாதியினர் தங்கள் சாதி சார்ந்த நலனைக் கருத்தில் கொண்டு பிரிட்டிஷ் அரசாங்கத்தாரிடம் கோரிக்கை வைக்கும் நோக்கில் சாதிச் சங்கங்களையும் பத்திரிகைகளையும் தொடங்கினர். தமிழகத்தில் *நாடார்குல மித்திரன்* (1919–1931) எனும் இதழை சூ.ஆ. முத்து நாடார் தொடங்கினார். இதனைத் தொடர்ந்து *நாடார் நண்பன், சான்றோர்குல விவேக போதினி* (கோவிந்தசாமி நாடார்), *க்ஷத்திரியகுல மித்திரன்* (துரைசாமி கிராமணி 1919ஆம் ஆண்டு தொடங்கினார்), *விஜயவிகடன்* (கதிர்வேல் நாடார்), *தக்ஷிணதீபம், பாண்டியகுல தீபம், திராவிட அபிமானி, ஞானோதயம், சச்சிதானந்தம், கோடர்குலம், நாடார் நண்பன்* போன்ற இதழ்கள் நாடார் சாதி மக்களின் முன்னேற்றத்தை நோக்கமாகக் கொண்டு தொடங்கப்பட்டன.[22] செட்டியார்களின் நலனைப் பாதுகாக்கும்பொருட்டு ராமநாதன் செட்டியார் என்பவர் *வைசிய மித்திரனையும்*, வன்னியர்களுக்காக அ. சுப்பிரமணிய நாயகர் என்பவர் *வன்னியகுல மித்திரனையும்*, விஸ்வகர்ம மக்களின் நலனுக்காகக் கே. கண்ணப்ப ஆசாரி என்பவர் *விஸ்வகர்ம குலோபகாரியையும்* தொடங்கினர். பெரும்பாலான சாதிச் சங்க இதழ்கள் இருபதாம் நூற்றாண்டின் தொடக்கத்தில் தோன்றின. அதாவது சாதிவாரியான கணக்கெடுப்பு 1891இல் தொடங்கிய பின்பு ஒவ்வொரு சாதியினரும் இந்து மதத்தின் வருண அமைப்பிற்குள் தங்களுக்கான உயர்ந்த இடத்தைக் நோக்கி இவற்றைக் கோரினர். மக்கள்தொகைக் கணக்கெடுப்பில் சாதியைப் பதிவு செய்ததன் மூலம் அதுவரை வரையறுக்கப்படாமல் இருந்த சாதி அமைப்பு ஒரு வரையறைக்குள் வந்தது. பிரிட்டிஷார் இந்தியா முழுவதும்

22. Robert L. Hardgrave, *The Nadars of Tamilnadu* (New Delhi: Manohar Publishers and Distributors, 2007), p. 85.

உள்ள ஆயிரக்கணக்கான சாதிகளை இந்து மதத்தின் நான்கு வருண கோட்பாட்டிற்குள் வகைப்படுத்த முயன்றனர். இந்தச் சாதிவாரிக் கணக்கெடுப்பு 1931 வரை புழக்கத்தில் இருந்தது. தமிழ் நிலப்பரப்பில் இதுவரை வருணக் கோட்பாட்டிற்குள் கற்பனை செய்திராத சாதிகள் தங்களைத் தாங்கள் விரும்பும் அடுக்குகளில் வைக்கக் கோரின. இந்தக் கோரிக்கையைப் புராணங்கள், வாய்மொழி வழக்காறுகளை அச்சில் கொண்டு வருவதன் மூலம் நியாயப்படுத்தினர். புதிதாக எழுதப்பட்ட சாதி வரலாறுகள் அச்சிடப்பட்டு வெளியிடப்பட்டன. இது போன்ற விவாதங்களை மக்களிடையே கொண்டு சேர்ப்பதற்கான ஊடகமாக இதழ்கள் தொடங்கப்பட்டன; விவாதங்கள் வளர்த்தெடுக்கப்பட்டன.

இதன் அடுத்த கட்டமாக, பிராமணரல்லாதார் இயக்க எழுச்சியால் முற்போக்குக் கருத்துக்களைக் கொண்ட பத்திரிகைகள் தென்னிந்திய மொழிகளிலும் ஆங்கிலத்திலும் தொடங்கப்பட்டன. இவை பிராமணரல்லாதாருக்கு அரசாங்க வேலைகளை ஒதுக்க வேண்டும் என்ற கோரிக்கையையும், ஆரியரின் வருகையால் திராவிடப் பண்பாடு சீரழிந்தது என்ற கருத்தையும் பிரச்சாரம் செய்தன. 1917ஆம் ஆண்டு பிப்ரவரியில் *ஜஸ்டிஸ்* (ஆங்கிலம்), *திராவிடன்* (தமிழ்), *ஆந்திரபிரகாசிகா* (தெலுங்கு) ஆகியவை நீதிக்கட்சியின் பத்திரிகைகளாகத் தொடங்கப்பட்டன. இதன் தொடர்ச்சியாக ஈ.வெ.ரா. பெரியார் *குடியரசு* (1925), 'ரிவோல்ட்' *Revolt* (ஆங்கிலம்) (1928), *சமதர்மம்* (1934), *புரட்சி* (1933), *பகுத்தறிவு* (1935), *விடுதலை* (1936), *உண்மை* (1970) போன்ற பத்திரிகைகளைத் தொடங்கினார். இவை பிராமணரல்லாதார் கருத்தியலைப் பரப்பும் பத்திரிகைகளாகத் திகழ்ந்தன.

~

தமிழக அறிவு உருவாக்கத்தில் அச்சு ஊடகம்

இதழ்கள், புத்தகங்கள் அச்சு ஊடகங்கள் மூலம் அறிவை எழுத்துக்களின் வழி மறுஉற்பத்தி செய்வது அறிவு உருவாக்கம் எனப்படும். பதினாறாம் நூற்றாண்டில் அச்சுக்கலை இந்தியாவிற்கு அறிமுகமானபோது தமிழகம் ஆயிரத்து ஐந்நூறு வருடங்களுக்கு மேலான இலக்கிய மரபைக் கொண்டிருந்தது. இந்திய மொழிகளிலேயே முதலில் அச்சேறிய மொழி என்ற பெருமையும் தமிழுக்கு உண்டு. வணிக ரீதியிலான அச்சுக்கலை பத்தொன்பதாம் நூற்றாண்டின் நடுப் பகுதிக்கு பின்பே

தமிழகத்தில் வளர்ச்சி பெற ஆரம்பித்தது. அச்சுக் கலையின் வருகையினால் ஐரோப்பிய மொழிகளுக்கும் தமிழுக்குமிடையே கொடுக்கல் வாங்கல்கள் நிகழ்ந்தன. உதாரணமாக 1550 முதல் 1850 வரையில் வேறு மொழிகளில் எழுதப்பட்ட பத்துக்கும் மேற்பட்ட தமிழ் இலக்கண நூல்களும் ஐம்பதுக்கும் மேற்பட்ட தமிழ், பிற மொழி அகராதிகளும் உருவாயின என்கிறார் ஸ்டுவார்ட் ப்ளாக்பர்ன்.[23] இதன் விளைவாகத் தமிழ்மொழி அறிவுக்கான பொருண்மையாகவும், கல்வி ஆராய்ச்சிக்கான ஓர் களமாகவும் உருமாறியது. மேலும் நெடிய இலக்கிய வரலாறும் தமிழுக்குக் கிடைத்தது. தமிழில் புலமை பெற்ற புலவர்களும் பண்டிதர்களும் ஐரோப்பிய அறிஞர்களோடு இணைந்து மொழிபெயர்ப்புப் பணிகளில் ஈடுபட்டனர். இதன் பயனாக ஐரோப்பிய மொழிகளில் பின்பற்றப்பட்ட நிறுத்தற்குறிகள், நிலைப்படுத்தப்பட்ட சொற்கள், எழுத்துக்கள் தமிழ் மொழியிலும் பின்பற்றப்பட்டன. இந்தப் புதியவகை இலக்கியச் செயல்பாட்டின் மூலம் தமிழர்கள் தங்கள் மொழியை மதம், சமூகம், அரசியல், சீர்திருத்தம் போன்றவற்றிற்குப் பயன்படுத்த முடியும் என்பதைக் கண்டுகொண்டனர்.[24] பதினெட்டாம் நூற்றாண்டு இறுதியில் தரங்கம்பாடி லூத்தரன் மிஷனரி அச்சகத்தில் 300க்கும் மேற்பட்ட புத்தகங்கள் அச்சடிக்கப்பட்டன. அந்தக் காலத்தில் தனித்தனி அச்சு எழுத்துக்களைப் *(movable type)* பயன்படுத்தி ஐரோப்பாவிற்கு வெளியே இவ்வளவு எண்ணிக்கையில் புத்தகங்கள் அச்சிட்ட அச்சகம் இது ஒன்றாகத்தான் இருக்க முடியும்.[25] அதிக எண்ணிக்கையில் புத்தகங்கள் அச்சிடப்பட்டதற்கான சமூக விளைவும் இருந்தது என்பதை அறிந்துகொள்ள முடிகிறது. 1727ஆம் ஆண்டில் மறைத்தந்தை பி. ஜுலானி *(P. Giulani)* எழுதிய கடிதத்தில் “தமிழில் பைபிள் மொழிபெயர்க்கப்பட்டது. அதன் தாக்கத்தால் ஒடுக்கப்பட்ட சாதிகளைச் சேர்ந்தவர்கள் லூத்தரன் கிறிஸ்தவத்திற்கு மாறினார்கள். ராஜநாயகன் என்ற கத்தோலிக்கக் கிறிஸ்தவப் பறையர் சீகன்பால்கின் பைபிள் தமிழ் மொழிபெயர்ப்பை வாசித்து 1725இல் சீர்திருத்தக் கிறிஸ்தவத்திற்கு மாறினார்” என்கிறார்.[26] அச்சு ஊடகங்களின் பரவலையும், தலித்துகளின் புத்தக வாசிப்பையும் நிரூபிப்பதற்கான ஆதாரமாக இது விளங்குகின்றது.

23. Stuart Blackburn, *Print, Folklore, and Nationalism in Colonial South India* (New Delhi: Permanent Black, 2003), pp. 26-27.

24. மேலது ப. 39.

25. A.R. Venkatachalapathy, *The Province of the Book: Scholars, Scribes, and Scribblers in Colonial Tamilnadu* (Ranikhet: Permanent Black, 2012), p. 4.

26. Stuart Blackburn, p.51.

கீழ்க்காணும் அட்டவணை 1 இருபதாம் நூற்றாண்டின் முதல் பாதியில் எவ்வளவு எண்ணிக்கையில் புத்தகங்கள் அச்சிடப்பட்டன என்பதை விளக்குகிறது.

அட்டவணை 1: 1901 முதல் 1940 வரை சென்னை மாகாணத்தில் புத்தக வெளியீடுகள்[27]

வ. எண்	வருடம்	புத்தக எண்ணிக்கை
1.	1901–1905	1477
2.	1906–1910	3251
3.	1911–1915	6521
4.	1916–1919 (1920க்கான தரவு கிடைக்கவில்லை)	4449
5.	1921–1925 (1924க்கான தரவு கிடைக்கவில்லை)	4475
6.	1926–1930	6448
7.	1931–1935 (1931–1932க்கான தரவுகள் கிடைக்கவில்லை)	4075
8.	1936–1940	634

1924ஆம் ஆண்டில் சென்னை மாகாணத்திலுள்ள 12 மாவட்டங்களில் சென்னை, செங்கல்பட்டு, கோயம்புத்தூர், மதுரை, நீலகிரி, வட ஆற்காடு, ராமநாதபுரம், சேலம், தென் ஆற்காடு, தஞ்சாவூர், திருநெல்வேலி, திருச்சிராப்பள்ளி ஆகிய மாவட்டங்களின் புத்தக வெளியீடுகளைக் கணக்கிடும்போது சென்னை மாவட்டம் 1916 நூல்களை வெளியிட்டு முதலாகவும் சேலம் மாவட்டம் 20 நூல்களை வெளியிட்டு கடைசியாகவும் இருந்தது. இந்தத் தரவு மாவட்ட ரீதியான புத்தக வெளியீட்டுச் செயல்பாட்டை புரிந்துகொள்ள உதவுகிறது.[28] 1924ஆம் ஆண்டில் மொழிவாரியான புத்தக வெளியீடு என்று கணக்கிட்டால் தமிழ் 1224, தெலுங்கு 853, மலையாளம் 121, கன்னடம் 99, ஒரியா 16, ஆங்கிலம் 769 என்ற எண்ணிக்கையில் இருந்தது. புரவலர்களின் உதவியால் புத்தகம் வெளியிடுவது 1920களில் ஒரு முடிவுக்கு வந்தது. இந்தக் காலகட்டத்தில் புத்தகம் சந்தைப் பொருளாக மாறியது. புத்தகத்தை அச்சடித்து அதை விற்று நட்டமில்லாமல் அச்சகத்தை நடத்த முடியும் என்ற நிலை

27. A.R. Venkatachalapathy, *The Province of the Book*, Appendix, p. 256.
28. G.O.863, Public, 11 September 1925.

வந்தது. நாவல் எனும் புதிய இலக்கிய வகைமை புத்தகச் சந்தையை விரிவுபடுத்தியது. அதேவேளை மௌன வாசிப்பு எனும் புதிய வாசிப்பு முறையும் மக்களிடையே தோற்றம் பெற்றது என்கிறார் ஆ.இரா. வேங்கடாசலபதி.[29] சென்னை மாகாணத்தில் 1920களுக்குப் பின்பு புத்தக எண்ணிக்கை ஒவ்வொரு ஆண்டும் அதிகரித்தது. பொதுச் சந்தையை நோக்கிப் புத்தகம் நகர்ந்ததைத் தொடர்ந்து பொது மக்களுக்கு எளிதில் கிடைக்கக்கூடிய ஒன்றானது. இதன் விளைவாக அறிவு வரையறைக்குள்ளானது. மொழிச் சீர்திருத்தம், புதியவகை வாசிப்பு முறைகள், தமிழ் இலக்கியப் பரவல் போன்ற சாதகமான விளைவுகள் ஏற்பட்டன.

~

தலித்துகளும் நவீனக் கல்வியும்

கல்வியை வழங்குவதன் மூலம் மட்டுமே ஒடுக்கப்பட்ட மக்களை முன்னேற்றுவது சாத்தியப்படும் என்று தலித் தலைவர்களும் மிஷனரிகளும் காலனிய காலத்தில் நம்பினர். பிரிட்டிஷ் இந்திய அரசாங்கமும் இந்த நம்பிக்கையில்தான் ஒடுக்கப்பட்ட மக்களுக்குக் கல்விக்கெனப் பல திட்டங்களை வகுத்தது. குறிப்பாக 1880களிலிருந்து ஒடுக்கப்பட்ட மக்களின் கல்விக்குச் சிறப்புக் கவனம் செலுத்த வேண்டும் என்பதைச் சென்னை மாகாண அரசு உணர்ந்தது. சென்னை மாகாணத்தில் 1880–81ஆம் ஆண்டில் ஆரம்பப் பள்ளியில் பயிலும் பறையர் சமூகத்தைச் சேர்ந்த மாணவர்களின் எண்ணிக்கை 2784 ஆகும். இதில் 2,260 பேர் ஆண்கள், 524 பேர் பெண்களாவர். 1882இல் கல்விக்கான ஆணையத்தை பிரிட்டிஷ் இந்திய அரசு நியமித்தது. இந்தக் கமிஷன் பஞ்சமர்களின் சமூகப் பொருளாதார நிலை குறித்து ஆய்வை மேற்கொண்டு அவர்களின் சமூகப் பொருளாதாரப் பின்னடைவுக்கான காரணங்களைக் கண்டறிந்தது. சாதியின் பெயரால் எந்த ஒரு மாணவனுக்கும் அரசுக் கல்லூரியிலோ பள்ளியிலோ அனுமதி மறுக்கப்படக்கூடாது எனும் உத்தரவைப் பிறப்பித்தது.[30] 1890களில் கல்விக் கொள்கையில் சீர்திருத்தங்களைச் செய்தது. ஆனால் இதற்குப் பின்பும் ஒடுக்கப்பட்ட சாதி மாணவர் எண்ணிக்கை பள்ளிக்கூடங்களில் அதிகரிக்கவில்லை. ஆகவே சிறப்புக் கொள்கைகள் குறிப்பிட்ட சில சாதியைச்

---

29. A.R. Venkatachalapathy, *The Province of the Book*, p. 98.

30. Raj Sekhar Basu, *Nandanar's Children*, pp. 169-170.

சேர்ந்தவர்களுக்குப் பயனளிக்கவில்லை என்ற முடிவுக்கு அரசு வந்தது. இதன் தொடர்ச்சியாக, 1893 பிப்ரவரியில் அரசாங்கம் ஓர் ஆணையைப் பிறப்பித்தது. இதன்படி கல்வி கற்கும் பறையர் மாணவர்களுக்கு மாதம் இரண்டு ரூபாய் உதவித்தொகை வழங்க வழிசெய்தது. மேலும் பறையர்கள் அதிகமாக வசிக்கும் பகுதிகளில் சிறப்புப் பள்ளிகளைத் தொடங்கி நிர்வகிக்க வேண்டுமெனவும் உள்ளாட்சி நிர்வாகங்களுக்கு உத்தரவு பிறப்பித்தது. பஞ்சமர் பள்ளி என்றும் *Separate School for Pariahs* என்றும் அழைக்கப்பட்ட இந்தத் தனிப்பள்ளிகள் சென்னை மாகாணத்தில் அதிக எண்ணிக்கையில் பறையர்கள் வசிக்கக்கூடிய பகுதிகளில் தொடங்கப்பட்டன. 1893–94ஆம் ஆண்டில் 1,437 தனிப்பள்ளிகள் செயல்பட ஆரம்பித்தன. 1894–95ஆம் ஆண்டில் பள்ளிகளின் எண்ணிக்கை 1968 ஆக உயர்ந்தது. இதில் படித்த மாணவர்களின் எண்ணிக்கை 31,569இலிருந்து 45,965 ஆக உயர்ந்தது.[31]

ஒடுக்கப்பட்ட மக்களின் முன்னேற்றத்தில் அக்கறை செலுத்திய தியசாபிக்கல் சொசைட்டி[32] 1894ஆம் ஆண்டு 55 மாணவர்களுடன் பஞ்சமர் கல்வி இயக்கத்தை தொடங்கியது. அடுத்த ஐந்து வருடத்திற்குள் சென்னையில் நான்கு பள்ளிகளை தியசாபிக்கல் சொசைட்டி நிறுவியிருந்தது. ஒவ்வொரு பள்ளியிலும் 125 மாணவர்கள் பயின்று வந்தனர். இந்த பள்ளிகளைத் தொடங்குவதற்கும் நிர்வகிப்பதற்குமான நிதி உதவியைத் தியசாபிக்கல் சொசைட்டியை நிறுவிய கர்னல் ஆல்காட்டின் ஐரோப்பிய, அமெரிக்க நண்பர்கள் செய்து வந்தனர். முதற் பள்ளி வெள்ளாளர் தேனாம்பேட்டையிலும், இரண்டாவது பள்ளி பெசன்ட் நகரிலும், மூன்றாவது பள்ளி இராயப்பேட்டையிலும் செயல்பட்டன. அரசாங்கமும் மிஷனரிகளும் ஒடுக்கப்பட்ட மக்களுக்காகப் பள்ளிக்கூடங்களை ஆரம்பித்தன. தலித்துகளும் தங்கள் பகுதிகளில் சுயமாகப் பள்ளிகளைத் தொடங்கி நடத்தினர். இதற்கான நிதியை அவர்களுக்குள்ளேயே திரட்டிக்கொண்டனர். இதற்கென 1921இல் 'ஆதிதிராவிடர் கல்வி அபிவிருத்தி சங்கம்' நிறுவப்பட்டது. இந்தச் சங்கத்தின் கீழ் தென் மாவட்டங்களில்

31. Raj Sekhar Basu, pp.173-174.

32. ருஷ்யாவைச் சேர்ந்த ஹெலினா பெட்ரோவ்னா பிளாவட்ஸ்கியும் (1831–1891) அமெரிக்காவைச் சேர்ந்த கர்னல் ஹென்றி ஸ்டீல் ஆல்காட் அவர்களும் (1832–1907) இணைந்து தியசாபிக்கல் சொசைட்டி என்ற அமைப்பை நியுயார்க்கில் 11 நவம்பர் 1875இல் நிறுவினர். இதன் இந்தியக் கிளையை 1879இல் பம்பாயில் அமைத்தனர். 1882இல் தியசாபிக்கல் சொசைட்டியின் உலகத் தலைமையகத்தைச் சென்னைக்கு மாற்றினர்.

பல கிராமங்களில் தொடக்கப் பள்ளிகள் தொடங்கப்பட்டன. பின்பு இவை அரசு உதவி பெறும் பள்ளிகளாக மாற்றம் பெற்றன. அவற்றில் பல பள்ளிகள் இன்றளவும் செயல்பட்டு வருகின்றன.

தலித் மக்களின் முன்னேற்றத்திற்காகச் சமூக அரசியல் ரீதியாகப் பாடுபட்ட தலைவர்கள் தங்கள் முயற்சியால் ஒடுக்கப்பட்ட மக்களுக்கான பள்ளிகளைத் தொடங்கினர். மறைத்தந்தை ஜான் ரத்தினம் (அயோத்திதாசரோடு இணைந்து *திராவிடப்பாண்டியன்* இதழை நடத்தியவர்) 1886இல் மாதிரிப் பள்ளி ஒன்றையும், 1892இல் சென்னை ஆயிரம் விளக்குப் பகுதியில் இருபாலருக்கான ஒரு பெரிய பள்ளியையும் சென்னை மக்கீம் நகரில் ஒரு பள்ளியையும், 1889இல் ஒரு மாணவியர் விடுதியையும் தொடங்கினார். 1906இல் எம்.ஒய். முருகேசம் பிள்ளை கோலார் தங்கவயல், மாரிக்குப்பம், சாம்பியன் காலனி போன்ற பகுதிகளில் பகல் பள்ளிகள் இரண்டையும் 16 இரவுப் பாடசாலைகளையும் தொடங்கினார்.[33] சிதம்பரத்தில் 1910இல் சுவாமி சகஜானந்தர் நந்தனார் பள்ளியை நிறுவினார்.[34] எம்.சி. ராஜா 1916ஆம் ஆண்டு சென்னை நுங்கம்பாக்கம் ஜகந்நாதன் சாலையில் (தற்போது வள்ளுவர் கோட்டம் சாலைக்கும் நுங்கம்பாக்கம் சாலைக்கும் மத்தியில் இருக்கிறது) ஆதிதிராவிட மகாஜனசபையின் இலவசப்பள்ளியைத் தொடங்கினார். 1921இல் எல்.சி. குருசாமி சென்னை ராயபுரத்திலும் புதுப்பேட்டையிலும் இரவுப்பள்ளிகளை நிறுவினார். பொன்னேரியிலும் ஒரு தொடக்கப்பள்ளியை நிறுவினார். இதுவரை புத்தகங்களில் குறிப்பிடப்பட்ட தகவல்களைக் கொண்டு தலித் தலைவர்கள் தொடங்கிய பள்ளிகளை மட்டுமே இங்கே பட்டியலிட்டிருக்கிறோம். ஆனால் இது குறித்து விரிவான ஆய்வுகள் நடத்தினால் இந்தப் பள்ளிகளின் எண்ணிக்கை இதைவிடப் பல மடங்கு அதிகமாக இருக்கக்கூடும்.

பத்தொன்பதாம் நூற்றாண்டின் பிற்பகுதியில் ஒடுக்கப்பட்ட மக்களின் கல்விக்காகப் பல தரப்புகளிலிருந்து எடுக்கப்பட்ட முயற்சிகள் தலித்துக்களுக்கு நவீன ஆரம்பக் கல்வியை வழங்கின. இந்தக் கல்விப் பின்புலம் கொண்டவர்கள்தான் பத்திரிகை வாசிப்பவர்களாகவும் பத்திரிகை நடத்துபவர்களாகவும் இருந்தனர்; சமூக, அரசியல், அறிவு சார்ந்த செயல்பாடுகளில் தங்களை ஈடுபடுத்திக் கொண்டனர்.

~

33. *தமிழன்*, 21 ஜூலை 1909.

34 பொன். சுப்பிரமணியம், *சுவாமி சகஜானந்தர்*, ப. 14–49.

தலித் அடையாள உருவாக்கம்

பத்தொன்பதாம் நூற்றாண்டின் மத்தியில் தீண்டப்படாதவர் மத்தியில் பல்வேறு சங்கங்கள், சபைகள், அமைப்புகள் தோன்றின. அவற்றில் மெட்ராஸ் சமூக சேவை லீக், ஒடுக்கப்பட்டோருக்கான சேவைக் குழு, ஒடுக்கப்பட்டோர் முன்னேற்றச் சங்கம், பறையர் மஹாஜன சபை, ஆதிதிராவிட மஹாஜன சபை, திராவிட மஹாஜன சபை, பூவைசிய இந்திரகுல சங்கம், பாண்டியர் சங்கம், இந்திரகுலாதிப வேளாளர் ஐக்கிய சங்கம், தேவேந்திரகுல வேளாளர் சங்கம், அருந்ததியர் மகாசன சபை போன்றவை குறிப்பிடத்தக்க அமைப்புகளாகும். தாழ்த்தப்பட்டோரின் முன்னேற்றத்தை இலக்காகக் கொண்டு தலித் அல்லாதவர்களாலும் முயற்சிகள் முன்னெடுக்கப்பட்டன. அவை பிரம்ம சமாஜம், ஆரிய சமாஜம், பிரம்மஞான சபை, ஒடுக்கப்பட்டோருக்கான சேவைக் குழு, இந்திய ஊழியர் சங்கம் ஆகிய அமைப்புகள் இருந்ததாக அறிய முடிகிறது. சென்னை மாகாணத்தில் 1890களுக்குப் பின்பு தலித்துகளின் அடையாளக் கோரிக்கைகள், விவாதங்கள், போராட்டங்கள் தீவிரம் பெற்றன. அயோத்திதாசர் தனது *தமிழன்* இதழில் தொடர்ச்சியாகப் பறையன் என்ற சொல் பயன்பாட்டைக் கடுமையாக எதிர்த்தும் விமர்சித்தும் வந்தார். ஆனால் இரட்டைமலை சீனிவாசனோ அதற்கு நேர் எதிர் கருத்து கொண்டவராக இருந்தார். அவர் 'பறையன்' என்ற பெயரிலேயே பத்திரிகையைத் தொடங்கினார். சாதி பேதமற்ற 'திராவிடர்', 'பௌத்தர்', 'ஆதிதமிழர்' போன்ற அடையாளங்களை அயோத்திதாசர் முன்வைத்தார். இதற்கு அடுத்து எம்.சி. ராஜா 'ஆதிதிராவிடன்' என்ற சொல்லுக்குச் சென்னை மாகாண சட்டசபையில் அங்கீகாரம் தந்தார். தாழ்த்தப்பட்ட சாதிகளான பறையன், பள்ளன், வள்ளுவன், மாலர், மாதிகர், சக்கிலியன், தோட்டியன், செருமான், ஹொலயர் அல்லது பட்டியலில் குறிப்பிடப்படும் வேறெந்தவொரு வகுப்பைச் சேர்ந்தவர்களையும் குறிப்பதற்கு 'ஆதிதிராவிடன்' என்ற சொல் பயன்படுத்த வேண்டும் என்று சட்டம் நிறைவேற்றப்பட்டது.[35] 1925ஆம் ஆண்டு சென்னை மாகாண சட்டசபையின் தாழ்த்தப்பட்டோர் பிரதிநிதி ஆர். வீரையன் ஒரு மசோதாவைத் தாக்கல் செய்தார். அதில் பெயருக்கு முன்னால் பறையன் என்ற சாதிப்பெயரை இணைத்து நீதிமன்றங்களில் பயன்படுத்துவதை அரசு தடுக்க வேண்டும் என்றார்.[36] அதே போல 1926 முதல் 1932 வரை சட்டசபை உறுப்பினராகச்

35, G.O. 1541, L&M, 7 May 1931.

36. G.O. 1070, 7 November 1925. (நீதி மன்றங்களில் வழக்குக்கு வருபவர்களைச் சாதிப்பெயர் குறிப்பிட்டு அழைக்கும் வழக்கம் இருந்துள்ளது.)

செயல்பட்ட சுவாமி சகஜானந்தர் தனது அறிக்கைகளிலும் சொற்பொழிவுகளிலும் ஆதிதிராவிடர், ஹரிஜன், திருக்குலத்தோர் என்று குறிப்பிட்டார். இவையெல்லாம் பண்பாட்டு வெளியில் அடையாளம் குறித்த முக்கியத்துவத்தை உணர்த்துகின்றன. அதுவரை கல்வி, பொருளாதார முன்னேற்றம், அரசு வேலை போன்றவற்றில் கவனம் செலுத்தி வந்திருந்தாலும் அடையாளம் குறித்தும் ஆரம்பம் முதலே செயல்பட்டு வந்தனர். தலித்துகளின் சுய அடையாளம் குறித்து வரலாற்றில் மட்டுமல்ல இன்றும் பட்டியலினச் சாதிகளிடையே முரண்பட்ட கருத்துக்களைக் கவனிக்க முடிகிறது. தேவேந்திரகுல வேளாளர்கள் தங்களைத் தலித், ஆதிதிராவிடன் போன்ற அடையாளங்களில் அழைப்பதை நிராகரிக்கக் கோரி அரசுக்குக் கோரிக்கை வைப்பதை உதாரணமாகக் கொள்ளலாம்.

வட்டார அளவில் வெவ்வேறு பெயர்கள் வழங்கப்பட்ட தீண்டப்படாத சாதியினருக்கு மாகாணம் தழுவிய 'ஆதிதிராவிடன்' என்ற பெயர் சட்டரீதியாக ஏற்பட்டது. இச்சொல்லை இழிவு கற்பிக்கப்பட்டிருந்த சொற்களுக்கு மாற்றாக மக்கள் பயன்படுத்த ஆரம்பித்தனர். பெரும்பாலும் நகர்ப்புறங்களில் உள்ள தீண்டப் படாத சாதியினர் இந்த அடையாளத்திற்கு மாறினர். 2001 மக்கள்தொகைக் கணக்கெடுப்பின்படி தமிழகத்தில் மொத்தம் பட்டியல் இன மக்கள் 11,857,504 பேர் உள்ளனர். இதில் ஆதிதிராவிடர்கள் 5,402,755 பேர். இது பட்டியல் இனத்தவர் எண்ணிக்கையில் 45 சதவீதமாகும். இந்தியாவில் 1990களுக்குப் பின்பு அட்டவணைச் சாதியினரை அரசியல் ரீதியாகக் குறிப்பதற்குத் 'தலித்' எனும் சொல் பயன்படுத்தப்படுகிறது. தீண்டப்படாத சாதிகள் அனைவரையும் ஒரே அடையாளத்தின் கீழ் கொண்டுவரும்பொருட்டு அரசியல் தளத்தில் இந்தச் சொல் பரவலானது. இன்றுவரை 'தலித்' என்ற சொல் அரசாங்க ஆணை மூலம் அங்கீகரிக்கப்படவில்லை என்றாலும் அரசியல் தளத்திலும் ஊடகங்களிலும் பொது வெளியிலும் தலித் என்ற சொற்குடையின் கீழ் அனைத்துத் தீண்டப்படாத சாதியினரும் அறியப்படுகின்றனர். இது இந்திய அளவில் தாழ்த்தப்பட்டோர்/ ஒடுக்கப்பட்டோருக்கான அரசியல் சொல்லாடலாக நிலைபெற்று விட்டது. தமிழகத்தில் அட்டவணை சாதிகள் பட்டியலில் 76 சாதிகளும் பழங்குடியினர் அட்டவணையில் 36 பழங்குடிகளும் உள்ளன.

~

ஜெ. பாலசுப்பிரமணியம்

தமிழக அறிவு உற்பத்தியில் தலித்துகள்

தாழ்த்தப்பட்டோர் மத்தியில் திருவள்ளுவரைப் பறையர் என்று உரிமை கோருதல் திருக்குறள் அச்சான காலத்திலிருந்தே இருந்து வந்துள்ளது. இதைப் பத்தொன்பதாம் நூற்றாண்டில் வெளியான தலித் அச்சு ஊடகங்களில் காணமுடியும். திருவள்ளுவர் பறையரா இல்லையா என்பது குறித்து விவாதிக்கப்போவதில்லை. ஆனால் வரலாற்றில் ஒரு அறிவு மரபு தங்களுக்கு உண்டு என்பதைத்தான் இந்த உரிமைக் கோரல் உணர்த்துகிறது. பண்டிதர் அயோத்திதாசர் தன் வாழ்நாள் முழுவதும் இந்தச் சமூகம் அறிவுப் பாரம்பரியம் உடையது என்பதை ஆதாரங்களுடன் எழுதி வந்தார். அயோத்திதாசர் *தமிழன்* இதழில் சென்னைப் புதுப்பேட்டையைச் சேர்ந்த திருவேங்கிடசாமி பண்டிதர் சித்தர்கள் நூல்களையும், ஞானக்கும்மிகளையும், தேரையர் வைத்தியம் ஐந்நூறையும், தன்விந்தியர் நிகண்டையும் அச்சிட்டு வெளியிட்டார்[37] என்று குறிப்பிடுகிறார். மேலும் அயோத்திதாசரின் பாட்டனார் கந்தப்பன் வெள்ளை அதிகாரி ஜார்ஜ் ஹாரிங்டனிடம் பட்லராக வேலை பார்த்தபோது தன்னிடம் இருந்த திருக்குறள், நாலடி நானூறு போன்ற ஓலைச்சுவடிப் பிரதிகளை அப்போது பதிப்பிற்காக ஓலைச்சுவடிகளைச் சேகரித்து வந்த வெள்ளை அதிகாரி எல்லீஸிடம் கொடுத்ததாகக் கூறுகிறார். அயோத்திதாசரும் குறள், ஆத்திசூடி, சிலப்பதிகாரம், நீலகேசி, குண்டலகேசி, திவாகரம், சீவக சிந்தாமணி, மணிமேகலை, வீரசோழியம், நன்னூல், பெயர்ச்சுவடி, கொன்றைவேந்தன், வெற்றிவேற்கை, மூதுரை, அரிச்சுவடி, வாய்பாடு, நெல்லிலக்கம், பொன்னிலக்கம் போன்ற பல நூல்களை இந்த தாழ்த்தப்பட்ட மக்கள் தங்கள் வசம் வைத்திருந்தனர் என்கிறார். அவர் *தமிழன்* இதழில் 'சங்கைத் தெளிவு' எனும் பகுதியில் கேள்விகளுக்கு விளக்கம் தரும்போது இலக்கியப் பிரதிகளை மேற்கோள் காட்டி விளக்கம் தருகிறார். அயோத்திதாசருக்கு முன்பும் அவர் வாழ்ந்த சமகாலத்திலும் தாழ்த்தப்பட்ட சமூகத்தைச் சேர்ந்த பண்டிதர்களும் புலவர்களும் இருந்ததற்கான ஆதாரங்களை அப்போது வந்த தலித் இதழ்களில் காண முடிகிறது.

ஏ.பி. பெரியசாமி புலவர் (14–03–1881 – 28–10–1939) *தமிழன்* இதழில் கட்டுரைகளையும் தொடர்களையும் எழுதியுள்ளார். இவர் எழுதிய 'ஞானப் பிரகாசச் சுடர்' எனும் தொடர்

---

37. *தமிழன்*, 24 பிப்ரவரி 1914.

பிற்காலங்களில் திருப்பத்தூர் சாக்கிய பௌத்த சங்கத்தாரால் அச்சிடப்பட்டு நூலாக வெளியிடப்பட்டது. மேலும் ‘மநுதர்ம சாஸ்திரமும் மனு மக்களும்’, ‘சதுர்வேதங்களும் சமயாராய்ச்சியும்’, ‘பாரதக்கதையும் பரதக்கண்டமும்’ போன்ற தொடர்களை அவர் *தமிழன்* இதழில் எழுதி வந்தார். ‘அகஸ்திய மஹாமுனிவர்’, ‘தமிழ்ப் புலவனும் தமிழனும்’, ‘பேதைகளை ஏய்க்கும் குயுக்தியும் பேரூரில்லா பிரபலரும்’ போன்ற தலைப்புகளில் கட்டுரைகளை எழுதியுள்ளார்.[38] இந்த அறிவார்ந்த செயல்பாடுகளின் மூலம் அவருக்கிருந்த புலமையும் ஞானமும் வெளிப்படுகின்றன. பண்டிதர் அயோத்திதாசர் தொடங்கிய தென்னிந்திய சாக்கிய பௌத்த சங்கத்தில் இணைந்து திருப்பத்தூரிலிருந்து செயல்பட்டு வந்த பெரியசாமிப் புலவர் மதம், தத்துவ விசயங்களில் ஆழங்கால் பதித்தவராக இருந்தார்.

ஜி. அப்பாதுரையார் (1896–1962) சேலத்தில் பிறந்து கோலார் தங்கவயலில் வளர்ந்தார். கிறிஸ்தவ ஆதிதிராவிடக் குடும்பத்தில் பிறந்த இவர் அயோத்திதாசர் தொடங்கிய தென்னிந்திய சாக்கிய பௌத்த சங்கச் செயல்பாடுகளால் ஈர்க்கப்பட்டு பௌத்த மதத்திற்கு மாறினார். ப.மு. மதுரையாரிடம் தமிழ் இலக்கியம் கற்று, புலவர் பட்டம் பெற்ற இவர் தொடர்ச்சியாகத் *தமிழன்* இதழில் பங்களித்து வந்தார்.[39] வேதங்களை விமர்சித்து ‘இந்துமத வேதமும் இந்திய தேசமும்’ எனும் தொடரை அதில் எழுதி வந்தார்.[40] சம காலத்தில் வெளியான நூல்களுக்கு விமர்சனப்பூர்வமான மதிப்புரைகளையும் எழுதிவந்தார். கட்டுரைகள் எழுதினார், ‘புத்தம் வீணாரவார வியாக்கினா’, ‘தமிழன் சஞ்சிகையும் தமிழ்ச் சாதியோரும்’, ‘விவேக விளக்கம்’, ‘பஞ்ச காவியங்களின் ஆக்கமும் சர்வ வியாபியும் ஏக்கமும்’, ‘இந்து என்பதைப் பற்றிய சந்தேக வினா’, ‘இந்து மத தந்திர வித்தைகள்’ போன்றவை இவர் எழுதிய கட்டுரைகள். ‘யதார்த்தப் பிரியன்’ எனும் புனைபெயரிலும் இவர் எழுதி வந்தார். அயோத்திதாசரின் மறைவுக்குப்பின் *தமிழன்* இதழை 1926 முதல் 1934 வரை பி.எம். இராஜரத்தினத்துடன் இணைந்து நடத்திவந்தவர் இவரே.

டி.சி. நாராயணசாமிப் பிள்ளை என்பவரும் *தமிழன்* இதழில் தொடர்ந்து கடிதங்களும் கட்டுரைகளும் எழுதி வந்தவர். 26 ஜூலை 1911 *தமிழனி*ல் ‘யாவுமொன்றென்பதைக் காட்டுதல்’ எனும் கட்டுரையில் இந்து மதம் கூறும் பஞ்ச பூதங்களை

38. *தமிழன்*, 1 மற்றும் 29 நவம்பர் 1911.

39. ஸ்டாலின் ராஜாங்கம், பதிப்புரை, *புத்தர் அருள் அறம்*, ஆழி பதிப்பகம், சென்னை, 2008.

40. *தமிழன்*, 16 அக்டோபர் 1912.

மறுத்து இவ்வுலகில் நீர், காற்று, நெருப்பு, பூமி ஆகிய நான்கு பூதங்கள் மட்டுமே உண்டு, ஐந்தாவது பூதமாகாத ஆகாயம் என்று வாதிடுகிறார். மேலும் அறிவியலின் துணைகொண்டு கடவுள் இல்லை என்று வாதிடுகிறார். இந்த பூதங்களின் சுழற்சியால்தான் பிறப்பு இறப்பு நிகழ்கிறது என்கிறார். தலித்துகள் தங்கள் எழுத்துக்கள் மூலம் தத்துவார்த்த விசாரணைகளில் பங்களித்தனர் என்பதற்குச் சான்றாக இது அமைகிறது. இச்செயல்பாடுகளில் தமிழன் இதழும் அயோத்திதாசர் குழுவினரும் முக்கியப் பங்காற்றினர்.

அயோத்திதாசரின் குருவான தொண்டை மண்டல வல்லகாளத்தி அயோத்திதாசக் கவிராய பண்டிதரின் மகன் வ.அ. ராமசந்திர புலவர் முக்கியச் சிந்தனையாளராக விளங்கினார். பர்மா இரங்கூனில் வசித்த அவர் அயோத்திதாசர் தொடங்கிய தென்னிந்திய சாக்கிய பௌத்த சங்கக் கிளையை அங்குத் தொடங்கிச் செயல்பட்டு வந்தார். தமிழனில் தொடர்ச்சியாகக் கட்டுரைகள் எழுதிவந்த இவர் இரங்கூன் பௌத்த சங்கத்தின் செயல்பாடுகளைப் பதிவு செய்து வந்தார். ஏழு நாடகங்கள் இவர் எழுதியதாக அன்பு பொன்னோவியம் குறிப்பிடுகிறார்.

பூஞ்சோலை முத்துவீர நாவலர் தலித் அறிவுலக ஆளுமையாவார். எம்.சி. ராஜாவுக்கும் சுவாமி சகஜானந்தருக்கும் குருவான இவர் *பூலோகவியாஸன்* எனும் மாதப் பத்திரிகையை 1903இல் தொடங்கி 1917 வரை நடத்தி வந்தார். கட்டுரைகள், கவித்தொடர்கள் எழுதுவதிலும் புலமை பெற்றவராக விளங்கினார்.

பா.அ.அ. இராஜேந்திரம் பிள்ளை *மஹாவிகடதூதன்* எனும் பத்திரிகையை ஆரம்பித்து நாற்பது வருட காலம் நடத்தி வந்தார். சென்னைக் கிறிஸ்தவக் கல்லூரியில் தமிழ்ப் பண்டிதராகப் பணியாற்றிய இவர் பல நூல்களை இயற்றினார். பல ஆங்கில நாவல்களை மொழிபெயர்த்து இதழில் தொடராக வெளியிட்டுவந்தார்.

அறிவுத்தளத்தில் செயல்பட்ட தலித்துகள் மதுரபாஷிதம், புலவர், பண்டிதர், நாவலர் போன்ற பட்டங்களை உடையவர்களாக இருந்தனர்.

இந்த அறிவுச்செயல்பாடு பிரிட்டிஷ் வருகையால் ஏற்பட்ட நவீனக் கல்வியால் மட்டுமே சாத்தியப்பட்டது அல்ல. அயோத்திதாசரின் கூற்றுப்படி பூர்வ பௌத்தர்களான இவர்கள் பௌத்தப் பள்ளிகள் மூலம் அறிவைப் பரப்பி வந்தனர். பௌத்தம் அழிக்கப்பட்டாலும் அந்த அறிவு மரபு ஏடு வாசிக்கும் பழக்கம், சாதகம் கணித்தல், தலையாரியாக இருந்து நில அளவை செய்தல்,

திண்ணைப் பள்ளிகள் இவற்றின் மூலம் காப்பாற்றப்பட்டு வந்தது. ஏற்கெனவே தலித்துகளிடம் இருந்த மரபான அறிவுடன் நவீனக் கல்வி முறையும் ஏற்படுத்திய தாக்கத்தாலும் அறிவு உற்பத்தியில் பங்களிப்பு செய்ய முடிந்தது.

~

சமூக, அரசியல், பொருளாதாரப் பின்புலம்

காலனிய காலத்தில் (1850க்கு பின்பு) ஜனநாயக அரசியல் உருவாகத் தொடங்கியது. அது ஏற்கெனவே இங்கிருந்த சாதி அமைப்பை பற்றிக்கொண்டு வளர்ந்தது. சாதி அமைப்பின் மரபான இயங்கு தளங்களான சமூகம், சடங்கு, பண்பாடு என்பதிலிருந்து நீட்சி பெற்று நவீன அரசியலுக்குள் நுழைந்தது. சாதி, அரசியல் மயப்பட்டதற்குச் சமூக அறிவியல் அறிஞர்கள் பல காரணங்களை முன்வைக்கின்றனர். அனைவருக்குமான கல்வி, ஓட்டுரிமை, அரசாங்க ஆதரவு போன்றவற்றை இதற்கான காரணங்களாக ரஜினி கோத்தாரி முன்வைக்கிறார்.[41] எம்.என். ஸ்ரீனிவாஸ் இந்தியா முழுவதும் உருவான சாலை வசதிகள், ரயில், தபால் சேவை, தந்தி, காகிதம், அச்சு தொழில்நுட்பம் போன்றவை முன் எப்போதும் இல்லாத அளவிற்கு மக்கள் சாதி ரீதியாக ஒன்றிணைவதற்கு உதவின என்கிறார்.[42] தமிழகத்தில் நாடார்கள் *(The Nadars of Tamilnadu)* என்ற புத்தகத்தை எழுதிய ஹார்டுகிரேவ் மையப்படுத்தப்பட்ட அரசாங்க உருவாக்கம் சாதித் திரட்சிக்கு அடிப்படைக் காரணம் என்கிறார். லூசி கேரல் எனும் ஆய்வாளர் சாதித் திரட்சிக்குச் சாதிவாரி மக்கள்தொகை கணக்கெடுப்பை நேரடிக்காரணமாகக் குறிப்பிடுகிறார். பிரிட்டிஷாரின் நோக்கம் மக்களை சாதி ரீதியாகத் திரட்டுவதல்ல என்றாலும் அவர்களுக்குப் புரியாத சமூக அமைப்பை வகைப்படுத்துவது, விவரிப்பது, பட்டியலுக்குள் அடக்குவது, பெயரிடுவது போன்ற செயல்பாடுகளால் சாதி என்பது அரசாங்கம் கணக்கில் கொள்ளும் தவிர்க்கமுடியாத ஒரு அடையாளமாகிறது என்பதை உணர்ந்து அதை மேலும் தூக்கிப்பிடிக்க ஆரம்பித்தனர் என்கிறார்.[43] நவீன ஜனநாயக

41. Rajni Kothari, *Caste in Indian Politics* (New Delhi: Orient Longman, 2004), p.13.
42. Srinivas, M.N., *Social Change in Modern India*, (London: Cambridge University Press, 1962).
43. Lucy Carroll, "Colonial Perception of Indian Society and the Emergence of Caste(s) Associations", *The Journal of Asian Studies*, Vol. 37, No. 2, 1978, p. 233.

அரசியல் வருகையின் காரணமாகச் சாதிக்கு ஓர் அடிப்படை அர்த்தம் உருவாகிப் பெரிய மாற்றத்திற்கு உள்ளானது என்கிறார் நிக்கலஸ் டிர்க்ஸ்.[44] இந்தியச் சமூகத்தில் சாதி குறிப்பிட்ட காலத்தில் தோற்றம் பெற்றுப் பல நூற்றாண்டுகளாக அது வளர்ச்சி பெற்று வந்த அமைப்பாகும். அது மனிதனின் சமூக அந்தஸ்தைப் பிறப்பின் மூலம் தீர்மானித்து அரசியல், ஆன்மீகம், பொருளாதாரம், வாழிடம் என அனைத்தையும் தீர்மானிக்கக்கூடியதாக இருந்தது என்கிறார். பிரிட்டிஷ் காலனிய அரசாங்கம் இந்திய மக்களைச் சமூக ரீதியாகப் புரிந்து கொள்வதற்குச் சாதியையே அடிப்படையாகக் கொண்டது. அரசாங்கத்தின் நலத்திட்டங்கள், அரசியல் பிரதிநிதித்துவம் போன்றவற்றை இதன் அடிப்படையிலேயே வழங்குவது என்ற முடிவால் அதுவரைக்கும் சாதிக்கு இல்லாத முக்கியத்துவம் கிடைக்க ஆரம்பித்தது. இது தாழ்த்தப்பட்ட மக்களையும் பாதித்தது.

இந்தியத் தேசியப் போராட்டத்தில் பிராமணர் ஆதிக்கம் அதிகம் இருந்ததால் அதைப் பிராமணரல்லாதோரின் எழுச்சியைக் கொண்டு தடுக்க நினைத்தது பிரிட்டிஷ் இந்திய அரசு. இதனால் மிண்டோ மார்லி நிர்வாகச் சீர்திருத்தத்தின் மூலம் மாகாண சபைகளில் அரசியல் பிரதிநிதித்துவம் சாதிவாரியாக வழங்குவது என்று பரிந்துரைக்கப்பட்டது. இந்த அரசியல் பிரதிநிதித்துவம் பெறுவதை நோக்கமாகக் கொண்டு சாதிச் சங்கங்கள் உருவாகின என்கிறார் டேவிட் வாஷ்புருக்.[45] இந்த வாய்ப்பை அறுவடை செய்யும்பொருட்டு தொடங்கப்பட்ட சங்கங்களாக வட இந்தியாவில் குர்மி சமூகத்தினரின் மாநாட்டையும் தமிழகத்தில் 'நாடார் மஹாஜன சங்கம்' தொடங்கப்பட்டதையும் குறிப்பிடுகிறார் லூசி.[46] அரசியல் பிரதிநிதித்துவத்திற்கான கோரிக்கை தனி நபர்களிடமிருந்து வருவதைவிட சங்கங்கள், அமைப்புகளிடமிருந்து வந்தால் அதைப் பிரிட்டிஷ் இந்திய அரசாங்கம் பரிசீலிக்கும் என்பதால் பல சாதிச் சங்கங்கள் இந்தக் காலங்களில் தனி நபர்களாலும் சிறிய குழுக்களாலும் தொடங்கப்பட்டன. ஒவ்வொரு சமூகத்திலும் நவீனக் கல்வி கற்ற, வசதி படைத்தவர்கள் இதுபோன்ற முயற்சிகளில் ஈடுபட்டனர். மக்களைத் திரட்டவும், பிரிட்டிஷ் அரசுக்குத் தங்களின் அரசியல் செயல்பாட்டையும் கோரிக்கைகளையும்

44. Nicholas B. Dirks, 'Castes of Mind', *Representation*, No. 37, Special Issue: Imperial Fantasies and Postcolonial Histories, Winter, 1992, pp. 56-78.
45. David Washbrook, "The Development of Caste Organisations in South India 1880 to 1925," in Baker, C.J. and Washbrook, D, *South India: Political Institutions and Political Change 1880 – 1940* (Delhi: Macmillan, 1975), p. 184.
46. Lucy Carroll, p. 234.

தெரிவிக்கவும் பத்திரிகைகளைத் தொடங்கினர். காலங்காலமாக இந்தியச் சமூகம் சாதியச் சமூகமாகவே இயங்கி வந்ததால் மக்களுக்கிடையிலான உறவுகள் சாதிய உறவுகளாகவே இருந்தன. விவசாய உற்பத்தியும் சாதியப் படிநிலையிலேயே செயலாற்றி வந்தது. இந்தச் சூழலில் சாதிய அமைப்பு காலத்திற்கேற்பத் தன்னைத் தகவமைத்துக்கொள்ளக் கூடியதாகவும் இருந்தது. ஆகவே அது நவீன ஜனநாயக அரசியலோடு பின்னிப்பிணைய ஆரம்பித்துத் தவிர்க்க முடியாத இடத்தை அடையத்தொடங்கியது. எந்தச் சமூகத்திலும் புதிய அமைப்பு (ஜனநாயக அரசியல்) பரவுவது என்பது அந்தச் சமூகத்தில் ஏற்கெனவே நிலைபெற்ற அமைப்பினூடாகவே நடைபெறும். இந்தியாவில் நவீன அரசியல் வளர்ச்சி ஏற்கெனவே வேரூன்றியிருந்த சாதி அமைப்பினூடாகவே நடைபெற்றது. ஜனநாயக அரசியலுக்கு மக்கள் பங்களிப்பு, திரட்சி என்பது அவசியம். இந்தியச் சமூகத்தில் திரட்சி என்பது சாதி ரீதியாகவே சாத்தியம் என்பதால் நவீன ஜனநாயக அரசியல் பற்றிப் படர்வதற்கு ஏற்கெனவே பலமாக ஊன்றியிருந்த சாதி அமைப்பு பொருத்தமானதாக இருந்தது.

தலித்துகள் அரசியல் ரீதியாகத் திரள்வதற்கு வலுவான சமூகப் பொருளாதாரக் காரணங்கள் இருந்தன. ராஜ்சேகர் பாசு தலித்துகளின் அரசியல் எழுச்சிக்குப் புலப்பெயர்வை முக்கியக் காரணியாகக் கொள்கிறார். உதாரணமாக 1840களுக்குப்பின்பு மிராசி அமைப்பு முடிவுக்கு வந்ததையொட்டி காலங்காலமாகச் செய்துவந்த பண்ணையடிமை முறையிலிருந்து தலித்துகள் விடுபட்டனர். இதனால் அவர்கள் விரும்பிய வேலைக்குச் செல்ல முடிந்தது. இதன் விளைவாக உள்நாட்டிற்குள்ளும் வெளிநாட்டிற்கும் கூலித்தொழிலாளர்களாகப் புலம்பெயர்ந்தனர். இதன்மூலம் ஏற்கெனவே பெற்ற விவசாயக் கூலியை விட அதிகமாகப் பெறமுடிந்தது. இதில் கிடைக்கும் உபரி வருவாயைக் கொண்டு சொந்தக் கிராமங்களில் விவசாய நிலங்களை வாங்கினர். இந்தப் பொருளாதார மாற்றம் அவர்களைத் தற்சார்புள்ள, சுதந்திரமான நிலைக்கு மாற்றியது.[47] தலித்துகளுக்குக் கிடைத்த அரசாங்க வேலை வாய்ப்புகளும் தற்சார்புடையவர்களாக அவர்களை மாற்றியது. உதாரணமாக, இராணுவத்தில் சேர்ந்ததால் பொருளாதாரத்தில் முன்னேறியதுடன் சமூக அந்தஸ்தும் கிடைத்தது. கிழக்கிந்தியக் கம்பெனிக் காலத்தில் (1760–1770) கம்பெனி இராணுவத்தில் அதிகளவில் பறையர்கள் சேர்ந்தனர் என்று ஆய்வுகள் கூறுகின்றன. குறிப்பாக இராணுவ தரைப்படை முன்னேறிச் செல்வதற்கு ஏதுவாக வேலிகளை வெடிவைத்துத் தகர்த்தல், வழிப்பாதை ஏற்படுத்துதல், பாலங்கள்

---

47. Raj Sekhar Basu, *Nandanar's Children*, p.111.

அமைத்தல், சுரங்கம் வெட்டுதல் போன்ற கடினமான வேலைகளைச் செய்பவர்களாக *Queens Own Sappers and Miners* என்ற படைப்பிரிவில் பிரத்யேகமாகப் பறையர்களைச் சேர்த்துள்ளனர்.[48] பின்னாட்களில் இதில் மாற்றம் செய்யப்பட்டுப் போர் வீரர் சாதிகளை மட்டுமே இராணுவத்துக்குச் சேர்ப்பது என்று பிரிட்டிஷ் அரசாங்கம் கொள்கை முடிவெடுத்தது.

அடுத்ததாக வேலைவாய்ப்புள்ள பெங்களூர், கோலார் தங்க வயல், சென்னை, ஹூப்ளி, பம்பாய் போன்ற தொழில் நகரங்களுக்கும் மூணாறு, வால்பாறை, மாஞ்சோலை போன்ற தேயிலைத் தோட்டப் பகுதிகளுக்கும் தலித்துகள் புலம்பெயர்ந்தனர். சென்னை, பெங்களூர் போன்ற நகரப் பகுதிகளில் பிரிட்டிஷ் வெள்ளை அதிகாரிகளின் பங்களாக்களில் பட்லர் மற்றும் பிற வேலைகளைச் செய்தனர். இதுபோன்ற பல்வகைப்பட்ட புதிய வாய்ப்புகள் தலித்துகளின் வாழ்நிலை உயர்வதற்குச் சாதகமாக அமைந்தன. இந்தச் சுதந்திரமான சூழல் அரசியல் விழிப்புணர்வு பெறுவதற்கு அடிப்படைக் காரணமாக அமைந்தது.

~

மக்கள்தொகை கணக்கெடுப்பும் சாதி அரசியலின் தோற்றமும்

சாதியச் சங்கங்கள் தோன்றுவதற்குக் மக்கள்தொகைக் கணக்கெடுப்பு *(census)* முக்கியக் காரணமாகும். அதுவரை மரபார்ந்த தளங்களில் செயல்பட்டு வந்த சாதி, நவீன அரசியல் தளத்திற்கு வருவதற்கு மக்கள்தொகைக் கணக்கெடுப்பு முக்கியக் காரணமாக அமைந்தது. பிரிட்டிஷ் இந்திய அரசாங்கம் நிர்வாக வசதிக்காக ஏற்படுத்திய மக்கள்தொகைக் கணக்கெடுப்பு, சாதி அரசியல் மயமாவதற்கு மறைமுகக் காரணமாகியது. மக்கள்தொகைக் கணக்கெடுப்பில் வகைப்படுத்தல் மத, சாதி ரீதியாக நடைபெற்றது. இந்த வகைப்படுத்தல்கள் வரையறைகளைக் கோரியது. வரையறைகள் மூலம் ஒவ்வொரு சாதியும் மேல் கீழ் என்ற வரிசைப்படுத்தல்களுக்குள் வந்து சேர்ந்தது.[49] மக்கள்தொகைக் கணக்கெடுப்பிற்கு முன்பு

48. Manas Dutta, "Revisiting the Role of Paraiyans in the Madras Presindency Army c.1801-1894", *Inclusive*, June 2015.
49. Kenneth W. Jones, 'Religious Identity and the Indian Census', in N. Gerald Barrier (ed), *The Census in British India* (New Delhi: Manohar, 1981), pp. 73-101.

ஒவ்வொரு சாதி குறித்தும் தீர்மானகரமான வரையறைகள் இல்லை. 1901ஆம் ஆண்டு சாதிவாரி மக்கள்தொகைக் கணக்கெடுப்பு எடுக்க முடிவு செய்யப்பட்டவுடன் அதுவரை இல்லாத முக்கியத்துவம் சாதிக்குக் கிடைத்தது. இந்த மக்கள் தொகைக் கணக்கெடுப்பு மக்களை வகைப்படுத்துவதற்கு வருண அமைப்பை எடுத்துக்கொண்டது. ஆனால் சமூக யதார்த்தத்தோடு வருண அமைப்பிற்கு எந்தத் தொடர்பும் இல்லை. ஒவ்வொரு மாவட்டத்திலுமுள்ள அதிகாரிகளுக்கும் அந்தந்த மாவட்டத்தில் உள்ள சாதிகள் வகிக்கும் சமூகப்படிநிலை, மேல்கீழ் வரிசை குறித்து முடிவெடுக்க, குழு அமைக்கப் பரிந்துரைத்தது. சாதிச் சங்கங்களின் நிர்வாகிகள் பட்டியலைச் சேகரிக்கச் சொல்லியது. மக்கள்தொகைக் கணக்கெடுப்பில் தங்கள் சாதியை இவ்வாறுதான் பதிவு செய்ய வேண்டும், இவ்வாறு பதிவு செய்யக் கூடாது என்றெல்லாம் பல்வேறு சாதிச் சங்கங்கள் தீர்மானங்கள் நிறைவேற்றி அரசாங்கத்திற்கு அனுப்பின; ஒருசில சங்கங்கள் பத்திரிகைகள் மூலமாகவும் துண்டறிக்கைகள் மூலமாகவும் மக்கள் கணக்கெடுப்பு அதிகாரிகளிடம் அறிவித்தனர். தலித் அல்லாத அனைத்துச் சாதிகளும் இந்துமத நால்வருணத்திற்குள் தங்களுக்கான இடங்களைக் கோரின. உதாரணமாக வன்னியகுல க்ஷத்திரியர், நாடார்குல க்ஷத்திரியர், விஸ்வகர்ம பிராமணர்கள் போன்ற கோரிக்கைகளெல்லாம் அந்தந்தச் சாதிச் சங்கங்களாலேயே முன்வைக்கப்பட்டன.

இந்தச் சூழலில் 1911ஆம் ஆண்டு ஒடுக்கப்பட்ட மக்களைப் பௌத்தர்களாகப் பதிவு செய்ய வேண்டுமெனத் *தமிழன்* இதழில் அயோத்திதாசர் எழுதினார். ஏற்கெனவே குறிப்பிட்டபடி மக்கள்தொகைக் கணக்கெடுப்பில் சாதியைப் பதிவு செய்தால் சமூகத்தில் சாதி நிலைத்துவிடும் என்று படித்த வகுப்பினர் கருதினர். இதனால் அரசாங்கத்திற்குக் கோரிக்கை வைத்து தாங்கள் உயர்வாக நினைக்கும் பெயரை அடைவதன் மூலம் சமூகத்தில் உயர்வான நிலைக்கு, அந்தஸ்திற்குத் தங்கள் சாதியைக் கொண்டு செல்ல முடியும் என்று நம்பினர். எம்.என். ஸ்ரீநிவாஸ் கூறுவது போல, மக்கள்தொகைக் கணக்கெடுப்பிற்கு முன்பு மக்கள் மத்தியில் நிலையான வருண அந்தஸ்து இருந்ததில்லை. இதை உறுதிசெய்யும் விதமாகச் சில குழுக்கள் ஒரு கணக்கெடுப்பில் தங்களை வைசியரென்றும் மற்றொரு கணக்கெடுப்பில் தங்களை க்ஷத்திரியர் என்றும் கோரிக் கொண்டன. மன்னராட்சியில் ஒரு செப்புப் பட்டய அறிவிப்பின் மூலம் ஒரு சாதியின் சமூக நிலையை உயர்த்தவோ குறைக்கவோ முடிந்தது. அது இப்போது புதிய ஆட்சியாளர்கள் கையில் சென்சஸ் என்ற பெயரில்

வந்தடைந்தது. அகில இந்திய அளவில் சாதிச் சங்கங்கள் தோற்றம் பெற்றதற்கு அரசு வேலை வாய்ப்புகளும் முக்கியக் காரணமாயின.

அரசு நிர்வாகத்திற்காக 1844 முதல் 1895 வரை புதிய துறைகள் உருவாக்கப்பட்டன. பொது சுகாதாரம், காவல், நீதி வருவாய்த் துறைகள் தோற்றுவிக்கப்பட்டன. இத்துறைகளில் உயர் பதவிகளைப் பிரிட்டிஷ்காரர்களும் அதற்கடுத்து உள்ள பதவிகளைப் பிராமணரும் பிற உயர்சாதியினருமே பெற்றனர். இதனால் இடைநிலை, ஒடுக்கப்பட்ட சாதியினர் தங்களுக்கும் அரசு வேலை வாய்ப்பு வேண்டுமென அரசிடம் கோரிக்கை வைத்தனர். 1850 வரை நீதித் துறையில் பிரிட்டிஷ்காரர்கள் மட்டுமே பணியாற்றிவந்தனர். ஆனால் 1850களுக்குப் பின்பு நீதித் துறையும் இந்தியர்களுக்குத் திறந்து விடப்பட்டது. கல்வித் தகுதியின் அடிப்படையில் வேலைக்கு நியமிக்கப் பட்டதால் இந்த வாய்ப்புகளை அதிகமாகப் பிராமணர்களே கைப்பற்றினர். இதனால் பிராமணரல்லாதார் மத்தியில் பெரும் கொந்தளிப்பு ஏற்பட்டது. அரசுப் பணிகளிலிருந்து தாங்கள் புறக்கணிக்கப்படுவதால் படித்த உயர்சாதித் தலைவர்கள் 'பிராமணரல்லாதார்' என்ற நவீன அரசியல் குழுவாக எழுந்தனர். அரசுப் பணிகளில் ஏற்பட்ட சமனற்ற நிலையைச் சரிசெய்யக் கோரினர். இக்கோரிக்கைகளுக்காக அமைப்பாகத் திரண்டனர். பின்னர் வெள்ளை ஆட்சியாளர்களிடமும் இந்தியச் சமூகம் குறித்த புரிதலில் மாற்றம் ஏற்பட்டது. சாதி என்பது வெறும் தனிமனித வாழ்வு சார்ந்தது என்பதையும் கடந்து அதற்கு அரசியல் பலம் உண்டு என்பதை அறிந்தனர். மேலும் பிராமணர்களின் தேசியப் போராட்டத்தை எதிர்கொள்வதற்கு அரசு வேலைகளில் பிராமணரல்லாதோருக்குப் பிரதிநிதித்துவம் கொடுப்பது அவசியம் என்பதை பிரிட்டிஷார் உணர்ந்தனர். பிராமணரல்லாதாரிடம் ஏற்பட்ட அரசியல் விழிப்புணர்வாலும் பிரிட்டிஷ் ஆட்சியாளர்கள் சாதியைத் தங்களுக்குச் சாதகமாகக் கையாண்டதன் விளைவாகவும் பத்தொன்பதாம் நூற்றாண்டின் இறுதியில் சாதி தவிர்க்க முடியாத அமைப்பாகியது. அரசாங்கம் எந்த முடிவை எடுத்தாலும் சாதி நோக்கில் லாப நட்டங்களைப் பரிசீலித்தது. டேவிட் வாஷ்புரூக் எழுதியது போல "பிரிட்டிஷ் ஆட்சியதிகாரத்தில் உள்ளே சேர்ப்பதும் சேர்க்காமலிருப்பதும் சாதியின் அளவைக் கொண்டு தீர்மானிப்பது என்று கொஞ்சம் கொஞ்சமாக ஏற்றுக்கொள்ளப்பட்டது."[50] நவீன கல்வி கற்ற பிராமணர், பிராமணரல்லாதார் மத்தியிலும் சாதி குறித்த

50 David Washbrook, 1975.

புரிதலில் மாற்றம் ஏற்பட்டிருந்தது. இதனால் இந்து மதத்தின் மீது நேரடியாகவும் மறைமுகமாகவும் ஏற்பட்ட நெருக்கடி இந்துமத அடிப்படைவாதிகள் மத்தியில் மதத்திற்குள் சீர்திருத்தம் அவசியம் என்பதை உணர வைத்தது. இந்திய தேசியவாதிகள் மத்தியில் பிரிட்டிஷ் அரசாங்கம் சாதியின் பெயரால் பிரித்தாளும் சூழ்ச்சியைக் கையாண்டது. பிராமணரல்லாதார் மற்றும் ஒடுக்கப்பட்ட மக்கள் மத்தியில் தேசிய இயக்கத்திற்கு எதிரான மனநிலை உள்ளது என்பதை உணர்ந்த தேசியவாதிகள் அவற்றைச் சரிசெய்வதற்குச் சமூக சீர்திருத்தத்தில் கவனம் செலுத்த வேண்டும் என்ற முடிவுக்கு வந்தனர்.

பிரிட்டிஷ் அரசாங்கம் மனிதாபிமான அடிப்படையில் தாழ்த்தப்பட்ட, பிற்படுத்தப்பட்ட சாதியினருக்குக் கல்வி, வேலையில் முன்னுரிமை வழங்குவது என்ற முடிவுக்கு வந்தது. சாதிரீதியான ஒடுக்குதல்களிலிருந்து தங்களைப் பாதுகாத்துக் கொள்ள பிரிட்டிஷ் ஆட்சியே சிறந்தது என்று ஒடுக்கப்பட்ட சாதியினரும் நம்பினர். சுதந்திரம் என்பது வெள்ளையர்கள் கையிலிருந்து சாதிய மனோபாவம் கொண்ட பிராமண உயர்சாதியினரின் கைகளுக்கு அதிகாரம் கைமாறுவதைத் தவிர வேறில்லை என்றனர். சுதந்திரம் என்பது பிராமண உயர்சாதியினருக்கு மேலும் அதிகாரத்தை வழங்கும்; இதனால் தீண்டப்படாத மக்கள் மீது அவர்களின் ஒடுக்குதல் இரட்டிப்பாகும்; ஆகவே பிரிட்டிஷ் ஆட்சி தொடர்வதே ஒடுக்கப்பட்ட மக்களுக்குப் பாதுகாப்பானது. ஏனென்றால் பிரிட்டிஷாருக்கு சாதி கிடையாது என்றார் அயோத்திதாசர். இவ்வாறு ஒடுக்கப்பட்ட மக்களின் தலைவர்கள் தொடர்ந்து சுதேச ஆட்சிக் கோரிக்கைக்கு எதிராகவே எழுதினர்.

இத்தகைய அரசியல் சமூகப் பின்னணியில் தமிழ்ப் பகுதிகளில் பிராமணரல்லாதோரிடையேயும் தலித் மக்களிடையேயும் சங்கங்களும் சபைகளும் தொடங்கப்பட்டன. பிராமணர்களும் சனாதன வருணத்தைக் காப்பாற்றப் பல்வேறு அமைப்புகளை நடத்திக்கொண்டிருந்தனர். ஆரம்பத்தில் தொடங்கப்பட்ட சாதிச் சங்கங்களில் 'செங்குந்தர் மகாஜன சங்கம்' (1908), 'நாடார் மகாஜன சங்கம்' (1910), 'விஸ்வகர்ம மகாஜன சங்கம்' (1912), 'வன்னியகுல சத்திரிய சங்கம்' (1919) போன்றவை முக்கியமானவை. தீண்டப்படாத சாதியினரும் பல்வேறு சங்கங்களைத் தொடங்கினர். 1892இல் தொடங்கப்பட்ட 'பறையர் மகாஜன சபை'தான் தலித்துகளின் பதிவு செய்யப்பட்ட முதல் சங்கமாகும். இதற்குப் பின்பு 1916இல் எம்.சி. ராஜா 'ஆதிதிராவிட மகாஜன சங்க'த்தைத் தோற்றுவித்தார். இதன் தொடர்ச்சியாக

அச்சங்கம் 1928இல் 'அகில இந்திய ஆதிதிராவிட மகாஜன சபை' என்று பெயர் மாற்றம் பெற்றது.[51] தாழ்த்தப்பட்ட மக்களிடையே 1850களிலிருந்தே பல்வேறு அமைப்புகள் தோன்றின. 'திராவிடப் பாண்டியன் சங்கம்' (1885), 'திராவிட மகாஜன சபை' (1891), 'பறையர் மகாஜன சங்கம்' (1892), 'ஒற்றுமை கல்வி கைத்தொழிற்சாலை ஐக்கிய சங்கம்', 'சுதேச மதுவிலக்குச் சங்கம்', 'ஆங்கிலேய அரண்மனைச் சங்கம்', 'பூர்வ தமிழ் அபிமானச் சங்கம்' போன்ற சங்கங்கள் அரசுக்குக் கோரிக்கைகளை அனுப்பின; பத்திரிகைகள் நடத்தின. காலனிய காலத்தில் சமூக விசயங்களைப் பேசிய பல இதழ்கள் அந்தந்தச் சங்கங்கள் அமைப்புகளின் குரலாகவே வெளிவந்தன. இவ்வாறான சமூக, அரசியல் சூழலே தலித் இதழ்கள் தோன்றுவதற்குக் காரணமாக அமைந்தது.

~

தலித் இதழ்களின் தோற்றம்

இதுவரை ஆங்கிலத்தில் எழுதப்பட்ட இதழியல் வரலாறு குறித்த நூல்கள்[52] இந்திய தேசிய நோக்கில் எழுதப்பட்ட நூல்களே. தமிழில் இதழியல் வரலாறு தேசிய நோக்கிலும் திராவிட அரசியல் நோக்கிலுமே எழுதப்பட்டுள்ளன. அவற்றில் தலித் இதழ்கள் குறித்த சில குறிப்புகளே பதிவு செய்யப்பட்டுள்ளன. தலித் நோக்கில் இதழியல் வரலாறு இதுவரை எழுதப்படவில்லை. தலித் இதழியல் நோக்கில் நூல்கள் வெளிவரவில்லை. இதுவரை வெளியான இதழியல் வரலாற்றுப் புத்தகங்களின் மூலம் சில தலித் இதழ்களின் பெயர்களை மட்டுமே அறிகிறோம். அவை, சூரியோதயம் (1869), பஞ்சமன் (1871), இந்துமத சீர்திருத்தி (1883), திராவிடப் பாண்டியன் (1885), ஆன்றோர் மித்திரன் (1886), மஹாவிகடதூதன் (1886), பறையன் (1892), இல்லற ஒழுக்கம் (1898), பூலோகவியாஸன் (1900), தமிழன் (1907–1914), திராவிட கோகிலம் (1907), திராவிட மித்திரன் (1910; இலங்கை), தமிழ்ப்பெண் (1916), ஆதிதிராவிடன் (1919; இலங்கை), திராவிடதூதன் (1927; இரங்கூன்), ஆதிதிராவிட மித்திரன் (1928; பர்மா) என்பன. இதுவரை பெயரளவில் மட்டுமே தெரிந்த தலித் இதழ்களின் அடிப்படையான தகவல்கள் ஆவண ஆதாரங்களின் துணை

---

51. அன்பு பொன்னோவியம், 1999, ப. xxiv.
52. Nadig Krishna Murthy 1966; A.R.Desai 1976; Rangaswami Parthasarathy 1986; Aurabindo Mazumdar 1993; Milton Israel 1994; B.S Kesavan 1997; Chandrika Kaul 2003.

கொண்டு இந்நூலில் தரப்படுகின்றன. மேலும் இதற்கு முன்பு பிழையாகக் குறிப்பிடப்பட்டு வந்த வருடங்கள், பெயர்கள் போன்ற தகவல்கள் இந்நூல் மூலம் பெருமளவு சரிசெய்யப்படுகின்றன. உதாரணமாக, ஸ்வப்பணேஸ்வரி அம்மாள் நடத்திய இதழின் பெயர் *தமிழ்மாது.* ஆனால் ஒரு சில கட்டுரைகளில், நூல்களில் *தமிழ்ப்பெண்* என்று குறிப்பிடப்பட்டுள்ளது. இந்தப் பிழைக்குக் காரணம் *தமிழ்மாது* என்கிற பெயர் Tamil Woman என்று ஆங்கிலத்தில் மொழிபெயர்க்கப்பட்டு ஆவணங்களில் இடம் பெற்றுள்ளதுதான். இந்த ஆங்கிலப் பெயரை ஆவணங்களில் கண்டவர்கள் மீண்டும் தமிழில் மொழிபெயர்க்கும்போது *தமிழ்ப்பெண்* என்று பெயர்த்து எழுதிவிடுகின்றனர். காலனிய காலத்தில் பெரும்பாலான தமிழ் இதழ்கள் ஆங்கிலப் பெயர்களுடன் சேர்ந்தே வந்தன. தலித் தலைவர் வீரையன் *ஆதிதிராவிட பாதுகாவலன்* என்ற தமிழ் இதழையும் Adi Dravida Guardian என்ற ஆங்கில இதழையும் நடத்தினார் என்று ஒருவர் ஒரு கருத்தரங்கில் குறிப்பிட்டதை நானே கேட்டிருக்கிறேன். ஆனால் உண்மை என்னவென்றால் வீரையன் ஒரே இதழ்தான் நடத்தினார்; அதன் பெயர் *ஆதிதிராவிட பாதுகாவலன்;* அதற்கு Adi Dravida Guardian என்று ஆங்கிலப் பெயர்!

இதழ்களின் விற்பனை, எண்ணிக்கை, விலை, ஆசிரியர், பதிப்பாளர், வெளியீட்டாளர், அச்சகர் ஆகியோரின் பெயர்கள் போன்ற தகவல்களை வருடந்தோறும் அரசுக்குச் சமர்ப்பிக்கக் கூடிய முறையான படிவங்களில் இதழ்களின் உரிமையாளர் நிரப்பி அனுப்புவர். தங்கள் இதழ்களின் எண்ணிக்கையை அதிகரித்து தகவல் கொடுக்கக் கூடிய வாய்ப்பு அதிகம். ஏனென்றால் அப்போதெல்லாம் 500க்கு மேல் விற்பனை எண்ணிக்கை உள்ள பத்திரிகைகளுக்குத்தான் அரசின் அதிகாரப்பூர்வச் செய்தி அறிக்கைகள் அனுப்பப்பட்டன. அடுத்து விளம்பரதாரர்களைக் கவர்வதற்கும் இந்தத் தந்திரம் கையாளப்பட்டது. ஆகவே காலனிய ஆவணங்களைப் புனிதமாக அணுகாமல் ஆய்வுக்கண் கொண்டு நோக்க வேண்டியுள்ளது. உதாரணமாக 1909ஆம் ஆண்டு பிரிட்டிஷ் இந்திய அரசு ஒரு சுற்றறிக்கை அனுப்பியது. அதில் வருட அறிக்கையில் குறிப்பிடப்படும் பத்திரிகைகளின் விற்பனை எண்ணிக்கையை விசாரித்து உறுதி செய்யுமாறும் கூறப்பட்டுள்ளது. மேலும் இந்த அறிக்கையில் குற்றப் புலனாய்வுத் துறை மூலம் முக்கியமான பத்திரிகைகளின் விற்பனை எண்ணிக்கையை அவ்வப்போது விசாரித்துச் சரிபார்க்கவும் உத்தரவிட்டது. இந்த விசாரணையின் முடிவில் வருட அறிக்கையில் குறிப்பிடப்படும் எண்ணிக்கைக்கும் விசாரணையில் கிடைத்த எண்ணிக்கைக்கும் இருந்த வேறுபாடு கண்டுபிடிக்கப்பட்டது. உதாரணமாக

ஜனானுகூலன் பத்திரிகையின் விற்பனை எண்ணிக்கை 1000 என்று வருட அறிக்கையில் தகவல் சமர்ப்பிக்கப்பட்டிருந்தது. ஆனால் விசாரணையில் அதன் உண்மையான விற்பனை எண்ணிக்கை 490 என்று உறுதிசெய்யப்பட்டது. இதற்கு நேர் எதிரான ஓர் உதாரணமும் உண்டு. தி இந்துவின் விற்பனை எண்ணிக்கை 3,130 என்று குறிப்பிடப்பட்டிருந்தது. ஆனால் விசாரணையில் அதன் உண்மையான எண்ணிக்கை 4000 எனக் கண்டறியப்பட்டது. இந்த உதாரணங்களைக் கொண்டு விற்பனை எண்ணிக்கை முற்றிலும் தவறானது என்ற முடிவுக்கு வரமுடியாது. ஏனென்றால் எண்ணிக்கை குறித்து விசாரணை நடத்தப்பட்ட எட்டு இதழ்களில் மேற்கண்ட இரண்டு இதழ்களின் விற்பனை எண்ணிக்கையில் மட்டுமே பெரிய வித்தியாசத்தை உணர முடிந்தது. மற்ற ஆறு பத்திரிகைகளிலும் சிறிய அளவிலான வித்தியாசமே கண்டறியப்பட்டது.

~ ~

தலித் இதழ்கள்
1869-1943

இந்தப் பகுதி 1869இலிருந்து 1943 வரை தமிழகத்தில் தலித்துகள் நடத்திய இதழ்கள் குறித்த தகவல்களைத் தருகிறது. இதுவரை வெளியான நூல்களில் தலித் இதழ்கள் குறித்த தகவல்கள் போதிய அளவு இல்லை. இருக்கும் சில தகவல்களும் பிழையாக உள்ளன. தலித்துகள் நடத்திய இதழ்கள் தலித் இதழ்கள் என்று வரையறுக்கப்பட்டுள்ளன. பட்டியல் சாதிகள் தலித் என்று வரையறுக்கப்பட்டுள்ளனர். பத்திரிகை உருவாக்கத்தில் உரிமையாளர், ஆசிரியர், வெளியீட்டாளர், அச்சகர் எனப் பலர் ஈடுபட்டிருந்தாலும் பெரும்பாலும் ஆசிரியரும் உரிமையாளரும் ஒரு நபராகவே இருப்பதுண்டு. எனவேதான் பத்திரிகை ஆசிரியரைப் பத்திராதிபர் என்று அழைக்கும் வழக்கமிருந்தது. பத்திரிகை நடத்துவதற்கான முன் நிபந்தனை சொந்தமாக அச்சகம் வைத்திருக்க வேண்டும். எனவே ஒரு நபரின் தலைமையின் கீழ் அவரே ஆசிரியராக, வெளியீட்டாளராக, உரிமையாளராக, அச்சகராக இருக்க வேண்டியிருந்தது. சில பத்திரிகைகளில் அச்சகம் சொந்தமாக இருந்தாலும் வேறு ஒரு நபர் (பெரும்பாலும் உறவினரை) அச்சக உரிமையாள ராகப் பதிவு செய்யப்பட்டிருக்கிறார். இது நீதிமன்ற வழக்கு போன்றவற்றைச் சமாளிப்பதற்கான ஏற்பாடு என்பதைத் தவிர வேறில்லை. இங்கு நாம் விவாதிக்கும்

ஜெ. பாலசுப்பிரமணியம்

இதழ்கள் அனைத்திலுமே தலித்துகள் உரிமையாளர்களாக, ஆசிரியர்களாக இருந்துள்ளனர்.[1] இந்நூலின் இறுதியிலுள்ள தலித் இதழ்களின் பட்டியலில் குறிப்பிடப்பட்டுள்ள *திராவிட மித்திரன்* (1885), *திராவிடத்தூதன்* (பர்மா, 1927) ஆகிய இரண்டு இதழ்கள் குறித்த அதிக தகவல்கள் இல்லாததால் அவை குறித்துத் தனியாக விவாதிக்கப்படவில்லை.

~

1. சூரியோதயம் (1869)

இதுவரை கிடைத்துள்ள முதன்மை ஆதாரங்களின்படி திருவேங்கிடசாமி பண்டிதர் 1869இல் தொடங்கிய *சூரியோதயம்* இதழ்தான் முதல் தலித் இதழ் ஆகும். அயோத்திதாசர் *தமிழன்* இதழில் தலித் அறிவாளிகள் குறித்துப் பின்வருமாறு குறிப்பிடுகிறார்.

> "இச்சென்னை ராஜதானியில் ஆதியாகத் தமிழ்ப் பத்திரிகை ஒன்றை வெளியிட்டவர்களும் இக்குலத்தோர்களேயாகும். அதாவது புதுப்பேட்டை திருவேங்கிடசாமி பண்டிதர் 'சூரியோதயப்பத்திரிகை' என்னும் ஒன்றை வெளியிட்டிருந்தார். இரண்டாவது சுவாமி அரங்கையாதாஸவர்களால் 'சுகிர்தவசனி' என்னும் பத்திரிகை வெளியிட்டிருந்தார். மற்றும் இக்குலத்தோருள் அனந்த பத்திரிகைகளும் புத்தகங் களும் வெளிட்டிருக்கிறார்கள் நாளதுவரையிலும் வெளியிட்டும் வருகின்றார்கள்."[2]

மற்றொரு கட்டுரையில் அயோத்திதாசர் "இச்சென்னையில் பர்ஸீவேலையர்[3] தமிழ்ப் பத்திரிகை வெளியிடுவதற்கு முன் புதுப்பேட்டையில் 'சூரியோதயப் பத்திரிகை'யென வெளியிட்டு வந்த திருவேங்கிடசாமி பண்டிதரால் சித்தர்கள் நூற்களையும்

---

1. இதுவரை எழுதப்பட்ட நூல்களில் தலித் பத்திரிகைகள் பட்டியலில் ஸ்வப்பநேஸ்வரி அம்மாள் நடத்திய *தமிழ்மாது* இதழும் குறிப்பிடப்பட்டு வந்தது. ஸ்வப்பநேஸ்வரி அம்மாள் தலித் பத்திரிகைகளில் தொடர்ந்து பங்களிப்பு செய்து வந்ததால் அவரை தலித் என்று நினைத்திருக்க வாய்ப்புண்டு. ஆனால் அரசு ஆவணங்களின்படி அவர் வன்னியர் சாதியைச் சேர்ந்தவர் என்பதால் இந்நூலில் *தமிழ்மாது* சேர்க்கப்படவில்லை.
2. *தமிழன்*, 21 ஏப்ரல் 1909.
3. ரெவெரெண்ட் பெர்சிவல் *தினவர்த்தமானி* எனும் இதழை 1855இல் தொடங்கினார். ஆனால் அயோத்திதாசர் குறிப்பிட்டபடி *சூரியோதயம்* இதழ் *தினவர்த்தமானி* இதழுக்கு முன்பாக வெளிவந்ததற்கான சான்றுகள் இல்லை. காலப்பிழையாக இருக்கலாம்.

ஞானக்கும்மிகளையும், தேரையர் வைத்தியம் ஐந்நூறையும், தன்விந்தியர் நிகண்டையும் அச்சிட்டு வெளிக்குக் கொண்டு வந்திருக்கின்றனர்"⁴ என்று குறிப்பிடுகிறார். இதிலிருந்து சூரியோதயம் பத்திரிகையை நடத்திய திருவேங்கிடசாமி பண்டிதர் பத்திரிகை மற்றும் பதிப்புப்பணிகளிலும் தீவிரமாக செயல்பட்டது புலப்படுகிறது. இந்த இதழ் ஒன்றுகூடக் கிடைக்கவில்லை. இந்தியமொழிப் பத்திரிகைகளின் அறிக்கைப்படி (Native Newspapers Report) சென்னை புதுப்பேட்டையிலிருந்து இந்த இதழ் வந்தது என்பதை உறுதிப்படுத்த முடிகிறது.⁵

~

2. பஞ்சமன் (1871)

பஞ்சமன் என்ற இந்த இதழ் குறித்து முதன்மை ஆதாரங்கள் ஏதும் கிடைக்கவில்லை. ஆனால் பெ.சு. மணியின் 'விடுதலைப் போரில் தமிழ் இதழ்கள்', தி.பெ. கமலநாதனின் 'தென்னிந்தியாவில் பட்டியல் இனத்தவர்களின் முன்னேற்றத்திற்கான போராட்டம்', அ.மா. சாமியின் 'பத்தொன்பதாம் நூற்றாண்டில் தமிழ் இதழ்கள்' ஆகிய நூல்களில் *பஞ்சமன்* இதழ் பற்றிய குறிப்புகள் கிடைக்கின்றன. இதிலிருந்து இந்த இதழ் 1871ஆம் ஆண்டு சென்னையில் தொடங்கப்பட்டதெனத் தெரிகிறது.

~

3. சுகிர்தவசனி (1872)

*1872ஆம் ஆண்டு சுவாமி அரங்கையாதாஸ் என்பவரால் சுகிர்தவசனி தொடங்கப்பட்டது.*⁶ எண் 28, நைனப்பன் தெரு, பிளாக் டவுண், மெட்ராஸ் என்னும் முகவரியில் செயல்பட்டு வந்த சுகிர்தவசனி அச்சகத்தில் இந்த இதழ் அச்சிடப்பட்டது. இந்த அச்சகம் ராயப்பன் முதலி என்பவருக்குச் சொந்தமானது. 1873ஆம் ஆண்டில் இதன் விற்பனை எண்ணிக்கை *250.*⁷ அயோத்திதாசர் எழுதிய குறிப்பிலிருந்து⁸ இது தலித் இதழ் என்ற முடிவுக்கு வர முடிகிறது. 1872ஆம் ஆண்டில் வெளியான இந்திய

---

4. *தமிழன்*, 24 பிப்ரவரி 1914.
5. NNPR, 1872, TNA.
6. *தமிழன்*, 21 ஏப்ரல் 1909.
7. No. 1184, Home, 10 November 1873, NAI.
8. *தமிழன்*, 21 ஏப்ரல் 1909.

மொழிப் பத்திரிகை அறிக்கையில் இந்த இதழில் வெளிவந்த சில செய்திகளின் சுருக்கம் ஆங்கிலத்தில் மொழிபெயர்க்கப்பட்டுப் பதிவு செய்யப்பட்டுள்ளது. இந்த இதழில் வெளிவந்த நான்கு செய்திகள் கிடைக்கின்றன. இந்தத் தகவல்களிலிருந்து இதழின் சமூக அரசியல் பார்வை குறித்து அறிந்துகொள்ள முடிகிறது. மூட நம்பிக்கை ஒழிப்பு, கடவுள் மறுப்பு, சமூக சீர்திருத்தம் போன்ற முற்போக்கு கருத்துகளை மக்களிடையே தீவிரமாகப் பரப்பி வந்துள்ளது. ஒரு கட்டுரையில் வள்ளலாரின் தெய்வீக சக்தி குறித்து விமர்சிக்கப்பட்டுள்ளது, வள்ளலார் தனது சக்தியை விஞ்ஞான ரீதியாக நிரூபிக்க முடியுமா என்ற கேள்வியை முன்வைக்கிறார் அதில் எழுதிய ஒரு கட்டுரையாளர்.

> இந்துமத அடிகளாரான இராமலிங்கப் பிள்ளை இறந்தவரைப் பிழைக்க வைப்பேன் என்று உறுதிகூறி வந்தார். ஆனால் ஒரு மாதமாகியும் எதுவும் நடக்க வில்லை. அறியாமையிலிருக்கிற பல இந்துக்கள் இவரின் வாக்குறுதியை நம்பி தங்கள் வேலைகளைத் துறந்துவிட்டு இவருக்காகக் காத்திருக்கின்றனர். பாவப்பட்ட விதவைகள் இறந்துபோன தங்கள் கணவர் திரும்ப கிடைப்பார் என்ற நம்பிக்கையில் பெருங்கூட்டமாகக் கூடியிருக்கின்றனர். இவரைப் பின்பற்றுபவர்களில் ஒருவர் இவரின் ஆசி பெறுவதற்காகத் தனது அரண்மனையை விட்டு ஒரு குடிசையில் காத்துக்கிடக்கிறார். இராமலிங்கம் அவர்கள் இறந்தவரை உயிர்ப்பிக்கும் செயலை நிரூபிக்கும்வண்ணம் ஒரு காய்ந்த இலையை மீண்டும் பசுமையாக்குவாரா என்று கேட்கிறோம்.[9]

அடுத்த செய்தி விதவை மறுமணத்தை ஆதரிக்கிறது. அந்தச் செய்தியில், பம்பாயில் ஒரு பள்ளியில் வேலைபார்க்கும் ஒரு விதவை ஆசிரியை மறுமணம் செய்துகொண்டார் என்பதற்காக அந்தப் பள்ளியில் படிக்கும் குழந்தைகள் பள்ளிக்கு அனுப்பப் படாமல் நிறுத்தப்பட்டனர். இது குறித்து "உறுதிமிக்க பெண்கள் சாதிக் கட்டுபாடுகளை மீறுவதாலும் சாதியைத் துறப்பதாலும் அவரின் கற்றுக்கொடுக்கும் திறன் எந்தவிதத்திலும் குறைந்து போகாது"[10] என்கிறது அந்தச் செய்தி.

நாடகங்கள் மற்றும் புத்தகங்களை தடைசெய்யக்கோரும் செய்தியும் உள்ளது.

---

9. NNPR, 1872 January to February 1874.
10. NNPR, October 1872.

"டம்பாச்சாரி விலாசம் எனும் நாடகத்தை அரசாங்கம் தடை செய்ததில் *சுகிர்தவசனி* மிக்க மகிழ்ச்சியடைகிறது. அதேபோல சிந்து, கோவை, தெம்மாங்கு போன்ற பாடல்களுக்கும் அரசாங்கம் இது போன்ற நடவடிக்கையை எடுக்க வேண்டும். இளம்வயதினரைக் கெடுக்கக்கூடிய புழக்கத்தில் உள்ள இந்தப் புத்தகங்களை அழித்துவிட வேண்டும். தருதலை விலாசம் எனும் புதிய நாடகமொன்று தயாராகிக் கொண்டிருக்கிறது. இதன் பெயரே இது டம்பாச்சாரி விலாசத்தைவிட மோசமானதாக இருக்கும் என்பதை உறுதி செய்கிறது. இந்த நாடகத்திற்கான நடிகர்கள் இப்போது நடிப்புப் பயிற்சியில் ஈடுபட்டுள்ளனர். இது வெளிவருவதற்கு முன்பே இதைத் தடைசெய்ய அரசாங்கம் நடவடிக்கை எடுத்தால்தான் இதன் மேனேஜர் பிரச்சனைகளில் மாட்டாமல் இருக்கவும் வீணான செலவுகள் ஏற்படாமலும் தவிர்க்க முடியும்."[11]

1860களில் டம்பாச்சாரி விலாசம் ஆடியவர்கள், தங்கள் விளம்பரப் பத்திரிகைகளில் கூத்துமேடைக்குப் பஞ்சமர் வர அனுமதியில்லை என்று பிரசுரம் செய்ததாகப் பண்டிதர் அயோத்திதாசர் நினைவு கூர்ந்துள்ளதை ராஜ் கௌதமன் 'க. அயோத்திதாசர் ஆய்வுகள்' எனும் நூலில் குறிப்பிடுகிறார்.

இந்திய மொழிப் பத்திரிகை அறிக்கையில் (1873) கிடைக்கும் நான்காவது செய்தி சில புத்தகங்களையும் பாடல்களையும் தடைசெய்யக் கோருகிறது. இந்தப் பாடல்களில் ஆபாசமான வார்த்தைகள் நிறைந்திருப்பதாக ஆசிரியர் (அரங்கையாதாஸ்) கூறுகிறார் என்ற குறிப்பு மட்டுமே கிடைக்கிறது. ஆனால் கிடைத்திருக்கும் இந்த நான்கு செய்திகளைக் கொண்டு *சுகிர்தவசனி* இதழ் குறித்துச் சில முடிவுகளுக்கு வர முடிகிறது. இந்த இதழ் மூடப்பழக்கவழக்கங்களுக்கு எதிராக, முற்போக்குச் சிந்தனைகளை மக்கள் மத்தியில் பரப்பியுள்ளது. கலைப்படைப்புகள் பற்றித் தனது கருத்தை உறுதியாகவும் எடுத்துக்கூறியுள்ளது. இராமலிங்க அடிகளார் வாழ்ந்த காலத்திலேயே அவரின் தெய்வீக சாகசங்கள் குறித்த விமர்சனம் இதழின் துணிவைக் காட்டுகிறது. *சுகிர்தவசனி*யில் வெளிவந்த விமர்சனங்கள் நீதிமன்ற ஆதாரங்களாகப் பயன்படுத்தும் அளவுக்கு முக்கியத்துவம் பெற்றுள்ளன. இராமலிங்க அடிகளின் அருட்பாவிற்கு எதிர் வினையாக மருட்பா எனும் நூல் கதிரைவேற் பிள்ளையால் வெளியிடப்பட்டது. அந்த வழக்கில் கதிரைவேற் பிள்ளைக்கு

11. NNPR, December 1872.

ஆதரவாக *சுகிர்தவசனியில்* வெளியான இராமலிங்க அடிகளார் குறித்த விமர்சனங்கள் பயன்படுத்தப்பட்டன.

வே. ஆனைமுத்து, வீ. அரசு ஆகியோர் தனித்தனியாக தொகுத்து வெளிவந்துள்ள *தத்துவவிவேசினி* இதழே முதல் நாத்திக இதழ் என்று கூறப்படுகிறது. 1878ஆம் ஆண்டு அது *தத்துவவிசாரிணி* என்று பெயர் மாற்றம் பெற்று 1888 வரை வெளிவந்தது. இந்த இதழின் ஆசிரியர் பி. முனுசாமி ஆவார். இதற்கு ஆறு வருடங்களுக்கு முன்பே வெளிவந்த *சுகிர்தவசனியில்* முற்போக்குக் கருத்துகளும் நாத்திகச் சிந்தனை களும் வெளிப்பட்டுள்ளன. ஒருவேளை *சுகிர்தவசனி* இதழ்கள் கிடைக்கப்பெறுமானால் *தத்துவவிவேசினி* போன்ற இதழ்களுக் கான முன்னோடிப் பாதையை உருவாக்கியதில் *சுகிர்தவசனியின்* பங்கை ஆராயமுடியும்.

~

4. இந்துமத சீர்திருத்தி (1883)

இந்துமத சீர்திருத்தி எனும் இந்த இதழ் குறித்து முதல்நிலைத் தரவுகள் கிடைக்கவில்லை நூல்களிலிருந்து தான் தகவல்களை அறியமுடிகிறது.[12] திருநெல்வேலி மாவட்டம் பாளையங்கோட்டையில் கே. ஆறுமுகம் பிள்ளை எனும் ஆதிதிராவிடரால் இவ்விதழ் தொடங்கப்பட்டது. இதன் பெயரிலிருந்து இந்துமதப் பிற்போக்குத்தனங்களைக் களைவதற்கு தொடங்கப்பட்ட இதழ் என்பதை அறியலாம்.

~

5. ஆன்றோர் மித்திரன் (1886)

வேலூர் முனிசாமிப் பண்டிதரால் 1886ஆம் ஆண்டு இந்த இதழ் துவக்கப்பட்டது என்று தி.பெ. கமலநாதன் தனது நூலில் கூறுகிறார். ஞான அலாய்சியஸ் தனது நூலில் இது தலித் இதழ் என்பதை உறுதிசெய்கிறார்.[13]

~

---

12. அ.மா. சாமி, *திராவிட இயக்க இதழ்கள்*; பெ.சு. மணி, *விடுதலைப் போரில் தமிழ் இதழ்கள்*, ப. 142; ஆக்கூர் அனந்தாச்சாரி, *பத்திராதிபர்களின் தமிழ்த் தொண்டு*, "எழுத்தாளன்" இதழ், 1961.

13. Aloysious.G, *Nationalism without a Nation in India*, p. 56.

6. மஹாவிகடதூதன் (1886 – 1927)

இதுவரை வெளியான நூல்களில் (அ.மா. சாமி, தி.பெ. கமலநாதன், பெ.சு. மணி, அன்பு பொன்னோவியம்) *மஹாவிகடதூதன்* இதழின் பெயர் மற்றும் ஆசிரியரின் பெயர் தவிர வேறெந்தத் தகவலும் கிடைக்கவில்லை. ஆனால் காலனிய அரசு ஆவணங்களில் இந்த இதழின் தொடக்கம் முதல் முடிவு வரையிலான தகவல்களைப் பெறமுடிகிறது.

விகடதூதன் என்ற பெயரில் *1886*இல் இவ்விதழ் தொடங்கப்பட்டது.[14] பின்பு 1893இல் *மஹாவிகடதூதன்* என்று பெயர் மாற்றம் பெற்றது. பெயர் மாற்றத்திற்கான காரணம் தெரியவில்லை. இதன் ஆசிரியர், உரிமையாளர், வெளியீட்டாளர், அச்சகர் பா.அ.அ. இராஜேந்திரம் பிள்ளையாவார். ஆரம்பத்தில் சென்னைக் கிறித்தவக் கல்லூரியில் தமிழ்ப் பண்டிதராக பணியாற்றிய இவர் பின்பு இதழியலை முழு நேரப் பணியாக எடுத்துக்கொண்டார். சென்னையிலிருந்து வார இதழாக வெளியான இந்த இதழின் வருடச் சந்தா இரண்டு ரூபாய் எட்டு அணா ஆகும். 1893இல் இதன் விற்பனை எண்ணிக்கை 1500 ஆகும். அந்தக் காலகட்டத்தில் இவ் எண்ணிக்கை கவனிக்கத்தக்க ஒன்றாகும். பிற இதழ்களோடு ஒப்பிட்டுப் பார்த்தால் இது நமக்கு புரியும். 1897 முதல் 1899 வரை *சுதேசமித்திரன்* இதழின் விற்பனை தொள்ளாயிரத்திலிருந்து 1050 ஆகவும், *ஆரியஜனப் பிரியன்* இதழ் *450* ஆகவும், *லோகோபகாரி* 1200 ஆகவும், *பிரபஞ்சமித்திரன்* 1000 ஆகவும் இருந்தது. ஆனால் இதுவரை வெளியான தமிழ் இதழியல் வரலாற்று நூல்களில் *சுதேசமித்திரன், லோகோபகாரி, பிரபஞ்சமித்திரன்* போன்ற இதழ்கள் முன்னோடி இதழ்களாகச் சுட்டப்படுகின்றன. ஆனால் *மஹாவிகடதூதன்* குறித்த எந்தப் பதிவும் இல்லை.

அந்தக் காலத்தில் லாபகரமாக பத்திரிகையை நடத்துவது என்பது கயிற்றின் மேல் நடப்பது போலாகும். எண் 32, போபம்ஸ் பிராட்வே, மெட்ராஸ் என்ற முகவரியில் விக்டர் பிரஸ் எனும் அச்சகத்தை பா.அ.அ. இராஜேந்திரம் பிள்ளை நடத்தி வந்தார். இதில் *மஹாவிகடதூதன்* மட்டுமல்லாமல் வியாபாரரீதியில் பிற இதழ்களும் நூல்களும் அச்சிடப்பட்டன. அதன் மூலம் கிடைத்த வருமானத்தில் வாழ்க்கை நடத்தி வந்தார். உதாரணமாகப் பண்டிதர் டி. அருளப்ப முதலியார் நடத்திய *சுகிர்தவர்த்தமானி*

---
14. G.O. 411-413, Home, July 1901.

ஜெ. பாலசுப்பிரமணியம்

இதழும் ஏ.ஆர். ஜான் என்பவர் நடத்திய 'குட் பாஸ்டர்' *(Good Pastor)* என்ற கிறிஸ்தவ இதழும் இந்த விக்டர் அச்சகத்திலே தான் அச்சிடப்பட்டன.[15] அச்சகத்திற்கு இராஜேந்திரம் பிள்ளை, ஆல்பர்ட் டி சில்வா ஆகிய இருவரும் பங்காளிகளாக இருந்தனர். 1908ஆம் ஆண்டு இருவருக்குமிடையில் அச்சக உரிமை சார்ந்து பிரச்சினை எழுந்தது. இதன் தொடர்ச்சியாகச் சென்னை ஜார்ஜ் டவுனில் வசித்த யூரேசியரான ஆல்பர்ட் டி சில்வா, அச்சகத்திற்கும் இதழுக்கும் உரிமையாளர் ஆனார். இவர், *மெட்ராஸ் ஸ்டாண்டர்ட்* எனும் *(Madras Standard)* பத்திரிகையில் பிழை திருத்துபவராகப் பணியாற்றி வந்தார். இராஜேந்திரம் பிள்ளையின் கைகளிலிருந்து *மஹாவிகடதூதன்* சென்றவுடன் அதன் விற்பனை எண்ணிக்கை 1400இலிருந்து 600 ஆகக் குறைந்தது. ஆனால் இழந்த இந்த எண்ணிக்கையை இராஜேந்திரம் பிள்ளையின் கைக்கு இவ்விதழ் வந்த பின்பும் திரும்பப் பெற முடியவில்லை. இச்சூழலில் இதழுக்கான ஆசிரியராக டி.ஐ. சுவாமிக்கண்ணு பிள்ளை எனும் ஆதிதிராவிடரை ஆல்பர்ட் டி சில்வா நியமித்தார். சென்னையிலுள்ள புனித சவேரியார் பள்ளியில் தமிழ்ப் பண்டிதராகப் பணியாற்றிய சுவாமிக்கண்ணுப் பிள்ளை தனியார் வகுப்புகள் எடுத்து வந்தார். சுவாமிகண்ணுப் பிள்ளை 1908 முதல் 19 நவம்பர் 1910 வரை இந்த இதழுக்கு ஆசிரியராக இருந்தார்.[16] இந்த இடைப்பட்ட காலத்தில் உள்ள தகவலை மட்டுமே பார்த்த ஒருசிலர் *மஹாவிகடதூதனின்* ஆசிரியர் டி.ஐ. சுவாமிகண்ணு பிள்ளை என்று பதிவு செய்துள்ளனர். அச்சக உரிமை ஆல்பர்ட் டி சில்வாவிடம் சென்ற இடைப்பட்ட காலத்தில் இராஜேந்திரம் பிள்ளை அக்டோபர் 1909இல் *விநோதபாஷிதன்* அல்லது *விட்டி ஓரேட்டர் (Witty Orator)* எனும் பத்திரிகையை ஆரம்பித்தார். இந்தப் பத்திரிகை பிரைஸ் கரண்ட் பிரஸ் (எண் 1, செம்புதாஸ் தெரு, ஜார்ஜ் டவுண், மெட்ராஸ்) எனும் அச்சகத்தில் அச்சிடப்பட்டது. 1910இல் விக்டர் பிரஸ் மற்றும் *மஹாவிகடதூதன்* இதழின் உரிமை முழுவதும் இராஜேந்திரம் பிள்ளை கைக்கு வந்தது.[17] இதற்குப் பின்பு விக்டர் பிரஸ் என்பதை மெர்குரி பிரஸ் என்று பெயர் மாற்றம் செய்து எண் 27, செயின்ட் சேவியர் தெரு, ஜார்ஜ் டவுண், மெட்ராஸ் என்ற முகவரியில் இயக்கி வந்தார். இந்த அச்சகம் இராஜேந்திரம் பிள்ளையின் மகனான ஆர்.ஏ. தாஸன் பெயரில்

15. G.O. 411-413, Home, July 1901; G.O. 1067, Judicial, 29 June 1911.
16. G.O. 1010, Judicial, 04 July 1910.
17. G.O. 1254-1255, Judicial, 8 August 1912.

பதிவு செய்யப்பட்டது.[18] இராஜேந்திரம் பிள்ளை நடத்திய இரண்டு இதழ்களிலும் (*மஹாவிகடதூதன், விநோதபாஷிதன்*) சி.வி. வரதராஜுலு நாயுடு துணை ஆசிரியராகப் பணியாற்றினார். அதேபோல கே.எல். கதிர்வேலு நாடாரும் *மஹாவிகடதூதனில்* உதவி ஆசிரியராகப் பணியாற்றினார். பின்னாட்களில் *விஜயாவிகடன்* எனும் பத்திரிகையைக் கதிர்வேலு நாடார் நடத்தினார். இந்த இதழ் அடித்தட்டு மக்களிடையே பிரபலமாக இருந்தது என்று காலனிய ஆண்டறிக்கை பதிவு செய்துள்ளது. எஸ்.ஜி. இராமாநுஜலு நாயுடு எழுதிய 'சென்றுபோன நாட்கள்' என்ற நூலில் 15 பத்திரிகையாளர்கள் குறித்த தனது நினைவுகளை எழுதியுள்ளார், அதில் பா.அ.அ. இராஜேந்திரம் பிள்ளை குறித்து பதிவு செய்துள்ளார்.

> "தமிழ்ப் பத்திரிகைகளே அபூர்வமாயிருந்த பழங் காலத்தில் புதுவிதமாகப் பத்திரிகையை ஸ்தாபித்து, ஆரம்பத்தில் கொண்ட கொள்கையையும், பத்திரிகை யின் ஒரு தனி அமைப்பையும் கடைசிவரையிலும் கலங்காது காத்து, ஒரே சீராய், ஒழுங்காய், தலைமையாய், பிரபலமாய் நடத்தி அரும்புகழ்பெற்ற ஆசிரியர்களுக்குள் முதன்மையாக நிற்பவர் ஜநவிநோதிநிப் பத்திரிகையின் ஆசிரியரான திவான் பகதூர் கிருஷ்ணமாச்சாரியார் அவர்களாவர். அவருக்குப் பின் சுதேசமித்திரன் ஆசிரியர் ஸ்ரீமான் ஜீ. சுப்பிரமண்ய ஐயரவர்களாவர். அதற்குப்பின் மூன்றாவதாக ஸ்ரீமான் பா.அ.அ. இராஜேந்திரம் பிள்ளை அவர்களைக் குறிப்பிடலாம்."[19]

தமிழ் இதழியல் உலகில் இராஜேந்திரம் பிள்ளைக்கு சிறந்த இடம் இருந்துள்ளது என்பதற்கு இக்குறிப்பும் ஒரு சான்று.

1920ஆம் ஆண்டில் ஏற்பட்ட ஒருசில தடங்கல்களைத் தவிர *மஹாவிகடதூதன்* 1886இலிருந்து 1927 வரை அதாவது 41 ஆண்டுகள் தொடர்ச்சியாக வெளிவந்துள்ளது. தலித்துகள் நடத்திய இதழ்களிலேயே *மஹாவிகடதூதன்* மட்டுமே இத்தனை ஆண்டுகள் வெற்றிகரமாக வெளிவந்த இதழ் என்று கூறமுடியும்.

---

18. G.O. 1067, Judicial, 29 June 1911.
19. எஸ்.ஜி. இராமாநுஜலு நாயுடு, ஆ.இரா. வேங்கடாசலபதி (ப.ஆ), *சென்றுபோன நாட்கள்*, காலச்சுவடு பதிப்பகம், நாகர்கோயில், 2015.

இந்த இதழின் ஒரு பிரதிகூடக் கிடைக்காததால் நேரடியாக இதன் உள்ளடக்கம் எவ்வாறு இருந்தது என்பதைக் கூறமுடியவில்லை. ஆனால் காலனிய ஆவணங்களில் குறிப்பிட்டபடி செய்திகளை விகடமாக கூறிய இதழ் என்பதையும் அடித்தட்டு மக்களிடையே பெருத்த ஆதரவையும் வரவேற்பையும் பெற்றிருந்தது என்பதையும் அறியமுடிகிறது. *பூலோகவியாசன்* இதழின் ஒரு குறிப்பிலிருந்து இந்த இதழ் தலித்துகளின் முன்னேற்றத்திற்குப் பாடுபட்டது என்று அறியமுடிகிறது. அயோத்திதாசப் பண்டிதரும், ரெவரண்ட் ஜான் ரத்தினமும் இணைந்து நடத்திய *திராவிடப் பாண்டியன்* இதழ், இரட்டைமலை சீனிவாசன் நடத்திய *பறையன்* இதழ் ஆகியவற்றோடு இது கருத்துப் போர் நடத்தியதும் புலனாகிறது.

அயோத்திதாசரின் மறைவுக்கு இராஜேந்திரம் பிள்ளை *தமிழன்* இதழில் இரங்கற்பா எழுதியுள்ளார்.[20] 1927ஆம் ஆண்டு இராஜேந்திரம் பிள்ளையின் மறைவோடு *மஹாவிகடதூதனும்* மறைந்தது. அப்போது இந்த இதழின் விற்பனை எண்ணிக்கை 1000 ஆக இருந்தது.

நாற்பத்தியோரு ஆண்டுகள் தொடர்ச்சியாக வெளிவந்த *மஹாவிகடதூதனின்* ஒரு நறுக்குகூடக் கிடைக்காத நிலையில் அதில் வெளிவந்த செய்திகள், கட்டுரைகள் குறித்து முடிவுக்கு வர முடியவில்லை. ஆனால் இந்திய மொழிப் பத்திரிகைகள் அறிக்கைகளில் ஆங்கிலத்தில் மொழிபெயர்க்கப்பட்ட சுருக்கங்கள் கிடைக்கின்றன. இவற்றைக் கொண்டு *மஹாவிகடதூதனின்* பார்வையைப் புரிந்துகொள்ள முடியும். 1892முதல் 1919 வரையிலான அறிக்கைகளில் மொழிபெயர்க்கப்பட்ட 38 செய்திச் சுருக்கங்கள் கிடைக்கின்றன. இவற்றைக் கொண்டு பார்க்கும்போது இந்த இதழ் சமூகம், அரசியல், சமயம் போன்ற விசயங்கள் குறித்து விவாதித்துள்ளது தெரியவருகிறது.

1892 டிசம்பர் 17ஆம் நாளிட்ட *விகடதூதன்* இதழில் திரெமன்ஹீர் அறிக்கையைக் குறிப்பிட்டு நிலமில்லாத பறையர் களை முன்னேற்றுவதற்குச் சில பரிந்துரைகளை முன்வைக்கிறது.

1. நிலம் கையகப்படுத்தல் தொடர்பான சட்டங்களைச் சீர்திருத்துவதில் அரசாங்கம் தாமதிக்கக் கூடாது.

2. புறம்போக்கு நிலங்களில் குடியிருப்போரிடம் வரிவசூல் செய்துகொள்வதற்கு மிராசிதார்களுக்கு அரசாங்கம்

20. *தமிழன்*, 17 ஜூன் 1914.

உரிமை வழங்க வேண்டும். புறம்போக்கு நிலங்களில் பறையர்கள் விவசாயம் செய்ய அனுமதிக்க வேண்டும். கிணறு தோண்டுவதற்கும் அரசாங்கம் நிதியுதவி செய்ய வேண்டும்.

3. பறையர்களுக்குக் கல்வி கற்பிக்க அரசாங்கம் சிறப்பு நடவடிக்கை எடுக்க வேண்டும்.

4. இன்றுவரை பறையர்களை மிகவும் மோசமான நிலையில் வைத்திருக்கும் பண்ணையடிமை முறையை ஒழித்து அவர்களை முன்னேற்றுவதற்கு அரசாங்கம் எந்தத் தயக்கமும் காட்டாமல் அதற்கான நடவடிக்கைகளை மேற்கொள்ள வேண்டும்.

இதற்கு அடுத்த வருடம் ஒரு கட்டுரையில் *விகடதூதன்*, தொடக்க கல்வியைப் பரவச் செய்வதால் பறையர்கள் மத்தியில் விவசாயத்தின் மீது வெறுப்பு ஏற்படலாம் என்று கருத்துத் தெரிவித்துள்ளது.[21] பறையர்களுக்குக் கல்வி கற்பிக்க அரசாங்கம் நடவடிக்கை எடுக்க வேண்டும் என்று கோரிக்கை வைத்த அதே இதழ், கல்வியால் விவசாயத்தின் மீது வெறுப்பு ஏற்படலாம் என்று கருத்துத் தெவித்துள்ளது முரணாக உள்ளது. 1914ஆம் ஆண்டில் நகர எல்லைக்குள் கள்ளுக் கடைகள் திறப்பதற்குத் தடை விதிக்க வேண்டும் என்று கோரிக்கை வைத்துள்ளது. அதே போல பஜார், பொது இடங்கள், கோயில், பள்ளி, தொழிற்சாலைகளுக்கு அருகில் கள்ளுக்கடை திறப்பதை அரசாங்கம் தடை செய்ய வேண்டும் என்றும் கோருகிறது. கள்ளுக்கடைகளை நகரத்திற்கு வெளியே வைப்பதன் மூலம் மட்டுமே குடிப்பழக்கத்தைத் தடுக்க முடியும். மேலும் திருவிழாக் காலங்களில் தற்காலிகமாகத் திறக்கப்படும் கள்ளுக்கடைகளையும் தடைசெய்ய வேண்டும் என்று வலியுறுத்தியுள்ளது.[22]

ஹோம்ரூல் இயக்கம் குறித்துக் கடுமையான விமர்சனங்களை இந்த இதழ் முன்வைத்தது. அன்னி பெசண்ட் தலைமையிலான ஹோம்ரூல் இயக்கம் இந்திய தேசியப் போராட்டத்தை ஆதரித்த போது இந்தியர்கள் மத்தியில் இருக்கும் சாதி வேறுபாடுகளை முன்வைத்து *மஹாவிகடதூதன்* விமர்சிக்கிறது.

> நூறு வருடங்களுக்கு முன்பு இந்தியா எவ்வளவு சீர்கேடு அடைந்திருந்தது; அதை பிரிட்டிஷார்

---

21. *விகடதூதன்*, 17 டிசம்பர் 1892 (NNPR 31 டிசம்பர் 1892).
22. *மஹாவிகடதூதன்*, 6 ஜூன் 1914 (NNPR ஏப்–ஜூன் 1914).

வந்து எவ்வாறு சரி செய்தனர்; அதனால் இன்று நாம் அடையும் பயன்கள் என்னவென்பதெல்லாம் நாம் அனைவரும் அறிந்த ஒன்றே. இது போதாதென்று சீர்திருத்தம் கோரி காங்கிரஸ் போராடுகிறது. ஆனால் அந்தச் சீர்திருத்தமே இந்த அரசாங்கத்தால்தான் வழங்கப்படுகிறது. இதற்கடுத்த தாகக் காங்கிரஸிலிருந்து தோன்றிய திருமதி அன்னி பெசண்ட் அம்மையாரின் வழிகாட்டுதலில் நடந்துவரும் ஹோம்ரூல் இயக்கம் தனது பத்திரிகை யான *நியூ இந்தியா* மூலம் கிராமங்களிலும் நகரங்களிலும் கூச்சலையும் குழப்பத்தையும் உண்டாக்குகிறது. இந்தப் பிரச்சாரம் பிரிட்டிஷாரைக் கோபப்படுத்தும் என்பதால் *ஜஸ்டிஸ்* பத்திரிகையும் அதன் தமிழ், தெலுங்குப் பத்திரிகைகளான *திராவிடன்* மற்றும் *ஆந்திரபிரகாசிகா* ஆகியவை ஹோம் ரூல் இயக்கத்தைக் கடுமையாக விமர்சித்து வருகின்றன.[23]

சமகாலத்தில் வந்த பிற தலித் இதழ்கள் போலவே *மஹாவிகடதூதனு*ம் சுதேசிய எதிர்ப்பு நிலையைக் கொண்டிருந்தது. பிரிட்டிஷாரால் மட்டுமே சாதிய ஏற்றத்தாழ்வற்ற நிர்வாகத்தைத் தரமுடியும் எனத் தலித்துகள் நம்பினர். அதையே அவர்களின் இதழ்கள் பிரதிபலித்தன. இதன் விளைவாகச் சுதேசியம் பேசும் இயக்கங்கள், பத்திரிகைகளுக்கு எதிரான விமர்சனங்களைத் தலித் இதழ்கள் தொடர்ந்து எழுப்பி வந்தன. இன்னொரு சந்தர்ப்பத்தில் அன்னி பெசண்ட் அம்மையாரையும் அவரைப் பின்பற்றுபவர்களையும் சிறையிலடைத்தார் சென்னை கவர்னர் பென்ட்லாண்ட்.[24] மேலும் மாணவர்களை அரசியல் கூட்டங்களில் கலந்து கொள்ளவிடாமல் தடுத்துச் சிறையிலடைத்தார். இதனால் ஹோம்ரூல் இயக்கத்தினர் பென்ட்லாண்டைக் கடுமையாக விமர்சித்தனர். இதன் விளைவாக பிரிட்டிஷ் அரசு இந்திய அரசாங்கம் மாணவர்களை விடுதலை செய்ய உத்தரவிட்டது, இதைத் தொடர்ந்து *மெட்ராஸ் மெயில்* மற்றும் பிற ஆங்கிலோ இந்தியப் பத்திரிகைகள் கவர்னர் தனது பதவிக்குக் குந்தகம் விளைவிக்கும் விதமாக நடந்துகொண்டதால் ராஜினாமா செய்ய

23. *மஹாவிகடதூதன்*, 29 செப்டம்பர் 1917 (NNPR, 1917).
24. 30 அக்டோபர் 1912 முதல் 29 மார்ச் 1919வரை பதவி வகித்தவர் பென்ட்லாண்ட்.

வேண்டும் என்று வலியுறுத்தின. இந்தச் சூழலில் *மஹாவிகடதூதன்* கவர்னர் பென்ட்லாண்டுக்கு அறிவுரை வழங்கியது. "இங்குள்ள பிராமணர்களை உதவியாளர்களாக வைத்துக்கொண்டு அவர்களின் ஆலோசனைகளை நம்பினால் இப்படித்தான் நடக்கும். ஆகவே அவர்களை நம்பாமல் தாழ்த்தப்பட்டோரை முன்னேற்றுவதற்கு உதவினால் அந்நன்றி மறவாமல் அவர்கள் தங்கள் வாழ்நாள் முழுவதையும் கவர்னருக்காக அர்ப்பணிப்பர்" என்று எழுதியது.[25]

இவ்விதழ் சுகாதாரம், குடிநீர் வசதி, இயற்கை வளங்களைப் பாதுகாப்பது, பஞ்சம் ஆகிய விசயங்கள் குறித்துக் கருத்துத் தெரிவித்துள்ளது. முதல் உலகப் போர் தொடங்கியபோது போர்ச்செய்திகள் என்று தனிப் பத்தி ஒன்றை வெளியிட்டு வந்தது. போர்ச் செய்தியை வெளியிட்டதற்கு அரசாங்கம் ஒருமுறை *மஹாவிகடதூதனை*க் கண்டித்ததையும் அறியமுடிகிறது. அந்தச் செய்தி முதலாம் உலகப்போருக்கு இந்தியாவில் இராணுவ ஏற்பாடுகளை செய்வது குறித்ததாகும்.[26]

இராஜேந்திரம் பிள்ளை பத்திரிகை ஆசிரியராக மட்டுமல் லாமல் மொழிபெயர்ப்பு, கவிதை இயற்றுதலிலும் ஆர்வம் கொண்டிருந்தார். அவர் பல நூல்களை எழுதியுள்ளார். *உலகம் ஒரு நீதிக்கதை (1868), இன்பமும் துன்பமும் (1875), உழைப்பே செல்வத்தினும் பெரிது (1884), இளமையில் கல் (1889)* போன்ற நூல்களை இவர் எழுதியுள்ளார். *ராணி எஸ்தர் (1870), ஈசா ரெபேக்கா திருமணம் (1895)* ஆகிய நூல்களை மொழிபெயர்த்தும் வெளியிட்டுள்ளார்.[27] அயோத்திதாசப் பண்டிதரின் *தமிழன்* இதழில் ஒரு விளம்பரம் செய்யப்பட்டது அதில்,

"5-வது வால்யம் தயாராய்விட்டது பூலோக வினோதக் கதைகள். நான்காம் வால்யம், மூன்றாம் வால்யம், இரண்டாம் வால்யம், முதல் வால்யம் அநுபவ ஞானநூல் – படங்களுடன்"

என்று தலைப்பிட்டு அதற்குக் கீழே

---

25. *மஹாவிகடதூதன்*, 29 செப்டம்பர் 1917 (NNPR, 1917).
26. G.O. 1068, Judicial, 14 May, 1915.
27. வள்ளிநாயகம், *தலித் முரசு*, அக்டோபர் 2005.

"உலக நடவடிக்கைகளையும், ஆழ்ந்த இரகசியங் களையும், அனுபவ ஞானங்களையுமே திரட்டி, சென்னை *மஹாவிகடதூதன்* பத்திராதிபரால் இயற்றப்பட்ட "பூலோக வினோதக் கதையின்" ஐந்து வால்யங்கள் இப்போது விற்பனைக்குத் தயாராயிருக்கிறது. இது தற்காலம் பயன்தரத்தக்க தமிழ் நூல்களில் ஒன்றென்பதற்குச் சந்தேகமில்லை. இதில் மானிடர்க்கு அவசியமான சகல கற்பனை களும் பக்திப் போதனைகளும் கதைப்போக்காய் தெள்ளிய அலங்கார கிரந்த தமிழ் நடையில் எழுதப்பட்டுள்ளன. முன்னைய நான்கு வால்யங்களை வாசித்தவர்கள் இதன் அருமையைத் தெரிவிப்பார்கள். புஸ்தகம் உயர்ந்த கிளேஸ் காகிதத்தில் 8 பேஜ் ஸைசில் அச்சிட்டு அழகாக பயிண்டு செய்திருக்கிறது. விலை ரூபா 1

வி.பி. போஸ்டில்,
முதல் வால்யம் 1–4–0
இரண்டாம் வால்யம் 1–4–0
மூன்றாவது வால்யம் 1–4–0
நாங்காவது வால்யம் 1–4–0
ஐந்தாவது வால்யம் 1–4–0
மஹாவிகடதூதன் ஆபீஸ், சென்னை.

இந்த விளம்பரத்தின் மூலம் இராஜேந்திரம் பிள்ளையின் எழுத்துப்பணியையும் அவர் அதை விளம்பரப்படுத்திச் சந்தைப் படுத்தியதையும் அறியமுடிகிறது. புனைவிலக்கியத்தில் அவர் அதிகம் ஆர்வம் காட்டியிருந்தார் என்பதை இந்த 'வினோதக் கதைகள்' உறுதிசெய்கின்றன. இது அறிவு உற்பத்தியில் தலித்துகள் தீவிரமாக செயல்பட்டனர் என்பதற்கு உதாரணமாகும்.

மஹாவிகட தூதன் இதழ் 1893 முதல் 1927 வரையில் என்னவிதமான ஏற்றத்தாழ்வுகளையும் மாற்றங்களையும் சந்தித்தது என்பதை அட்டவணை 2 துல்லியமாக நமக்கு விளக்கும்.

அட்டவணை 2: மஹாவிகடதூதன், 1893–1927

வ. எண்	வருடம்	வருடச் சந்தா	விற்பனை எண்ணிக்கை	உரிமையாளர் மற்றும் வெளியீட்டில் ஏற்பட்ட மாற்றங்கள்
1	1893	வருடச் சந்தா விவரம் கிடைக்கவில்லை	1,500	–
2	1894	கிடைக்கவில்லை	1,500	–
3	1897	2–8–0	1,400	–
4	1898	2–8–0	1,400	–
5	1899	2–8–0	1,400	–
6	1900	2–8–0	1,500	–
7	1902	3–0–0	1,200	வருடச் சந்தாத் தொகை 2–8–0இலிருந்து 3–0–0ஆக உயர்ந்துள்ளது.
8	1906	3–0–0	1,400	–
9	1908	கிடைக்கவில்லை	600	உரிமை இராஜேந்திரம் பிள்ளையிடமிருந்து ஆல்பர்ட் டி சில்வா எனும் யூரேஷியருக்கு மாறியது. டி.ஐ. சுவாமிக்கண்ணு பிள்ளை ஆசிரியரானார்.
10	1909	3–0–0	600	இராஜேந்திரம் பிள்ளை வினோத பாஷிதன் எனும் இதழைத் தொடங்கினார்.
11	1910	3–0–0	350	மஹாவிகடதூதன் மீண்டும் இராஜேந்திரம் பிள்ளையின் கைக்கு வந்தது.
12	1911	3–0–0	600	விற்பனை எண்ணிக்கை 350இலிருந்து 600ஆக உயர்ந்தது. மீண்டும் இராஜேந்திரம் பிள்ளை ஆசிரியரானது காரணமாக இருக்கலாம்.
13	1912	3–0–0	600	–

வ. எண்	வருடம்	வருடச் சந்தா	விற்பனை எண்ணிக்கை	உரிமையாளர் மற்றும் வெளியீட்டில் ஏற்பட்ட மாற்றங்கள்
14	1914	3–0–0	600	–
15	1915	3–0–0	1000	விற்பனை எண்ணிக்கை 600இலிருந்து 1000ஆக உயர்ந்தது.
16	1917	3–0–0	1000	–
17	1919	4–0–0	550	வருடச் சந்தா தொகை ரூ 1 அதிகரித்துள்ளது. விற்பனை எண்ணிக்கை பாதியாகக் குறைந்தது.
18	1920	4–0–0	450	விற்பனை எண்ணிக்கை மேலும் குறைந்தது.
19	1921	4–0–0	450	தற்காலிகமாகப் பத்திரிகை நின்றுபோனது.
20	1922	உள்ளூர் 2–0–0 சிலோன் 3–0–0	450	மீண்டும் வெளிவர ஆரம்பித்தது. இலங்கைக்கு உள்ளூரைவிட 1 ரூபாய் அதிகமாகச் சந்தா நிர்ணயிக்கப்பட்டது. உள்ளூர்ச் சந்தா பாதியாகக் குறைந்தது.
21	1923	உள்ளூர் 2–0–0 சிலோன் 3–0–0	500	–
22	1924	2–0–0	450	
23	1925	2–0–0	450	இந்த வருடம் அக்டோபர் மாதத்தில் நின்று போனது.
24	1926	4–0–0	1000	பிப்ரவரி மாதத்தில் மீண்டும் தொடங்கப் பட்டது. சந்தாதொகை 2 ரூபாயிலிருந்து 4 ரூபாயாக்கப்பட்டது. விற்பனை எண்ணிக்கையும் 450இலிருந்து ஆயிரத்தைத் தொட்டது.
25	1927	4–0–0	1000	நவம்பர் மாதத்திலிருந்து இராஜேந்திரம் பிள்ளையின் மறைவால் மஹாவிகடதூதன் நிரந்தரமாக நின்று போனது.

ஆதாரங்கள்: 1901ஆம் ஆண்டிலிருந்து 1927ஆம் ஆண்டு வரையிலான NNPR, அரசு ஆணைகள் மற்றும் வருடாந்திர அறிக்கைகள்.

~

7. பறையன் (1893 – 1900)

தலித் அறிவு வரலாற்றில் *பறையன்* இதழுக்குத் தனி இடமுண்டு. இந்த இதழை இரட்டைமலை சீனிவாசன் 7 அக்டோபர் 1893இல் தொடங்கினார். மாத இதழாகத் தொடங்கி மார்ச் 1894 முதல் வார இதழாக வளர்ச்சி பெற்று 1900 வரை வெளிவந்தது.[28] இதழ் ஆரம்பித்த மூன்றாவது வருடத்தில் *பறையன்* இதழுக்கெனச் சொந்தமாக அச்சகம் உருவானது. இரட்டைமலை சீனிவாசன் தனது சுயசரிதையில் இதழ் தொடங்கியதற்கான காரணத்தை இவ்வாறு கூறுகிறார்:

> 1818ஆம் வருஷம் இவ்வினக் குடியானவர்கள் முன்னேற்றமடைய வழிவகைகளைத் தெரிவிக்கும்படி கலெக்டர்களை ரெவினியு போர்டார் கேட்டிருந் தார்கள், அது எப்படியாயிற்றென்று தெரியவில்லை. 1893ஆம் வருடம் கல்வி கற்பித்து கொடுக்கத் தலைப்பட்டார்கள். 120 வருஷம் தூண்டுவாரற்று இருந்தார்கள். 1893ஆம் வருடம் சர்க்கார் வெளியிட்ட உத்தரவை ஒரு சிலாசாசனமாய் இவ்வினத்தார்கள் எண்ணினாலும் பலிதபடாமல் போய்விட்டது. அதற்கடுத்த படியாகத்தான் 1893ஆம் வருடம் 'பறையன்' என்ற பத்திரிகையைத் தூண்டுகோலாக வெளியிட்டேன்.[29]

அதற்கடுத்ததாக *பறையன்* என்ற பெயர் வைத்ததற்கான காரணத்தை இரட்டைமலை சீனிவாசன் விளக்குகிறார்,

> நான்! நான்!! என்ற மகா மந்திரத்தைச் ஜெபித்து கொண்டிருப்பவன் தன்னையுணர்ந்து சகலமுமறியும் ஞானியாகி தலைவனைக் காண்பதுபோல் நான்! நான்!! என்று எவன் ஒருவன் தன்னையும் தன் இனத்தையும் மறுக்காமல் அச்சமும் நாணமுமில் லாமல் உண்மை பேசி தன் சுதந்திரத்தைப் பாராட்டுகிறானோ அவன் மதிக்கப்பெற்று இல்வாழ்க்கையில் சம்பத்துள்ளவனாய் நித்திய சமாதானத்துடன் வாழ்வானாகையால் பறையர் இனத்தவனொருவன் "பறையன் என்பவன்

---

28. NNPR, 1883 முதல் 1899 வரை.
29. *திவான் பஹதூர் இரட்டைமலை ஸ்ரீனிவாசன் அவர்கள் ஜீவிய சரித்திர சுருக்கம்*, தலித் சாகித்ய அகாடமி, சென்னை, 1999, ப. 19.

> நான்தான்" என்று முன்வந்தாலொழிய அவன் சுதந்திரம் பாராட்ட முடியாமல் தாழ்த்தப்பட்டு என்றும் தரித்திரனாய் இருப்பானாகையால் 'பறையன்' என்னும் மகுடம் சூட்டி ஒரு பத்திரிகை பிரசுரித்தேன்.

இவ்விதழின் விலை பிரதி ஒன்றுக்கு இரண்டு அணா. இதழின் விளம்பரத்திற்கும் அச்சுக்கும் பத்து ரூபாய் செலவாகியுள்ளது. அச்சடிக்கப்பட்ட இரண்டு நாளைக்குள் சென்னை நகருக்குள் மட்டும் நானூறு பிரதிகள் விற்பனையாகின. மாத இதழாகத் தொடங்கப்பட்ட இவ்விதழ் மூன்று மாதங்களுக்குள் வார இதழாகியது. மூன்று வருடத்திற்குள் பத்திரிகைக்கெனச் சொந்தமாக அச்சுக்கூடம் ஏற்பட்டது.

இரட்டைமலை சீனிவாசனின் வாழ்க்கை விவரங்கள் அவரது சுயசரிதையில் கிடைக்கின்றன. செங்கல்பட்டு மாவட்டம் மதுராந்தகம் வட்டம் கோழியாளம் கிராமத்தில் 7 ஜூலை 1860இல் பிறந்தார். அவரது தந்தையின் பெயர் இரட்டைமலை. தாயார் பெயர் பொம்மி என்ற ஆதியம்மாள். இவரது குடும்பம் கோயம்புத்தூருக்குக் குடிபெயர்ந்தது. இரட்டைமலை சீனிவாசன் அங்குக் கல்வி பயின்றார். தனது 22ஆவது வயதில் நாட்டின் பல்வேறு பகுதிகளுக்குச் சுற்றுப்பயணம் மேற்கொண்டு தீண்டப்படாதவர் நிலையைக் கண்டறிந்தார். 1892ஆம் ஆண்டு பறையர் மஹாஜன சபையை நிறுவினார். தாழ்த்தப்பட்டோருக்காக ஆரம்ப காலத்தில் தொடங்கப்பட்ட சங்கம் இதுவேயாகும். லண்டனுக்குச் சென்று ஐந்தாம் ஜார்ஜ் மன்னரை நேரில் சந்தித்து ஒடுக்கப்பட்ட மக்களின் குறைகளைக் கோரிக்கைகளாக வைக்கலாம் என்று பயணத்தைத் தொடங்கினார். முதலில் அவர் ஆப்பிரிக்க ஜான்சிபார் தீவுக்குச் சென்றார். அங்கே இரண்டு வருடங்களிருந்து பணம் சேகரித்துக்கொண்டு தென்னாப்பிரிக்கா மார்க்கமாக லண்டனுக்குச் சென்றார். வழியில் டலகோபே என்னும் துறைமுகத்திலிறங்கி பாஸ்போர்ட்டுக்காகக் காத்திருந்தபோது மலேரியா காய்ச்சலால் பாதிக்கப்பட்டார். மருத்துவரின் பரிந்துரைப்படி குளிர் பிரதேசத்திலிருக்க வேண்டிய கட்டாயம் இருந்தது. இந்தியா திரும்பினால் மரணம்; லண்டனுக்குச் செல்ல ஆறு மாதம் கப்பல் பயணத்திற்கு உடல் ஒத்துழைக்காத நிலை என்ற சூழலில் தென்னாப்பிரிக்காவின் நெட்டால் மாகாணம் டர்பனில் மொழிபெயர்ப்பாளராக வேலை பார்த்தார். லண்டன் செல்லும் அவரது லட்சியப் பயணம் நிறைவேறாமலேயே தென்னாப்பிரிக்காவிலே வேலை பார்த்து 1921ஆம் ஆண்டு இந்தியா திரும்பினார்.

சென்னை மாகாண சபையின் நியமன உறுப்பினராக 1923ஆம் ஆண்டு நியமிக்கப்பட்டார். பதினைந்து ஆண்டுகள் சென்னை மாகாண சபை உறுப்பினராகப் பணியாற்றினார். ஒடுக்கப்பட்ட மக்களுக்கு அவர் ஆற்றிய தன்னலமற்ற சேவையைப் பாராட்டி அரசாங்கம் அவருக்கு 1 ஜனவரி 1926ஆம் ஆண்டு ராவ் சாஹிப் பட்டமும், 3 ஜூன் 1930ஆம் ஆண்டு ராவ் பஹதூர் பட்டமும், 1 ஜனவரி 1936ஆம் ஆண்டு திவான் பஹதூர் பட்டமும் வழங்கிக் கௌரவித்தது. 1931இல் அம்பேத்கருடன் இணைந்து லண்டனில் நடந்த வட்ட மேசை மாநாட்டில் தாழ்த்தப்பட்ட மக்களின் பிரதிநிதியாகக் கலந்து கொண்டார். தாழ்த்தப்பட்ட மக்களுக்காக அயராது உழைத்த இரட்டைமலை சீனிவாசன் 18 செப்டம்பர் 1945இல் மறைந்தார்.

'பறையன்' என்ற சொல்லின் தோற்றம்

தற்போது 'பறையன்' என்ற சொல் தமிழ்நாட்டில் உள்ள பட்டியலினச் சாதிகளில் ஒன்றைக் குறிக்கக்கூடியதாகும். பறையன் என்ற சொல்லைத் தொழில்பெயராக விளக்கும் போக்கு இருக்கிறது. பறை எனும் தோல் இசைக்கருவியை இசைத்ததால் பறையர்கள் என்று அழைக்கப்பட்டனர் என்கின்றனர். ஆனால் இதை மறுத்தும் வேறு பல விளக்கங்களும் தரப்பட்டுள்ளன. பண்டிதர் அயோத்திதாசர் பறையன் எனும் சொல் குறித்து எழுதும்போது பறையன் எனும் சொல் பூர்வ பௌத்தர்களை இழிவு படுத்துவதற்காகப் பிராமணர்களால் ஏற்படுத்தப்பட்டது என்கிறார். அதாவது ஆயிரத்து நூறு வருடங்களுக்கு முன்பு புத்த தம்மத்தைத் தழுவி நீதியிலும் நெறியிலும் சிறந்த விளங்கிய இம்மக்களை தாழ்ந்த சாதியோரென்றும், தாழ்ந்த வகுப்போரென்றும் வெளியே இருந்து வந்த சாதியினர் பொய் சொல்லி வந்தனர். தங்கள் வயிற்றை வளர்ப்பதற்காக பராய சாதியினர் (பிராமணர்களை அயோத்திதாசர் வேஷ பிராமணர் என்றும் அழைக்கிறார்) உன் சாதி சிறிதென்றும் என் சாதி பெரிதென்றும் பொய்க் கதைகளை ஏற்படுத்திப் பரப்பி வந்தனர். பூர்வ பௌத்தர்களான இவர்கள் பராய சாதியினர் தங்கள் கிராமங்களுக்குள் நுழைந்தால் சாணிப்பால் ஊற்றித் துரத்தியடிந்தனர். இவ்வாறு துரத்துவதும் பராய சாதியினர் ஓடுவதும் வழக்கமாயிருந்தது. இவ்வாறு பயந்து ஓடுகிறவர்களை வழியில் யாராவது பார்த்து ஏன் ஓடுகிறீர்கள் என்று கேட்கும்போது "அவர்கள் தாழ்ந்த சாதியார், எங்களை அவர்கள் தீண்டக்கூடாது" என்று பொய் சொல்லி ஓடுவதையே வழக்கமாகக் கொண்டிருந்தனர். இவர்களின் பொய்க் கதைகளுக்கு

அடங்காத பூர்வ பௌத்தர்களை இழிவுபடுத்தி சிற்றரசர்களையும் கல்வியற்ற பெருங்குடிகளையும் நம்ப வைத்தனர்.[30] மேலும் வேஷ பிராமணர்களின் பொய்களைப் பூர்வ பௌத்தர்கள் அம்பலப்படுத்தி வந்தனர். அப்படி அம்பலப்படுத்தி அடித்துத் துரத்தும்போது பறைகிறார்கள் பறைகிறார்கள் (எங்களைப் பற்றிய உண்மைகளை அம்பலப்படுத்துகிறார்கள்) என்று சொல்லிக்கொண்டே ஓடினார்கள் வேஷபிராமணர்கள். இதுவே பறையர்கள் என்ற பெயர் உருவானதற்கான காரணமாகக் கூறுகிறார் பண்டிதர். பறைதல் என்றால் சொல்லுதல் என்றே இன்றளவும் பொருளாகும்.

ராஜ் சேகர் பாசு தனது ஆய்வில், தமிழ் 1013ஆம் ஆண்டு இராஜராஜ சோழனின் கல்வெட்டில்தான் பறையன் என்ற சொல் காணப்படுகிறது. அதற்கு முந்தைய தமிழ் இலக்கியங்களில் பறையன் என்ற சொல் இடம்பெறவில்லை என்கிறார். (ஆனால் மாங்குடி மருதனாரின் புறநானூற்றுப் பாடலைக் குறிப்பிடவில்லை.) பொதுவாகப் பறையன் என்ற சொல் பறை என்பதிலிருந்து தோன்றியதாக ராபர்ட் கால்டுவெல் மற்றும் இந்திய அறிஞர்கள் பலரும் இதுவரை எழுதிவந்தனர். ஆனால் இந்த விளக்கம் திருப்தியளிப்பதாக இல்லை. முரசு எனும் பறையை அடிப்பவர்கள் மொத்தப் பறையர்களின் எண்ணிக்கையில் 120இல் ஒரு பங்கினர்தான் என்ற உண்மையைத் தெரிந்து கொண்டால் பறையடிப்பதால் இவர்களுக்குப் பறையர்கள் என்ற பெயர் வரவில்லை என்பதைப் புரிந்துகொள்ள முடியும். கர்னல் கன்னிங்ஹாம், லெட்டோர்னியோ, ஒப்பார்ட் போன்றவர்கள் பறையன் என்ற சொல் சமஸ்கிருதச் சொல்லான பஹாரியா (மலைப்பகுதியில் வசிப்பவன்) என்ற சொல்லிலிருந்தோ அல்லது (சங்ககாலத்தில் எயினர்களுக்கு வழங்கப்பட்ட பெயரான பொறையன்) என்ற சொல்லிலிருந்தோ தோன்றியிருக்க வாய்ப்பிருப்பதாக விளக்கம் தருகிறார்கள்.[31]

இச்சொல்லின் தோற்றத்திற்குப் பல விளக்கங்கள் இருந்தாலும் இன்றளவும் வெறுக்கத்தக்க சொல்லாகவே அது பயன்படுத்தப்பட்டு வருகிறது. இதற்குச் சிறந்த உதாரணம் தமிழ்ப் பேரகராதி. இது தமிழன் என்பதற்குப் பறையனொழிந்த தமிழ் சாதியான் என்று பொருள் கூறுகிறது. ஆக்ஸ்ஃபோர்டு ஆங்கில அகராதி பறையன் என்ற சொல்லுக்குச் சமூகத்தால் ஒதுக்கப்பட்டவன் என்ற பொருளைத் தருகிறது. இது இந்திய

---

30. *தமிழன்*, 23 மார்ச் 1910.

31. Raj Sekhar Basu, *Nandanar's Children*, p.3.

அளவில் மட்டுமில்லாமல் உலக அளவில் வெறுக்கக்கூடிய விஷயத்தைக் குறிப்பதற்குப் பறையன் என்ற சொல்லைப் பயன்படுத்துகின்றனர் என்பதை அறியத் தருகிறது. சமுகநீதி மரபு கொண்ட தமிழகத்தில் எளிதாக பயன்படுத்தக்கூடிய வசவுச்சொல்லாகவும் 'பறையன்' என்பது இருக்கிறது என்பதைக் கொண்டு அது சமூகத்தில் எந்தளவிற்கு இழிவான பொருளில் நுழைந்திருக்கிறது என்பதைப் புரிந்துகொள்ள முடியும். ஆனால் சாதிவெறி தலைவிரித்தாடிய 120 வருடங்களுக்கு முன்பு பறையன் எனும் பெயரில் பத்திரிகை ஒன்றை துணிச்சலுடன் இரட்டைமலை சீனிவாசன் ஆரம்பித்திருக்கிறார். மக்களின் இழிவு என்பது கற்பிக்கப்படுவதாகும். பறையன் என்ற சொல்லுக்குக் கற்பிக்கப்பட்ட இழிவை அதை வெளிப்படையாகப் பயன்படுத்துவதன் மூலமே சரிபடுத்த முடியும் என்று அவர் நம்பினார். அதனாலேயே 'பறையர் மஹாஜன சபை' என்ற அமைப்பையும் *பறையன்* என்ற பத்திரிகையையும் தொடங்கினார். ஆனால் பண்டிதர் அயோத்திதாசர் பறையன் என்ற சொல் பூர்வபௌத்தர்களை இழிவுபடுத்துவதற்காக பிராமணர்களால் ஏற்படுத்தப்பட்ட ஒன்றாகும்; ஆகவே அதைப் பயன்படுத்துவது என்பது அம்மக்களை மேலும் இழிவு படுத்துவதாகும்; இதற்குத் தீர்வாக அவர் வேறு பெயர்களைச் சென்றடைவதே சரியான வழியாகும் என்று முன்வைத்தார். இந்தக் கருத்தியல் பின்னணியில்தான் இரட்டைமலை சீனிவாசன் *பறையன்* என்ற பெயரிலும் பண்டிதர் *தமிழன்* என்ற பெயரிலும் இதழ்களைத் தொடங்கினர்.

பறையன் இதழில் வெளியான செய்திகள்

பறையன் இதழின் ஒரே ஒரு இதழ் மட்டுமே பார்வைக்குக் கிடைத்திருக்கிறது. இந்திய மொழிப் பத்திரிகைகளின் அறிக்கைகளில் இப்பத்திரிகையில் வெளியான செய்திகளின் சுருக்கங்கள் ஆங்கிலத்தில் மொழிபெயர்க்கப்பட்டுள்ளன. இந்தச் சுருக்கங்களே *பறையன்* இதழில் வெளியான செய்திகள் குறித்து அறிந்துகொள்ள உதவுகின்றன. அரசியல் கண்காணிப்பின் செயலாக இந்திய மொழிப் பத்திரிகைகளில் விவாதிக்கப்படும் அரசியல் முக்கியத்துவம் வாய்ந்த செய்திகள் ஆங்கிலத்தில் மொழிபெயர்க்கப்பட்டு ஒவ்வொரு மாகாணத்திலிருந்தும் இந்திய அரசுக்குச் சமர்ப்பிக்கப்பட்டன. இதில் அரசியல் முக்கியத்துவம் வாய்ந்த செய்திகள் மட்டுமே மொழிபெயர்க்கப்பட்டதால் பண்பாடு, சமூகம், மதம் போன்ற பிரச்சினைகள் குறித்து வெளியான செய்திகளில் அரசு கவனம் எடுத்துக்கொள்ளவில்லை. ஆகவே இங்கு அரசியல் முக்கியத்துவம் வாய்ந்த செய்திகளைக்

கொண்டே *பறையன்* பத்திரிகையின் உள்ளடக்கத்தை அறிந்து கொள்ள வேண்டியுள்ளது. கிடைத்துள்ள சுருக்கங்களைக் கொண்டு பார்க்கும்போது அது வெளிவந்த 1893ஆம் ஆண்டி லிருந்து 1900 வரை ஒடுக்கப்பட்ட மக்களுக்கான தண்ணீர், நிலம், கல்வி, சுகாதாரம், பாதுகாப்பு, அடிப்படை உரிமைகள், அரசியல் பிரதிநிதித்துவம் போன்ற பிரச்சினைகளில் அதிக கவனம் செலுத்தியுள்ளது புலப்படுகிறது. தாழ்த்தப்பட்ட மக்களின் நலனைக் கருத்தில் கொண்டு காங்கிரஸ் மீதான விமர்சனம், சிவில் சர்வீஸ் தேர்வை இந்தியாவில் நடத்தக்கூடாது என்ற கோரிக்கை ஆகியவற்றில் *பறையன்* தீவிரமாகச் செயல்பட்டு வந்துள்ளது. இப்பத்திரிகைக்கு வாசகர்கள் தமிழகத்தில் மட்டுமில்லாமல் திருவாங்கூர், கிருஷ்ணா, கர்னூல் போன்ற இந்தியப் பகுதிகளிலும் தென்னாப்பிரிக்கா, பர்மா, இலங்கை ஆகிய வெளிநாடுகளிலும் இருந்தனர் என்பதை வாசகர் கடிதங்கள் உறுதி செய்கின்றன. தாழ்த்தப்பட்ட மக்கள் எங்கெல்லாம் புலம்பெயர்ந்து சென்றனரோ அங்கெல்லாம் இப்பத்திரிகை சென்றடைந்தது. தங்களது துயரங்களை, கோரிக்கைகளை அங்கிருந்து கடிதமாக எழுதினர். அவை *பறையனி*ல் பிரசுரமாயின. ஒரு கிராமத்தில் அல்லது தனிப்பட்ட தீண்டப்படாதவருக்கு நிகழ்த்தப்படும் கொடுமைகளைப் பத்திரிகையில் அம்பலப்படுத்துவதன் மூலம் தலித் மக்களை அரசியல்படுத்தினார். மேலும் இச்செய்தியை அரசின் காதுகளுக்கு எட்டச்செய்தார். *பறையன்* பத்திரிகையில் வெளிவந்த செய்திகளில் சிவில் சர்வீஸ் தேர்வுப் பிரச்சினை குறித்து மட்டும் நாம் விரிவாக பார்க்கலாம்.

இந்தியாவில் சிவில் சர்வீஸ் தேர்வுக் கோரிக்கை

காலனிய ஆட்சிக் காலத்தில் மிக உயர்ந்த அரசுப் பதவியாக மாவட்ட ஆட்சியர் பதவி மதிக்கப்பட்டது. அரசுத் துறைகளின் அதிகாரிகள் போன்ற பதவிகளுக்கு இந்தியன் சிவில் சர்வீஸ் (ICS) தேர்ச்சி பெற்றவர்களையே நியமித்து வந்தனர். இந்தத் தேர்வு லண்டனில் மட்டுமே நடைபெற்றது. இந்தியர் யாராவது இந்தத் தேர்வை எழுத வேண்டுமானால் லண்டன் சென்று எழுத வேண்டும். லண்டன் செல்வது சாதாரணமானவர்களால் முடியாது. இதனால் இந்தியர்கள் அரசு ஆட்சியதிகாரத்தில் பங்கு வகிக்க முடிவதில்லை. இதனைக் கருத்தில் கொண்டு காங்கிரஸைச் சேர்ந்த தேசியவாதிகள் சிவில் சர்வீஸ் தேர்வை இந்தியாவிலும் நடத்த வேண்டும் என்று கோரிக்கை வைத்தனர். இந்தியப் பிரதிநிதிகள் இக்கோரிக்கையை இங்கிலாந்து மக்களவையில் தீர்மானமாக முன்வைத்தனர். 2 ஜூன் 1894 அன்று ஹெர்பர்ட்

பால் என்பவர் தீர்மானத்தை முன்மொழிய தாதாபாய் நௌரோஜி வழிமொழிந்தார். இந்தியாவில் இதன் நடைமுறை சாத்தியம் குறித்து பிரிட்டிஷ் அரசு கருத்துத் தெரிவிப்பதைப் பொறுத்து இது பரிசீலிக்கப்படும் என்ற நிபந்தனையுடன் இத்தீர்மானம் ஏற்றுக்கொள்ளப்பட்டது. இதன்படி பிரிட்டிஷ் அரசிடம் சிவில் சர்வீஸ் தேர்வை இந்தியாவில் நடத்துவது குறித்துக் கருத்துக் கேட்கப்பட்டது. அப்போது இந்தியாவில் செயலாளராக இருந்த ஃபவுலர் என்பவர் இந்தியாவில் தேர்வு நடத்துவதற்குச் சாதகமான சூழல் இல்லை என்று பதிலளித்தார். இந்தக் கோரிக்கை இங்கிலாந்து மக்களவையில் முன்வைக்கப்பட்டதற்கும் அதை இந்தியச் செயலாளர் மறுத்ததற்கும் இடையில் மிகப் பெரிய வாதப்போர் நடைபெற்றது. அந்த வரலாற்றில் இதுவரை வெளிச்சம் பாயாமலே இருந்துவருகிறது. இந்தக் கோரிக்கை குறித்த *பறையன்* பத்திரிகையின் தொடர் பிரச்சாரம் மிகவும் கவனிக்கத்தக்கதாகும்.

இந்தக் கோரிக்கை காங்கிரஸ் தரப்பில் முன்வைக்கப்பட்டதுமே இரட்டைமலை சீனிவாசன் எதிர்வினையாற்ற ஆரம்பித்தார். அவர் பறையர் மஹாஜன சபையைக் கூட்டி இந்தியாவில் சிவில் சர்வீஸ் தேர்வு நடத்தக்கூடாது என்பதை வலியுறுத்தி 112 அடி நீளமுள்ள கோரிக்கை மனு ஒன்றைத் தயார் செய்து அதில் 3412 உறுப்பினர்களிடம் கையெழுத்து வாங்கி ஜெனரல் சர் ஜார்ஜ் ஜெஸ்னி எனும் இங்கிலாந்து நாடாளுமன்ற உறுப்பினர் மூலமாகப் பிரிட்டிஷ் மக்களவையில் சமர்ப்பித்தார். இக்கூட்டம் பற்றியும் மனு குறித்தும் 10 ஜனவரி 1894இல் கன்னட மொழிப் பத்திரிகையான *விருத்தாந்த பத்திரிக்காவிலும்* மலையாள மொழிப் பத்திரிகையான *கேரள சஞ்சாரியிலும்* செய்திகள் வெளியிடப்பட்டன. இந்த சிவில் சர்வீஸ் தேர்வு குறித்து ஆறு செய்திகள் கிடைக்கின்றன. இவற்றிலிருந்து *பறையன்* பத்திரிகையின் நிலைப்பாடு தெளிவாகத் தெரிகிறது. அதாவது சிவில் சர்வீஸ் தேர்வு இந்தியாவில் நடத்தப்படுமானால் இங்கிருக்கக்கூடிய பிராமணர், உயர்சாதியினர் மட்டுமே அதில் வெற்றிபெறுவர். இதனால் அவர்கள் அரசு உயர் பதவிகளில் அமர்ந்துகொண்டு தீண்டப்படாத மக்களை மேலும் ஒடுக்குவர். ஆகவே பிரிட்டிஷ் அரசு இதை அனுமதிக்கக் கூடாது. மேலும் தங்கள் கருத்தை ஆதரிக்கக்கூடிய முஸ்லிம் இயக்கங்களுடனும் பறையன் தன்னை இணைத்துக்கொண்டது.

பறையன் பத்திரிகையில் 1 டிசம்பர் 1893இல் சிவில் சர்வீஸ் தேர்வு பிரச்சினை குறித்த முதல் கட்டுரை வெளியானது. இந்தக் கட்டுரையில் "சிவில் சர்வீஸ் தேர்வை இந்தியாவில் நடத்துவதால்

பிராமண, உயர்சாதி இந்துக்கள் மட்டுமே எளிதில் தேர்ச்சி பெற்று கலெக்டர்களாகவும் உயர் அதிகாரிகளாகவும் பதவிவகிப்பர். இந்த அதிகாரத்தினால் பறையர்களையும் பிற கீழ்சாதி மக்களையும் மிகவும் மோசமாக நடத்துவர். ஆகவே இத்தேர்வை இந்தியாவில் நடத்தக்கூடாது" என்கிறார். இரண்டாவது செய்தி ஜூன் 1894இல் வெளியானது. அதில் "வங்காளிகள், பிராமணர்கள் எனும் இரு வகுப்பார் மட்டுமேயுள்ள தேசிய காங்கிரஸ் தங்களது சுயநலத்திற்காக இந்தியாவிலும் இங்கிலாந்திலும் சிவில் சர்வீஸ் பரீக்ஷை நடத்தப்பட வேண்டுமென்று கூச்சலிடுகின்றது. ஆனால் ஃபவுலர் என்னும் துரை இதை மறுத்து வெளியிட்டதால் இப்போது எந்தக் கூச்சலுமில்லை" என்கிறது.

இந்தியச் செயலரின் அறிக்கையைப் பொறுத்தே இந்த விசயத்தில் மேற்கொண்டு நடவடிக்கை எடுக்கப்படும் என்று இங்கிலாந்து மக்களவையில் அறிவிக்கப்பட்டது. ஆனால் இந்தியச் செயலரின் அறிக்கை காங்கிரஸின் கோரிக்கைக்கு ஆதரவாக இல்லாததால் காங்கிரஸ் அனுதாபிகள் மத்தியில் பெருத்த மவுனம் ஏற்பட்டது. மேலும் தற்போது இந்தியாவில் சிவில் சர்வீஸ் தேர்வு நடத்துவதற்கு சாதகமான சூழல் இல்லை என்பதையும் இந்தியச் செயலாளர் இங்கிலாந்து நாடாளுமன்றத்தில் தெரிவித்தார். இந்தச் சூழலில் *பறையன்* (25 ஆகஸ்டு 1894) "ஏக காலத்தில் இந்தியாவிலும் இங்கிலாந்திலும் சிவில் சர்வீஸ் பரீக்ஷை நடத்தப்பட வேண்டுமென்று ஜாதி இந்துக்களின் கோரிக்கையானது கிடைக்கக்கூடாததாயிற்று" என்று செய்தி வெளியிட்டது. ஃபவுலரின் இந்த அறிவிப்பைத் தொடர்ந்து காங்கிரஸார் அடுத்த கூட்டத்தைக் கூட்டினர்.

பல சுதேசியப் பத்திரிகைகள் சிவில் சர்வீஸ் தேர்வை இந்தியாவில் நடத்துவதற்கு ஆதரவாக எழுதிவந்தன. *பறையனும்* சில இஸ்லாமியப் பத்திரிகைகளும் இதற்கு எதிரான வாதங்களை முன்வைத்தன. காங்கிரஸ் இக்கோரிக்கையை வலியுறுத்தி, சென்னை பச்சையப்பன் கல்லூரி அரங்கில் கூட்டத்தைக் கூட்டியது. *பறையன்* தனது 22 செப்டம்பர் வெளியீட்டில் இக்கூட்டத்தில் பேசிய ஒவ்வொருவரின் பேச்சையும் விமர்சித்து கட்டுரை வெளியிட்டது. இக்கூட்டத்தில் இந்தியக் கிறிஸ்தவரும் முஸ்லிம்களும் பறையர் உள்ளிட்ட தாழ்த்தப்பட்ட சாதியைச் சேர்ந்தவர்களும் கலந்துகொள்ளவில்லை. பச்சையப்பன் கல்லூரி மாணவர்கள் மட்டுமே கலந்துகொண்டனர். இக்கோரிக்கை நிறைவேறினால் சில உயர்ந்த உத்தியோகங்களைப் பிராமண, உயர் சாதியினரே கைப்பற்றிக்கொள்வர். பிற வகுப்பாரின் நலனைக் கருத்தில் கொள்ளாத சுயநலவாதிகளான பிராமணர்கள் இந்த உயர் பதவிகளை வகித்தால் தாழ்த்தப்பட்டோரின் நிலை

இதைவிட மோசமாகும் என எண்ணினார். இதற்கு ஆதரவான கருத்தை முஸ்லிம் பத்திரிகை *ஜாரிதா ஐ ரோஜ்கர்* வெளியிட்டது.

இரட்டைமலை சீனிவாசனின் இந்நிலைப்பாடு காங்கிரஸிற்கு அரசியல் ரீதியான சரிவை ஏற்படுத்தியது. தாழ்த்தப்பட்டோர் தரப்பிலிருந்து வந்த நெருக்கடியைச் சரிசெய்துகொள்ளத் தீண்டப்படாதவர்களுக்கு ஆதரவான செயல்திட்டங்களை வகுப்பதில் முனைப்பு காட்ட வேண்டிய அவசியம் காங்கிரசுக்கு ஏற்பட்டது. இதன் ஒரு முயற்சியாக தாதாபாய் நௌரோஜி சென்னை காங்கிரஸ் கமிட்டிக்குக் கடிதம் எழுதினார். அதில் தாழ்த்தப்பட்டோர் பிரச்சனை குறித்து காங்கிரஸ் பாடுபட வேண்டும் என்றும் அதற்கான செயல் திட்டங்களைக் காங்கிரஸ் வகுக்க வேண்டும் என்றும் கேட்டுக்கொண்டார். இதைப் *பறையன்* பத்திரிகையின் பிரச்சாரத்திற்குக் கிடைத்த வெற்றியாகப் பார்க்க முடியும். இதன் தொடர்ச்சியாகக் காங்கிரஸ் இயக்கத்தில் தாழ்த்தப்பட்டோருக்குப் பிரதிநிதித்துவம் தரப்பட்டது.

இரட்டைமலை சீனிவாசன் தன் சுயசரிதையில் “சிவில் சர்வீஸ் பரீக்ஷை இந்தியாவில் நடைபெற வேண்டுமெனப் பார்லிமெண்ட்டு முன்பாக காங்கிரஸ்காரர் கொண்டுபோன மசோதாவைத் தாழ்த்தப்பட்டார் எதிர்மறுத்து வெற்றிபெற்றனர். 45 வருஷங்களாகக் காங்கிரஸ்காரரோடு தாழ்த்தப்பட்டார் வாதம் தொடுத்து கொண்டிருக்கிறார்கள்” என்று குறிப்பிடுகிறார்.

பிரச்சினை முடிந்து ஒரு வருடம் கழித்து மீண்டும் இக்கோரிக்கை தாதாபாய் நௌரோஜியால் முன்னெடுக்கப்பட்ட போது *பறையன்* பத்திரிகை “மிஸ்டர் தாதாபாய் நௌரோஜி பாராளுமன்றத்தில் ஐ.சி.எஸ். பரீக்ஷை விசயத்தில் அரசுச் செயலாளரின் முடிவு நியாயமற்றது எனும் கருத்தை முன்மொழிய விருக்கிறார். சில பிராமணர்களால் முன்னெடுக்கப்படும் நியாயமற்ற இந்தக் கோரிக்கையை எதிர்ப்பதற்குச் சூத்திரர்கள், முஸ்லிம்கள், பறையர்கள் ஒன்றிணைய வேண்டும்”, என்று அறைகூவல் விடுத்தது.[32]

ஆனால் அடுத்த சில மாதங்களில் இக்கோரிக்கை நிரந்தரமாக முடிவுக்கு வந்தது. அதாவது 1892 முதல் ஐக்கிய ராஜ்ஜியத்தின் நாடாளுமன்ற உறுப்பினராக பதவிவகித்துவந்த தாதாபாய் நௌரோஜியின் பதவிக்காலம் 1895இல் முடிந்தது. அடுத்த தேர்தலில் அவருக்கு எதிராகப் போட்டியிட்ட வேட்பாளர் பாவ்னகிரி பிரிட்டிஷ் நாடாளுமன்ற உறுப்பினராக வெற்றிபெற்றார். இதனால் இப்பிரச்சனை குறித்து பிரிட்டிஷ்

32. *பறையன்* 15 ஜூன் 1895, NNPR.

நாடாளுமன்றத்தில் குரல் எழுப்பக் காங்கிரஸிற்கு பிரதிநிதி இல்லாமல் போனது. தாதாபாய் நௌரோஜியின் தோல்வி குறித்து மகிழ்ச்சி தெரிவித்துப் *பறையன்* செய்தி வெளியிட்டது. அதில் நௌரோஜியின் தோல்வி பிராமணர்களை மட்டுமே தலைவர்களாகக் கொண்ட காங்கிரஸைப் பலவீனப்படுத்தும், ஆகவே இனிமேல் அவர்கள் நினைத்ததைச் சாதிக்க முடியாது. மேலும் இப்போது உறுப்பினராகியிருக்கும் பாவ்னகிரி, இந்திய ஏழைகளின் கோரிக்கைகளையும் நாடாளுமன்றத்தில் முன்வைத்துப் போராடுவதோடு காங்கிரஸின் இயலாமையையும் வெளிப்படுத்துவார் என்று நம்பிக்கை தெரிவித்தது.

'சுதேசமித்திர'னும் ஐ.சி.எஸ். தேர்வும்

பறையன் பத்திரிகை வெளிவந்துகொண்டிருந்த காலத்தில் தமிழில் காங்கிரஸ் இயக்கத்தின் ஆதரவுப் பத்திரிகைகளில் ஒன்றான *சுதேசமித்திரன்* அதிக வாசகர்களைக் கொண்டிருந்தது. *பறையன்* பத்திரிகை காங்கிரஸிற்கு எதிரான பிரச்சாரத்தை மேற்கொண்டிருந்தபோது *சுதேசமித்திரன்* காங்கிரஸிற்கு ஆதரவாகப் பிரச்சாரம் செய்தது. *பறையன்* இதழ் ஒருபுறமும் *சுதேசமித்திரன்* மறுபுறமும் எதிரெதிர் கருத்தியல் நிலையில் நின்று போராடின. ஐ.சி.எஸ். தேர்வை இந்தியாவில் நடத்த வேண்டுமென்று சுதேசிய ஆதரவுப்பத்திரிகைகள் பிரச்சாரம் செய்து வந்தன. அவற்றில் ஐ.சி.எஸ். தேர்வு குறித்து *சுதேசமித்திரனில்* 16 ஜூன் 1893இல் வெளியான செய்தியில்,

> "நெடுநாளைய சூடான விவாதத்திற்குப்பின்பு பிரிட்டிஷ் பாராளுமன்றமும் அரசாங்கமும் சிவில் சர்வீஸ் தேர்வை இந்தியாவிலும் இங்கிலாந்திலும் ஏககாலத்தில் நடத்துவதற்குச் சம்மதம் தெரிவித்தன. இதன் நடைமுறை சாத்தியம் குறித்து இந்திய அரசாங்கத்திடம் கருத்து கேட்கப்பட்டது. இந்திய அரசாங்கம் தெரிவிக்கும் ஆதரவான கருத்தைப் பொருத்துத்தான் இதன் நடைமுறை சாத்தியம் இருந்தது. ஆனால் பிரிட்டிஷ் இந்திய அரசாங்கம் இதை அங்கீகரிப்பதற்குத் தயாராக இல்லை என்பதற்கான அறிகுறிகள் தென்பட்டன. இந்தச் சூழல் சுதேசிய மக்கள் மத்தியில் பெரும் ஏமாற்றத்தை ஏற்படுத்தியுள்ளது. பிரிட்டிஷ் இந்திய அரசாங்கம் நடந்துகொள்ளும் விதத்தைப் பார்த்தால் இந்தியாவில் தேர்வை நடத்துவதற்கு எதிர்ப்புத் தெரிவிக்கும் என்றே தெரிகிறது. பிரிட்டிஷ்

இந்திய பெங்கால் சங்கம் கேட்டுக்கொண்டபடி இக்கோரிக்கையை நிறைவேற்றும்பொருட்டுப் பொதுக்கூட்டங்களை நடத்தி பிரிட்டிஷ் பாராளுமன்றத்திற்கும் அரசாங்கத்திற்கும் மனுசெய்வது சுதேசிகளின் கடமையாகும். சிவில் சர்வீஸ் தேர்வை இந்தியாவிலும் நடத்துவதற்கு இதுபோன்ற கூட்டங்களை நடத்துவது ஒன்றே நம்மால் செய்யக்கூடிய ஒன்றாகும்."

என்று வெளியிட்டது.

"இந்தியச் செயலாளர் சிவில் சர்வீஸ் தேர்வை இந்தியாவில் நடத்துவதற்கு நடைமுறை சாத்தியம் இல்லை என்று தெரிவித்திருப்பதைப் பார்க்கும்போது அரசாங்கம் இக்கோரிக்கையை நிறைவேற்றுவதாகத் தெரியவில்லை. நாம் பிரிட்டிஷ் அரசாங்கத்தை மட்டுமே நம்பியிராமல் இக்கோரிக்கை வெற்றியடைவதற்கு பிரிட்டிஷ் பாராளுமன்றத்திலும் மக்களிடமும் முறையிட வேண்டும்"[33]

என்றும் சுதேசமித்திரன் எழுதியது.

சுதேசமித்திரன் வெளியிட்ட இந்த இரண்டு செய்திகளும் சிவில் சர்வீஸ் தேர்வு குறித்த சுதேசிகளின் முயற்சிகளைக் காட்டுகிறது. ஆனால் இதற்கு எதிரான நடவடிக்கைகளில் ஈடுபட்ட பறையன் இதழ் மற்றும் இஸ்லாமிய இதழ்கள் விவாதித்த குறிப்புகள் சுதேசமித்திரனில் கிடைக்கவில்லை. அதாவது இந்தியச் செயலாளர் சிவில் சர்வீஸ் தேர்வை இந்தியாவில் நடத்துவதற்கு நடைமுறை சாத்தியம் இல்லை என்று தெரிவித்ததற்குப் *பறையன்* பத்திரிகையின் செயல்பாடும் ஒரு காரணம் என்பதைச் சுதேசியவாதிகள் நன்கு அறிந்திருந்தனர். சுதேமித்திரனின் இக் கருத்தை ஆதரித்துப் பல பத்திரிகைகள் செய்திகள் வெளியிட்டன. உதாரணமாக *ஆந்திரபிரகாசிகா* எனும் தெலுங்கு வாரப்பத்திரிகை பச்சையப்பன் கல்லூரியில் நடந்த கூட்டத்தை மேற்கோள் காட்டி பிரிட்டிஷ் இந்திய அரசு சிவில் சர்வீஸ் தேர்வை இந்தியாவில் நடத்துவதற்கு அனுமதி அளிக்க வேண்டுமென்ற கோரிக்கையை வலியுறுத்தியது.[34] மற்றொரு தெலுங்கு–ஆங்கில இருமொழி இதழான *விவேகவர்தனி*

---

33. *சுதேசமித்திரன்*, 6 பிப்ரவரி 1894, NNPR.
34. *ஆந்திரபிரகாசிகா*, 12 ஆகஸ்ட் 1893, NNPR.

சிவில் சர்வீஸ் தேர்வை இந்தியாவில் நடத்த வேண்டும்[35] என்று கோரிக்கை வைத்தது. *விருத்தாந்த சிந்தாமணி* எனும் கன்னடப் பத்திரிகையும் தனது ஆதரவைத் தெரிவித்து நீண்ட கட்டுரை ஒன்றை வெளியிட்டது. அந்தக் கட்டுரையில் "மிஸ்டர் தாதாபாய் நௌரோஜியும் பிறரும் பெருமுயற்சி எடுத்து சிவில் சர்வீஸ் தேர்வை இந்தியாவிலும் இங்கிலாந்திலும் ஒரேநேரத்தில் நடத்துவதற்குப் பிரிட்டிஷ் மக்களவையில் மசோதாவைக் கொண்டுவந்தனர். ஆனால் ஒருசில முகமதியப் பத்திரிகைகள் எதிர்ப்பதைக் காரணம் காட்டி ஐரோப்பியர்கள் அதை நிறைவேற்றவிடாமல் செய்கின்றனர். இது சரியா தவறா என்று தீர்மானிப்பதை வாசகர்களின் விருப்பத்திற்கு விட்டுவிடுகிறோம்"[36] என்றது. இங்கு முகம்மதியப் பத்திரிகைகள் சில எதிர்ப்பு தெரிவித்திருந்தன என்று கூறப்பட்டிருந்தாலும் அது *பறையன்* பத்திரிகையின் எதிர்ப்பையும் சேர்த்தே குறிப்பதாக நாம் கருதவேண்டும்.

தலித் அல்லாத பத்திரிகைகளின் ஆதரவு

சிவில் சர்வீஸ் தேர்வு விசயத்தில் அரசியல் பேசும் பத்திரிகைகள் முரண்பட்ட கருத்துகளோடு இரண்டு அணிகளாக பிரிந்திருப்பதைப் பார்க்கமுடிகிறது. *பறையன்* பத்திரிகையின் கருத்துக்கு ஆதரவாகச் சில இஸ்லாமியப் பத்திரிகைகளும் வேறு சில தலித் அல்லாத பத்திரிகைகளும் பிரச்சாரம் செய்தன. இவற்றில் *கேரள சஞ்சாரி* (மலையாளம்), *விருத்தாந்த பத்திரிக்கா* (கன்னடம்), *விருத்தாந்த சிந்தாமணி* (கன்னடம்) போன்றவை குறிப்பிடத்தக்கவை. *கேரள சஞ்சாரி* சிவில் சர்வீஸ் தேர்வு விசயத்தில் *பறையன்* பத்திரிகையின் நிலைப்பாட்டைத் தொடர்ந்து பதிவுசெய்து வந்தது. முதலில் ஒரு செய்தியில் "சிவில் சர்வீஸ் தேர்வில் தேர்வானவர்களுக்குக் கண்டிப்பாகச் சில வருடம் இங்கிலாந்தில் பயிற்சி மேற்கொள்ளும்படி சட்டம் கொண்டுவர வேண்டும். மேலும் இந்தியாவிலும் இங்கிலாந்திலும் ஒரே நேரத்தில் தேர்வு நடத்துவதைப் பறையர்கள் எதிர்க்கப் போகிறார்களாம். தங்களது எதிர்ப்பை மனுவாக அரசுக்கு அனுப்பி வைக்க இருக்கிறார்களாம்"[37] என்கிறது. மேலும் "உயர்சாதியினர் பறையர்களை மிகவும் மோசமாக நடத்தும் போது, அவர்கள் [பறையர்கள்] இந்த நிலைப்பாட்டை எடுத்ததில் ஆச்சரியப்படுவதற்கு ஒன்றுமில்லை"[38] என்று குறிப்பிடப்பட்டுள்ளது. *விருத்தாந்த சிந்தாமணி* தனது செய்தியில் "இந்தியாவிலும்

35. *விவேகவர்தனி*, 2 ஆகஸ்ட் 1893, NNPR.
36. *விருத்தாந்த சிந்தாமணி*, 25 நவம்பர் 1893, NNPR.
37. *கேரள சஞ்சாரி*, 10 ஜனவரி 1894, NNPR.
38. *கேரள சஞ்சாரி*, 31 ஜனவரி 1894, NNPR.

இங்கிலாந்திலும் ஏககாலத்தில் தேர்வு நடத்துவதை இந்தியச் செயலாளர் நிராகரித்ததற்கு முழுக்க முழுக்க முகமதியர்களும் பறையர்களும் அதை எதிர்த்து அரசுக்குக் கோரிக்கை மனுக்களை அனுப்பியதே காரணமாகும். இந்தியர்களுக்குள் பலத்த ஒற்றுமை இல்லாமல் எதையும் நாம் பெறமுடியாது. முதலில் நாம் இந்தியர்களுக்கிடையே ஒற்றுமையை ஏற்படுத்திவிட்டு அதன்பிறகு சலுகைகளை கேட்கவேண்டும்" என்கிறது.[39] அடுத்து *விருத்தாந்த பத்திரிக்கா* எனும் கன்னட மொழிப் பத்திரிகை "இந்தியாவிற்கு வெளியே செல்லாதவர்கள் ஆட்சிப் பொறுப்பைச் சிறப்பாக நிறைவேற்ற முடியாது. ஆட்சி நிர்வாக விசயத்தில் ஏதாவது தவறு நடந்தால் அது பிற நாடுகளுடன் போர் ஏற்படும் சூழ்நிலைக்குக் கொண்டுவிடும் அபாயம் இருக்கிறது. மேலும் இந்தியாவில் கிடைக்கும் கல்வி இதுபோன்ற பொறுப்புள்ள பதவிகளுக்கு தகுந்த பயிற்சியைத் தருவதில்லை. நூல்களை வாசிப்பது மட்டுமே நமது கல்வி முறையாக இருக்கிறது. ஆகவே சிவில் சர்வீஸ் பதவிக்குத் தகுதியாவதற்கு இங்கிலாந்திலேயே கல்வி கற்க வேண்டும்."[40] என்றது.

அடுத்து *விருத்தாந்த பத்திரிக்கா* "பறையர்களின் கூட்டம் ஒன்று மெட்ராஸில் நடந்தது. அக்கூட்டத்தில் இந்தியாவில் இந்திய சிவில் சர்வீஸ் போட்டித் தேர்வை நடத்துவது ஏற்கத்தக்கது அல்ல என்றும் இது இங்குள்ள பெரும்பாலான மக்களைப் பாரபட்சத்துடன் நடத்துவதற்கு வழிவகுக்கும் என்றும் குறிப்பிட்டுள்ளார்கள். இந்தக் கோரிக்கை மனு பாராளுமன்றத்திற்கு அனுப்பப்பட்டுள்ளது. ஆகஸ்ட் மாதம் நடக்கவிருக்கும் பாராளுமன்றக் கூட்டத்தில் இக்கோரிக்கைக்கு உரிய கவனம் தரப்படும் என்று நம்புகிறோம்"[41] என்றது. தமிழ் பத்திரிகைகள் எதுவும் *பறையனி*ன் கோரிக்கைக்கு ஆதரவாகக் குரல் கொடுத்ததாகத் தரவுகள் கிடைக்கவில்லை. ஒரு வேளை எந்தப் பத்திரிகையும் ஆதரவு தெரிவிக்காமல் இருந்திருக்கலாம். சமகாலத்தில் வெளியான தலித் பத்திரிகையான *விகடதூதன்* பத்திரிகையில் சிவில் சர்வீஸ் தேர்வு குறித்த செய்திகள் கிடைக்கவில்லை. 1893இல் 1500 பிரதிகள் விற்பனையைக் கொண்டிருந்த அப்பத்திரிகை அரசியல் செய்திகளை வெளியிட்டு வந்தாலும் சிவில் சர்வீஸ் தேர்வு குறித்து எந்தக் கருத்தும் தெரிவித்ததாகத் தெரியவில்லை. *சுதேமித்திர*னுக்கு ஆதரவாகவும் தமிழ்ப் பத்திரிகைகள் எழுதவில்லை. தமிழகத்தில் அப்போது

---

39. *விருத்தாந்த சிந்தாமணி*, 11 ஜனவரி 1894, NNPR.
40. *விருத்தாந்த பத்திரிக்கா*, 15 ஜூன் 1893, NNPR.
41. *விருத்தாந்த பத்திரிக்கா*, 11 ஜனவரி 1894, NNPR.

நிலவிய அரசியல் சூழலே இதற்குக் காரணமாகும். தமிழ்ப் பத்திரிகைகள் பொதுவாக இலக்கியம், மதம், உள்ளூர் சார்ந்த விசயங்களிலேயே அதிக கவனம் செலுத்தி வந்தன. தமிழகத்தில் சுதேசிய அரசியல் 1900க்குப் பின்பே வளர்ச்சியடையத் தொடங்கியது. காந்தியின் வருகைக்குப் பின்பு அது உச்சத்தை அடைந்தது. *பறையன்* இதழின் எதிர்ப்பையும், பறையர் கோரிக்கை மனு குறித்த செய்தியையும் எந்தவொரு தமிழ்ப் பத்திரிகையும் பதிவு செய்யவில்லை. ஆனால் பிறமொழிப் பத்திரிகைகள் (கன்னடம், மலையாளம்) பதிவு செய்துள்ளன.

சுதேசிகளின் ஐ.சி.எஸ். தேர்வு குறித்த கோரிக்கை தோற்றபோது அதற்கு இஸ்லாமியர்களும் பறையர்களும் அனுப்பிய கோரிக்கை மனுவும் ஒரு முக்கியக் காரணம் என்பதைச் *சுதேசமித்திரன்* குறிப்பிடவில்லை. ஆனால் சிவில் சர்வீஸ் தேர்வு கோரிக்கை தோற்றதற்கு "முகமதியர்களும் பறையர்களும் அதை எதிர்த்து அரசுக்கு கோரிக்கை மனுக்களை அனுப்பியதே காரணமாகும்" என்று கன்னடப் பத்திரிகை *விருத்தாந்த சிந்தாமணி* பதிவு செய்திருக்கிறது. இது *பறையன்* பத்திரிகையின் பிரச்சாரத்திற்குக் கிடைத்த அரசியல் வெற்றியாகும். தலித் அறிவு ஜீவிகள், அரசியல் தலைவர்கள் பிரிட்டிஷ் ஆளுகைக் காலமே தங்களின் கோரிக்கைகளை வென்றெடுப்பதற்குரிய காலமாகக் கருதினர். பிரிட்டிஷ் நிர்வாகம் மட்டுமே பிராமண, உயர் சாதியினரின் ஒடுக்குதல்களிலிருந்து தங்களைக் காப்பாற்றும் என்றும் நம்பினர். இதன் விளைவாகச் சுதேசிய எதிர்ப்பு என்ற அரசியல் நிலைக்கு வந்தடைந்தனர். காங்கிரஸ் தன்னை ஒட்டுமொத்த இந்தியர்களின் பிரதிநிதியாகக் காட்டிக்கொண்டு தனது கோரிக்கைகளை நிறைவேற்றிக்கொள்ள முயன்றது. ஆனால் தலித் தரப்பு இந்திய சாதிய யதார்த்தத்தையும் சாதிய ஒடுக்குதலையும் கோரிக்கை மனுக்கள் மூலமும் பத்திரிகைகள் வாயிலாகவும் பிரிட்டிஷாருக்கு தெரிவித்தது.

பறையர்களுக்கான தனிப்பள்ளி கோரிக்கை

சென்னை அரசாங்கம் 1.02.1893 தேதியிட்ட அரசாணை 68ஐ வெளியிட்டது. இந்த அரசாணை ஏழு அல்லது அதற்கு மேலான எண்ணிக்கையில் குழந்தைகள் படிக்கும் பள்ளிகளுக்கு அரசு நிதிஉதவி பெற வழிவகைசெய்தது. அந்த அரசாணையின் சில பிரிவுகள் தாழ்த்தப்பட்டோருக்குப் பயனளிக்கும் விசயங்களைக் கொண்டிருந்தது. அதாவது தாழ்த்தப்பட்டோருக்கெனத் தனிப்பள்ளிகளைத் தொடங்குவது, பிற பள்ளிகளில் தாழ்த்தப் பட்டோர் குழந்தைகளுக்கு அரைக்கட்டணச் சலுகை வழங்குவது என்பவை இச்சட்டத்தின் சாரம்சம். இந்த அரசாணைக்குப் பின்பு

தாழ்த்தப்பட்டோருக்கான கல்வியை நடைமுறைப்படுத்துவதில் பல தடைகள் ஏற்பட்டன. இரட்டைமலை சீனிவாசன் தன் சுயசரிதையில் பின்வருமாறு எழுதுகிறார்.

> தீண்டாதாருக்கு போதிக்க ஜாதி இந்துக்கள் முன்வராமலிருந்துவிட்டார்கள். தீண்டாதாருக்குச் ஜனசமூகத்தில் உபாத்தியாயர்கள் கிடைக்க வில்லை. சென்னை நகரில் மதமாற்றலுகென்று அவரவர்கள் ஸ்தாபித்திருந்த பள்ளிக்கூடங்களுக்குக் கவர்ண்மெண்டார் உத்தரவு அனுகூலமாயிராததால் அந்த விதிகளின்படி இந்த இனத்துப் பிள்ளைகளைச் சேர்த்துக்கொள்ள மனமில்லாதவர்களாயிருந் தார்கள். ஆகையால் கவண்மென்டார் உத்திரவு சென்னை நகருக்குள் பலிதப்படாமல் போய் விட்டது. இந்த தௌர்பாக்கியமான நிலையைக் கவர்ண்மென்டாருக்கு 1898ஆம் வருடம் அக்டோபர் மாதம் 21ஆம் தேதி தெரிவித்தேன். நான் தெரிவித்ததின் பயனாகச் சென்னை முனிசிபாலிட்டியார் பாடசாலைகளை ஸ்தாபிக்க வேண்டி உத்தரவளித்தார்கள்.”

இவ்வாறு தொடங்கப்பட்ட பள்ளிகளில் அவ்வளவு எளிதில் தாழ்த்தப்பட்ட குழந்தைகளைச் சேர்த்துவிட முடியவில்லை. பள்ளியில் சேர்க்கை கிடைத்தும் தீண்டாமை கொடுமையினால் பள்ளிகளுக்குள் குழந்தைகள் அனுமதிக்கப்படவில்லை. குடும்ப வறுமை காரணமாக அவர்கள் விவசாயக் கூலி வேலைக்குச் செல்லவேண்டிய கட்டாயமும் இருந்தது. இப்பிரச்சனைகள் குறித்துப் *பறையன்* தொடர்ந்து செய்திகள் வெளியிட்டு வந்தது. இதற்குத் தீர்வாகப் பறையர்களுக்கெனத் தனிப்பள்ளிக்கூடங்களும், அக்குழந்தைகளுக்கு உணவுக்கு உதவித்தொகை வழங்குவதுமே சரியான தீர்வாக இருக்குமென இரட்டைமலை சீனிவாசன் கோரிக்கை முன்வைத்தார். இதன் விளைவாகப் பறையர்களுக்குத் தனிப்பள்ளிக்கூடங்களைத் அரசு தொடங்கியது.[42]

தாழ்த்தப்பட்ட குழந்தைகள் எவ்வாறு பொதுப்பள்ளிகளி லிருந்து விலக்கப்பட்டனர் என்பதைப் *பறையன்* பத்திரிகையில் வெளியான பின்வரும் செய்தி விளக்குகிறது.

---

42. தீண்டப்படாதோருக்கான கல்விச்சேவையில் கிறிஸ்தவ மிஷனரிகள், தியசாபிகல் சொசைட்டியின் நிறுவனா் ஹென்றி ஸ்டீல் ஆல்காட் ஆகியோரின் பணி இங்கே நினைவுகூரத்தக்கது. ஆல்காட் 1894இல் பஞ்சமா் இலவசப் பள்ளிகளைத் தொடங்கினாா். வெஸ்லியன் மெத்தடிஸ்ட் மிஷனரியினா் தீண்டப்படாதோருக்கான இலவசப் பள்ளிகளைத் தொடங்கினா்.

வாலஜா தாலுகா காவேரிப்பாக்கத்தில் பஞ்சாயத்து போர்டு பள்ளி ஒன்று உள்ளது. இப்பள்ளி அனைத்துச் சமூகத்துக்குமான பொதுப்பள்ளியாக இருந்தாலும் பறையர் குழந்தைகளுக்கு மட்டும் அனுமதி மறுக்கப்படுகிறது. இன்னும் சொல்லப் போனால் பள்ளிக்கூடம் இருக்கும் பகுதிக்கே அவர்களால் செல்ல முடியவில்லை. ஏன் பஞ்சாயத்து போர்டு அதிகாரிகள் இதைக் கவனிப்பது இல்லை? ஓ! காங்கிரஸே! உங்கள் தேசியம் என்ற கொள்கை யெல்லாம் இங்கே ஏன் செல்லுபடியாவ தில்லை? சாதாரணப் பள்ளிக்கூடங்களில் பறையர் சிறுவர்கள் அனுமதிக்கப்படவில்லை என்றால், என்றைக்கு அவர்கள் சிவில் சர்வீஸ் தேர்வுக்கு தகுதியாவார்கள்? ஓ! காங்கிரஸ்காரர்களே! உங்கள் பொறாமைகளை ஒதுக்கி வையுங்கள்.[43]

இங்கே *பறையன்* இதழ் காங்கிரஸைக் கடுமையாக விமர்சிக்கக் காரணம், பறையர் குழந்தைகள் பள்ளிக்கூடங்களுக்குள்ளே நுழையமுடியாத அளவுக்குத் தீண்டாமை தலைவிரித்தாடும்போது காங்கிரஸ் இந்தியாவில் சிவில் சர்வீஸ் தேர்வு நடத்துவதற்காகத் தீவிரமாகப் போராடிக்கொண்டிருந்தது. சென்னை மாகாணம் முழுதும் இதே நிலைதான் இருந்தது. இதனால் பறையர்களுக்கான தனிப்பள்ளிகளைத் தொடங்குவதில் *பறையன்* பத்திரிகை தீவிரமாகப் பிரச்சாரம் செய்தது.

பறையர்களுக்கான தனிப்பள்ளி எனும் கருத்து 1726களிலேயே தோன்றியுள்ளது. ஜோசையா பேட்மென் எனும் பாதிரியார் எழுதிய பறையர்களுக்கான தனிப்பள்ளிகளைக் கிறிஸ்தவ மிஷனரிகள் உருவாக்கியதற்கான வரலாற்றை விளக்கும்போது, "சாதி வேறுபாடுகள் குறித்து விளக்கும் மிஷனரிகளின் பழைய அறிக்கைகளிலும், சமீபத்திய அறிக்கைகளிலும் பள்ளிக்கூடங்களில் பறையர் குழந்தைகளுடன் தங்கள் குழந்தைகள் உட்கார சூத்திரப் பெற்றோர்கள் மறுத்ததால் பறையர்களுக்குத் தனிப் பள்ளிக்கூடங்கள் அனுமதிக்கப்பட்டன"[44] என்கிறார்.

மேலும் இந்தத் தனிப்பள்ளி என்பது சென்னையில் மட்டுமல்லாது வேறு மாகாணங்களிலும் செயல்பட்டு வந்தன. உதாரணமாக 19 அக்டோபர் 1882இல் ஜோதிராவ் பூலே

43. *பறையன்*, 8 டிசம்பர் 1894, NNPR.

44. Josiah Bateman, *The Life of Daniel Wilson, D.D., Bishop of Calcutta and Metropolitan of India* (New York: Shelton and Company, 1860), p. 336.

தீண்டப்படாத வகுப்பைச் சேர்ந்த குழந்தைகளுக்குத் தனிப் பள்ளிக்கூடங்களை அமைக்க வேண்டும் என்று பம்பாய் கல்வி ஆணையத் தலைவர் ஹண்டர் அவர்களிடம் கோரிக்கை மனுவை அளித்தார். கேரளாவில் 1904இல் அய்யன்காளி வெங்கானூர் அருகில் தனிப்பள்ளியைத் தொடங்கினார்.[45]

டாக்டர் டங்கன் அரசுக்குச் சமர்ப்பித்த தனிப் பள்ளிக் கோரிக்கை மனுவைப் *பறையன்* பத்திரிகை வெளியிட்டது. அம்மனுவில் பறையர்களின் முன்னேற்றத்திற்காக உழைக்கும் மிஷனரிகளையும் மற்றவர்களையும் உள்ளாட்சிப் போர்டுகளில் உறுப்பினர்களாகத் தேர்ந்தெடுக்க வேண்டும் என்றும், பள்ளியில் படிக்கும் பறையர் குழந்தைகளுக்குக் கல்வி உதவித்தொகை போக 2 ரூபாய் கூடுதல் படியாக வழங்க வேண்டுமென்றும் கூறப்பட்டிருந்தது. மேலும் அந்த மனுவில் பறையர்களுக்கெனத் தனியாகத் தொடங்கப்படும் பள்ளிக்கூடங்களைப் புறம்போக்கு நிலங்களிலோ, பறையர் குடியிருப்புப் பகுதியில் உள்ள நிலங்களிலோ கட்டவேண்டும் என்றது. பள்ளிக்கூட நிர்வாகத்தை நகராட்சி அதிகாரிகளிடம் தர வேண்டும். மாணவர்களுக்கான கட்டணம் பிற பள்ளிகளில் உள்ள கட்டணத்தைவிடப் பாதியாக இருக்க வேண்டும். இந்தக் கட்டணங்களை முடிவு செய்யும் அதிகாரத்தைக் கல்வித் துறையிடம் கொடுக்க வேண்டும் என்றும் குறிப்பிடுகிறது. இந்தப் பள்ளிகளைக் கண்காணிக்கும் ஆய்வாளர்களை அந்த வகுப்பிலிருந்தே தேர்ந்தெடுக்க வேண்டும் என்றும் பரிந்துரைக்கப்பட்டது. மேற்கண்ட கோரிக்கைகள் நிறைவேறப் பறையர்கள் முயற்சி எடுக்க வேண்டும் எனப் *பறையன்* வலியுறுத்தியது.[46] இரட்டைமலை சீனிவாசன் ஆரம்பத்தில் பறையர்களுக்கு மட்டுமே கோரிவந்த இலவசக் கல்வியை 1895இல் பிற்படுத்தப்பட்ட வகுப்பைச் சேர்ந்த குழந்தைகளுக்கும் வழங்க வேண்டும் என்று கோரிக்கை வைத்தார். இதற்கு அவர் பரோடா மன்னர் கெய்க்வார் செயல்படுத்திய இலவசக் கல்வியை முன்னுதாரணமாகக் காட்டிச் சென்னை அரசும் அதைப் பின்பற்ற வேண்டும் என்றார்.[47]

தனிப்பள்ளி கோரிக்கையை வலியுறுத்துவதற்காகப் *பறையன்* சென்னை மாகாணத்தில் பல்வேறு பகுதிகளில் பள்ளிகளில் நடக்கும் சமூக ஒதுக்குதல்களைச் செய்தியாக வெளியிட்டு வந்தது. *பறையனில்* வெளியான ஒரு கடிதத்தில், "முஸ்லிம்கள்

---

45. Narayan Mishra, *Scheduled Castes Education: Issues and Aspects* (Delhi: Kalpaz Publications, 2001), pp. 9-10.
46. *பறையன்*, 1 பிப்ரவரி 1894, NNPR.
47. *பறையன்*, 10 அக்டோபர் 1894, NNPR.

அதிகமாக வசிக்கும் கீழக்கரையில் 300 பறையர் குடும்பத்தினர் வசிக்கின்றனர். அவர்கள் முஸ்லிம்களிடம் சொல்ல முடியாத அளவுக்குச் சாதிக்கொடுமைகளை அனுபவிக்கின்றனர். இங்கு பறையர்களுக்கெனத் தனிப்பள்ளிக்கூடம் அமைக்க வேண்டும்"[48] என்றது. அடுத்த மாதத்தில் *பறையனி*ல் வந்த செய்தி ஒன்றில் "சென்னை மாகாணத்தின் பல்வேறு மாவட்டங்களில் அரசாணை 68ஐ செயல்படுத்தி பறையர்களுக்குத் தனிப்பள்ளிகளை அரசாங்கம் ஏன் இன்னும் தொடங்கவில்லை" என்ற கேள்வியை முன்வைத்தது.[49]

*பறையனி*ன் 13 ஏப்ரல் 1895 இதழ் செங்கல்பட்டு ஆட்சியர் திரெமன்ஹீரின் 'செங்கல்பட்டு மாவட்ட பறையரின மக்களைப் பற்றிய குறிப்புகள்' அறிக்கையைச் *(A Note on the Pariahs of Chingleput District)* சுட்டிக்காட்டிப் பறையர் கல்விக்காக ஆரம்பப் பள்ளிகளை அரசு தொடங்க வேண்டும் என்ற கோரிக்கையை மீண்டும் வலியுறுத்தியது.

பறையர் மஹாஜன சபையின் நீண்டகாலக் கோரிக்கைக்கு அரசு செவி சாய்த்தது. மாகாணத்தின் பல்வேறு மாவட்டங்களில் உள்ள நகராட்சிகளும், மாவட்டப் பஞ்சாயத்துப் போர்டுகளும் பறையர்களுக்குத் தனிப்பள்ளிகளைத் தொடங்க வேண்டும் என்று உத்தரவிட்டது. இத்தருணத்தில் அரசாங்கத்தின் இந்த ஆணையை நிறைவேற்றுவதில் உள்ள இடர்களைக் குறிப்பிட்டு அதை எவ்வாறு சரி செய்ய வேண்டுமெனவும் *பறையன்* செய்தி வெளியிட்டது, "மாவட்டப் போர்டுகளிலும் நகராட்சி களிலும் உள்ள உறுப்பினர்கள் உயர் சாதியினராக இருப்பதால், பறையர்கள் கல்வி கற்று முன்னேறுவதை அவர்கள் ஒருபோதும் விரும்பமாட்டார்கள். இதெற்கென அரசு ஒதுக்கிய நிதியையும் முறையாகச் செலவிடமாட்டார்கள். ஆகவே அரசாங்கம் மாவட்ட பஞ்சாயத்து போர்டு, நகராட்சிகளின் வருவாயில் குறிப்பிட்ட சதவீதத்தைப் பறையர் பள்ளிகளுக்கென ஒதுக்க வேண்டும் என்றும், அவ்வாறு ஒதுக்கப்பட்ட தொகை சரியான முறையில் செலவழிக்கப்படுகிறதா என்று அதிகாரிகள் கண்காணிக்கும் வண்ணம் கடுமையான சட்டத்தைப் பிறப்பிக்க வேண்டும்"[50] என்றும் ஆலோசனை வழங்கியது.

தனிப்பள்ளி கோரிக்கைக் காலங்களில் பிற தலித் பத்திரிகைகள் என்று பார்த்தால் *திராவிடப் பாண்டியனும் விகடதூதனும்*

48. *பறையன்*, 10 நவம்பர் 1894, NNPR.
49. *பறையன்*, 1 டிசம்பர் 1894, NNPR.
50. *பறையன்*, 17 ஆகஸ்ட் 1895, NNPR.

மட்டுமே வெளிவந்தன. இந்த இரண்டு பத்திரிகைகளிலும் கல்வி குறித்த சில செய்திகளே ஆதாரங்களாக கிடைக்கின்றன, இவற்றை மட்டுமே கொண்டு அவற்றின் நிலைப்பாட்டைக் கணித்துவிட முடியாது. மறைத்தந்தை ஜான் ரத்தினமும் பண்டிதர் அயோத்திதாசரும் இணைந்து நடத்திய *திராவிடப் பாண்டியன்* இதழ் தனிப்பள்ளி ஆதரவு நிலைப்பாட்டையே கொண்டிருந்தது. அது வெளியிட்ட செய்தியில், "ஆரம்பக்கல்வியை ஊக்குவிக்கும் பொருட்டுக் கல்வித் துறை அதற்கான போதிய நிதியை ஒதுக்க வேண்டும்" என்றது.[51] பா.அ.அ. இராஜேந்திரம் பிள்ளை நடத்திய *விகடதூதன்* பறையர்களுக்கான தனிப்பள்ளி குறித்த பதிவில் "தனிப்பள்ளிக்கூடம் பறையர்களின் முன்னேற்றத்திற்கு ஒருபோதும் உதவாது. அரசாங்கம் கொண்டுவந்திருக்கும் புதிய சட்டத்தால் பறைர்களுக்கெனத் தனிப்பள்ளிக்கூடங்களை உருவாக்கி அவர்களைச் சமூகத்தில் உயர்த்தி விடலாம் என்று நினைப்பது தவறான கருத்தாகும். தற்போது பறையர்கள் நிலத்தில் விவசாயக் கூலி வேலை செய்து பிழைப்பு நடத்தி வருகின்றனர். இச்சூழலில் அரசாங்கம் அவர்களுக்கு ஆரம்பக்கல்வியளிக்க முற்பட்டால் அவர்களுக்கு விவசாயத்தின் மீதான பிடிப்பு தளர்ந்து அரசாங்க வேலைக்காக ஏங்கித்தவிப்பார்கள்"[52] என்று கூறுவதன் மூலம் *விகடதூதன்* இதை முழுமையாக ஆதரிக்கவில்லை என்று தெரிகிறது. தனிப்பள்ளி குறித்து *விகடதூத*னின் வேறு எந்தப் பதிவுகளும் கிடைக்கவில்லை.

தனிப்பள்ளிக்கான இடர்கள்

தனிப்பள்ளி கோரிக்கை காலங்களிலும் அதற்கான சட்டம் நிறைவேற்றப்பட்ட போதும் ஆதிக்க சாதியினரிடமிருந்து கருத்துரீதியான எதிர்ப்புகள் கிளம்பின. இது செயலாக்கம் பெற ஆரம்பித்தபோது கள யதார்த்தம் மிகவும் மோசமாக இருந்தது. தனிப்பள்ளிக்கென நியமிக்கப்பட்ட உயர்சாதி ஆசிரியர்களும் ஆய்வாளர்களும் தீண்டாமையைக் கடைபிடித்து அப்பள்ளிகளுக்குச் செல்ல மறுத்தனர். இதுபோன்ற பிரச்சனைகள் குறித்து பல செய்திகளைப் *பறையன்* வெளியிட்டது. அதற்குத் தீர்வாகத் தனிப்பள்ளிக்கான ஆசிரியர்களாகத் தாழ்த்தப்பட்ட வகுப்பினரையே நியமிக்க வேண்டுமென்றும் பள்ளிக்கூடங்களைப் பறையர் குடியிருப்புகளிலேயே அமைக்க வேண்டுமென்றும் கருத்து வெளியிட்டார் இரட்டைமலை சீனிவாசன்.

ஒரு வாசகர், தீண்டப்படாத சமூகத்தினர் கல்வி பெறுவதற்கு எவ்வளவு சிரமப்பட வேண்டியிருக்கிறது என்று *பறைய*னில் கடிதம்

51. *திராவிடப் பாண்டியன்*, 16 மே 1896, NNPR.
52. *விகடதூதன்*, 15 ஏப்ரல் 1894, NNPR.

எழுதியதில், "சிவகங்கை ஜமீனுக்கு உட்பட்ட தேவகோட்டை அருகில் உள்ள பழனிவயல் கிராமத்தில் அருட்பணி எச்.சி. ஹோரசன் பறையர்களுக்கான தனிப்பள்ளியையும் ஆசிரியர் குடியிருப்புகளையும் கட்டுவதற்கு நிலங்களை விலைக்கு வாங்கினார். ஆனால் இக்கிராமம் காட்டின் நடுப்பகுதியில் இருப்பதால் குழந்தைகள் அங்குச் செல்வதற்கும் உணவு, பிற அத்யாவசிய தேவைகளுக்கும் மிகவும் சிரமப்படுகின்றனர்" என்றார். இதில் அரசு தலையிட்டு தீர்வு ஏற்படுத்த வேண்டுமென்று *பறையன்* கோரிக்கை வைத்தது.[53] அடுத்து அதே சிவகங்கை ஜமீனுக்கு உட்பட்ட நாட்டரசங்கோட்டையில் பஞ்சாயத்துப் போர்டு நிதியில் திறக்கப்பட்ட தனிப்பள்ளியில் ஆசிரியர் இல்லாததால் மாணவர்கள் பாதிக்கப்படுகிறார்கள் என்று ஒரு வாசகர் கடிதம் எழுதினார். இதற்குப் பதில் எழுதிய இரட்டைமலை சீனிவாசன் வெள்ளாள ஆசிரியர்களும் பிராமண ஆய்வாளர்களும் பறையர் பள்ளிகளுக்கு நல்லது செய்யவேமாட்டார்கள். ஆகவே மதுரை மாவட்டத்தில் உள்ள அனைத்துத் தனிப்பள்ளிகளையும் கிறிஸ்தவ மிஷனரிகளின் நிர்வாகப் பொறுப்பிலோ அல்லது மதுரை பறையர் சீர்திருத்தச் சங்கத்தைச்[54] சேர்ந்தோரிடமோ விட்டுவிட வேண்டும் என்கிறார். மேலும் அந்தப் பள்ளிகளுக்கான ஆய்வாளர்களையும் இந்தச் சமூகத்திலிருந்தே நியமிக்க வேண்டும், அப்போதுதான் உயர்சாதிகாரர்கள் போல் செயல்படாமல் தம் மக்கள் மீதான அக்கறையுடன் செயல்படுவர் என்றார்.

ஆரம்பப் பள்ளிகளில் கட்டணச் சலுகையும் கல்வி உதவித்தொகையும் வழங்கவேண்டுமென்ற *பறையனின்* கோரிக்கையை ஏற்று அரசு இரண்டு விதமான கட்டணச் சலுகையை வழங்கியது. நகராட்சி, பஞ்சாயத்து நிர்வாகத்தில் உள்ள பொதுப்பள்ளிகளில் அரைக்கட்டணச் சலுகையும், பிரத்யேகமாக தொடங்கப்பட்ட தனிப்பள்ளிகளில் இலவசக் கல்வியும் வழங்கப்பட்டன. ஆனால் சென்னை நகரத்தில் அப்போது நகராட்சிப் பள்ளிகளே இல்லை. ராஜதானிக் கல்லூரி மட்டுமே அரசுக்கல்லூரி. மற்றவை எல்லாம் கிறிஸ்தவ மிஷனரிகள் அல்லது அரசு உதவி பெறும் தனியார் பள்ளிகளாக இருந்தன. இந்தப் பள்ளிகளில் பறையர் குழந்தைகளை அரைக்கட்டணத்திலோ அல்லது குறைவான கட்டணத்திலோ சேர்க்க அனுமதிக்க வில்லை. ஆனால் அரசாங்கமோ பறையர் குழந்தைகளின்

---

53. *பறையன்*, 5 மே 1894, NNPR.

54. மதுரை பறையர் சீர்திருத்த சங்கம் என்ற பெயரில் ஒரு சங்கம் இருந்ததாக வேறு எந்த குறிப்பிலும் பார்க்க முடியவில்லை.

கல்விக்காகப் பெரும் தொகையை ஒதுக்கியிருந்தது. ஆனால் இந்தத் தொகையைப் பள்ளிக்கூடங்கள் பெறவேண்டுமானால் பறையர் குழந்தைகளின் சேர்க்கை (அரைக்கட்டணத்தில்) நடந்த பின்புதான் மீதித்தொகையை அரசாங்கத்திடமிருந்து பெறமுடியும் என்றது சட்டம்.[55] இதனால் பல பள்ளி நிர்வாகங்கள் பணம் கிடைக்குமோ கிடைக்காதோ என்ற சந்தேகத்தில் சேர்க்கைக்கு அனுமதி மறுத்தன.

மற்றொரு சந்தர்ப்பத்தில் *பறையன்* “இந்து நில உடைமையாளர்கள் அவர்களின் நிலத்தில் வேலை செய்யும் பறையர்கள் படித்து முன்னேறுவதை விரும்பவதில்லை, இதனால் பஞ்சாயத்துப் போர்டுகளும் பறையர்களுக்கான தனிப்பள்ளி களைத் தொடங்க முன்வருவதில்லை. ஆகவே பறையர்கள் பயன்பெறும் வகையில் அரசாங்கம் சிறப்பு அலுவலர் ஒருவரை நியமித்துத் தனிப்பள்ளிக்கூடங்கள் தொடங்கும் வேலைகளைத் துரிதப்படுத்த வேண்டும்” என்று பரிந்துரைத்தது.

தனிப்பள்ளிக்கூடங்கள் தொடங்குவது, அதன் செயல்பாடு, குழந்தைகளின் வருகை, நடைமுறை சிக்கல் என்று அனைத்து விசயங்களிலும் இரட்டைமலை சீனிவாசன் கவனம் குவித்தது *பறையன்* செய்திகள் மூலம் தெரியவருகிறது. பறையர் மஹாஜன சபை அக்டோபர் 1898இல் அரசுக்கு ஒரு கோரிக்கை மனு அளித்தது. அதில் அரசாணை 68ஐ சென்னையில் உள்ள தனியார் பள்ளிகள் கட்டாயம் பின்பற்றும்படி நடவடிக்கை மேற்கொள்ள வேண்டும். இப்படிச் செய்தால்தான் இந்தச் சட்டம் எதற்காகத் தொடங்கப்பட்டதோ அந்த இலட்சியத்தை அடையும் என்று குறிப்பிட்டது.

தனிப்பள்ளி குறித்து தலித் அல்லாத இதழ்கள்

தனிப்பள்ளி என்பது கோரிக்கை நிலையில் இருந்தபோதே அதற்கு ஆதரவாகவும் எதிராகவும் தலித் அல்லாத பத்திரிகைகள் விவாதித்தன. தமிழ்ப் பத்திரிகைகள் மட்டுமல்லாமல் மலையாளம், கன்னடம், தெலுங்கு மொழிப் பத்திரிகைகளும் விவாதித்தன. *வெற்றிக்கொடியோன்*[56] என்ற தமிழ் வார இதழ் தனிப்பள்ளி குறித்து வெளியிட்ட செய்தியில், “விக்டோரியா மகாராணி தன்

55. இப்போது உள்ள அரசாணை 92 போல, அதாவது சேர்க்கைக்குப் பின்பு கல்வி நிறுவனம் அரசாங்கத்திடமிருந்து அந்த மாணவருக்கான கட்டணத் தொகையைப் பெற்றுக்கொள்ள வேண்டும்.

56. செய்யப்ப முதலியார் ஆசிரியத்துவத்தில் வெளியானது இப்பத்திரிகை. இவர் சென்னை செயின்ட் மேரி கல்லூரியில் தமிழாசிரியராகப் பணியாற்றினார். இப்பத்திரிகையில் சைவசமயம், சைவசித்தாந்தம் குறித்துக் கட்டுரைகள் வெளியிடப்பட்டன.

பிரகடனத்தில் எனது நேரடியான ஆட்சியின் கீழ் ஹிந்துஸ்தானத்து மக்கள் அனைவரும் எவ்விதச் சாதி சமய பாரபட்சமும் இன்றி பரிபாலனம் செய்யப்படுவார்கள் என்று உறுதியளித்தார். ஆனால் பறையர்களுக்கென்று தனிப்பள்ளிக்கூடம் தொடங்குவது என்றால், இதேபோன்ற பிற தாழ்ந்த சாதிகளான வண்ணார், தோட்டி, சக்கிலியர் போன்றவர்களுக்கும் திறக்க வேண்டாமா? சனாதன இந்துக்கள் பறையர்கள் அருகில் உட்கார மறுப்பதால் அரசாங்கம் தனிப்பள்ளிகளைத் தொடங்கி இந்துச் சமூகத்திலிருந்து பறையர்களை பிரிப்பது தேவையற்ற ஒன்று" எனக் கருத்துத் தெரிவித்தது. தலித் அல்லாத பத்திரிகைகளில் தனிப்பள்ளிக்கு எதிரான கருத்தை *வெற்றிக்கொடி*யோன் மட்டுமே தெரிவிக்க, பிற பத்திரிகைகள் எல்லாம் ஆதரவையே தந்தன. *கேரள சஞ்சாரி* என்ற மலையாளப் பத்திரிகை "மலபாரிலுள்ள தாழ்த்தப்பட்ட சாதியினரான செருமார், பறையர் போன்றோருக்கு இன்னும் கல்வி சென்றடையவில்லை. இது குறித்து அதிகாரிகள் நடவடிக்கை எடுக்க வேண்டும்" என்று கருத்துத் தெரிவித்தது.[57] கொச்சியி லிருந்து வெளியான மற்றொரு மலையாளப் பத்திரிகையான *கேரள நந்தினி* மலபாரிலுள்ள தாழ்த்தப்பட்ட சாதியினரின் நிலையை விளக்கி, அவர்களுக்கு ஆரம்பக் கல்வி வழங்க இந்தத் தனிப்பள்ளிக்கூடங்கள் அவசியம் என்று எழுதியது.

> பிற மாவட்டங்களுடன் ஒப்பிடும்போது மலபார் மாவட்டத்திலுள்ள தாழ்த்தப்பட்டோர் மிகவும் மோசமான நிலையில் இருக்கின்றனர். பெரும்பா லான மக்கள் கல்விக்குச் செலவழிக்க வசதி இல்லாதவர்களாக இருக்கின்றனர். வசதி உள்ள சிலர் பள்ளிக்கூடம் செல்ல முயன்றாலும் சாதி வேறுபாட்டின் காரணத்தால் அவர்களால் பொதுப் பள்ளிகளில் நுழைய முடிவதில்லை. இந்தப் பெருந் தொகையான மக்களுக்கு இலவசக் கல்வி வழங்கு வதன் மூலம் அவர்களின் வாழ்வில் அபிவிருத்தி காணச்செய்ய முடியும்.[58]

ஆரியஜனப்பிரியன் என்ற தமிழ்ப் பத்திரிகை "சென்னை மாகாணத்தின் அனைத்து மாவட்டங்களிலும் பறையர்களுக்குப் பிரத்யேக தொழில் கல்விக்கூடங்களை உருவாக்க வேண்டும். தாய்மொழிப்பாடங்களைக் கற்றுக்கொடுக்கவும் பள்ளிகளைத் தொடங்க வேண்டும். இந்தப் பள்ளிகளில் கற்றுக்கொடுக்கும் ஆசிரியர்களுக்குப் பொதுப் பயிற்சிப் பள்ளிகளையும் தொடங்க வேண்டும். இந்தப் பள்ளிகளின் நிர்வாகத்தை மிஷனரிகளின்

---

57. *கேரள சஞ்சாரி*, 6 ஏப்ரல் 1892, NNPR.
58. *கேரள நந்தினி*, 5 ஆகஸ்ட் 1892, NNPR.

கைகளில் கொடுக்காமல் அரசாங்கமே ஏற்று நடத்த வேண்டும். இக்கோரிக்கைகளை ஏற்று அரசாங்கம் செயல்பட்டால் கூலி வேலைகளுக்கு மட்டுமே பறையர்கள் ஏற்றவர்கள் என்ற நிலையில் மாற்றம் ஏற்பட்டு அவர்களின் சமூக நிலையில் முன்னேற்றம் ஏற்படும்" என்றது.[59]

கேரள சஞ்சாரி, கேரள நந்தினி ஆகிய இரண்டு மலையாளப் பத்திரிகைகளும் தனிப்பள்ளி கோரிக்கையை ஆதரித்தன. மலப்புறத்தில் செருமர்களுக்காக ஒரு தனிப்பள்ளிக்கூடம் திறந்ததைச் செய்தியாக வெளியிட்டது *கேரள சஞ்சாரி*.[60] *கேரள பத்திரிகை* "பறையர்களுக்கும் செருமர்களுக்கும் பள்ளிக்கூடங்கள் தொடங்குவது அவர்களின் முன்னேற்றத்திற்கான பிரயோஜனமான ஒரு நடவடிக்கை. அரசாங்கம் தனிப்பள்ளிகளை ஏற்படுத்தி அவர்களுக்கு இலவசக் கல்வியை வழங்க வேண்டும். பள்ளிக்கூட நிர்வாகச் செலவுகளை அரசாங்கமே ஏற்க வேண்டும், கல்வி கற்றுக்கொடுக்கும் விசயங்களில் மிஷனரிகளை ஈடுபடுத்த வேண்டும். இது சம்பந்தமாகப் பஞ்சாயத்து, நகராட்சிகளுக்கு அரசாங்கம் உத்தரவு அனுப்பும் என்று எதிர்பார்க்கிறோம்" என்று செய்தி வெளியிட்டது.[61]

கோரிக்கை காலத்திலிருந்து தனிப்பள்ளி விசயத்தில் இரட்டைமலை சீனிவாசன் தொடர்ச்சியாகச் செயல்பட்டு வந்தார். தாழ்த்தப்பட்டோரின் முன்னேற்றத்திற்காக ஏற்படுத்தப்பட்ட சட்டங்களை மக்களுக்குப் பத்திரிகை மூலம் தெரியப்படுத்துவது, அதற்கான நடைமுறை ரீதியான தடைகள் வரும்போது அரசுக்கு அதைத் தெரிவித்து கோரிக்கை வைப்பது, மாற்று ஆலோசனைகளை வழங்குவது என்றெல்லாம் பத்திரிகை செயல்பாட்டை ஒரு சமூகச் செயல்பாடாகவே நடத்தி வந்தார். இந்த விசயத்தில் பிற பத்திரிகைகளின் ஆதரவும் கவனிக்கத்தக்கது. தாழ்த்தப்பட்டோரின் கோரிக்கைக்கான சாதக பாதகங்களைப் பொதுவெளியில் விவாதித்து ஏற்றுக்கொள்ளப்பட்ட ஒரு போக்கைக் கவனிக்க முடிகிறது.

பறையன் பார்வையில் காங்கிரஸ்

பறையன் தொடங்கிய 1893 வருடத்திலிருந்தே இந்திய தேசிய காங்கிரஸ் குறித்துத் தனது விமர்சனங்களை இரட்டைமலை சீனிவாசன் முன்வைத்து வந்தார். இந்திய தேசிய காங்கிரஸ் ஒருபோதும் இந்தியர் அனைவருக்குமான இயக்கமாக இருக்கப்

---

59. *ஆரியஜனப்பிரியன்*, 1 அக்டோபர் 1892, NNPR.
60. *கேரள சஞ்சாரி*, 7 டிசம்பர் 1872, NNPR.
61. *கேரள பத்திரிகை*, 3 டிசம்பர் 1892, NNPR.

போவதில்லை, அது பிராமணர்களின் நலனுக்காகவே தொடங்கப் படுகிறது என்றார். *பறையன்* 1894 டிசம்பர் மாதம் 22ந் தேதி ஆங்கிலத்தில் ஒரு கட்டுரை வெளியிட்டது அதில், "காங்கிரஸ் ஒரு வெகுஜன இயக்கமல்ல. இந்தியா என்பது ஒருதரப்பு மக்களை மட்டும் உள்ளடக்கியது அல்ல; அது பல்வேறு வகைப்பட்ட மக்களை உள்ளடக்கிய உறுதியான அரசால் ஆளப்படும் ஒரு நாடு" என்றது. கட்டுரையின் இறுதியில் ஆங்கில நாளேடான *தி இந்து* "பறையர்களுக்கு அரசியல் கோரிக்கை கிடையாது" என்று கூறிய விமர்சனத்திற்குப் பதிலளிக்கும்போது "தற்போது பிராமணர்கள் உதட்டளவில் மட்டுமே எங்களுக்கான நன்மைகளைப் பேசுகின்றனர். எங்களுக்கு எதிராகச் சாதி பேதத்துடனும் சுயநலத்துடனும் செயல்படும் காங்கிரஸ், அதிகாரத்தைப் பெற நினைக்கிறது, அப்படி நடந்தால் எவ்வித தயக்கமுமின்றி அதை எதிர்த்து நாங்கள் போராடுவோம்"[62] என்று உறுதிபடக் கூறியது. அதே தேதியிட்ட மற்றொரு கட்டுரையில் "காங்கிரஸ் தங்கள் இயக்கத்திற்குள்ளேயே ஒற்றுமையை நிலைநிறுத்த முடியவில்லை, இவர்கள் எப்படி நெருக்கடி காலங்களில் நாட்டை காப்பாற்றப் போகின்றனர்"[63] என்றது.

இந்திய தேசிய காங்கிரஸின் தலைவர்களில் ஒருவரான தாதாபாய் நௌரோஜி பிரிட்டிஷ் நாடாளுமன்ற உறுப்பினராக (1892–1895) பதவி வகித்து வந்தார். அவரது பதவிக்காலம் 1895இல் முடிவுக்கு வந்த தருணத்தில் அவருக்கு எதிராக பாவ்னகிரி என்பவர் போட்டியிட்டார். இந்தச் சூழலில் பாவ்னகிரி இந்தியா பற்றியும் காங்கிரஸ் குறித்தும் எழுதிய கட்டுரை *பறையனி*ல் பிரசுரிக்கப்பட்டது. அந்தக் கட்டுரையின் இறுதியில் *பறையன்* தனது கருத்தாக "பாவ்னகிரி நாடாளுமன்ற உறுப்பினராகத் தேர்ந்தெடுக்கப்பட்டால் காங்கிரஸின் தீமைகளை நாடாளுமன்றத்தில் விளக்குவார். பிராமண, உயர்சாதியினரின் மோசடிகள் உலகுக்கு அம்பலப்பட்டு அந்த இயக்கம் காற்றில் கரைந்து போகும்"[64] என்று தெரிவித்தது.

காங்கிரஸ் தொடங்கப்பட்ட ஆரம்பக் காலங்களில் சுதந்திர சிந்தனை கொண்ட ஆலன் ஆக்டேவியன் ஹியூம், நார்டன், ஜமீந்தார்கள், மகாராஜாக்கள் போன்றவர்களின் வழிகாட்டுதலில் நடந்துவந்தது. ஆனால் தற்போது அற்பவிசயங்களுக்காக அடித்துக்கொள்வதால் காங்கிரஸ் அழிந்துபோகும் நிலையில் உள்ளது. மேலே குறிப்பிட்ட ஐரோப்பியர்களும் மகாராஜாக்

62. *பறையன்*, 5 ஜனவரி 1895, NNPR.
63. *பறையன்*, 5 ஜனவரி 1895, NNPR.
64. *பறையன்*, 20 ஜூலை 1895, NNPR.

களும் காங்கிரஸ் இயக்கம் பொது மக்களின் நன்மைக் காகச் செயல்படுவதைவிட அதன் உறுப்பினர்களாக உள்ள பிராமணர்களின் சுயநலத்திற்காகவே செயல்படுவதைத் தெரிந்து கொண்டனர், இதனால் அவர்கள் இயக்கத்துடனான தங்கள் உறவைத் துண்டித்துக்கொண்டனர்[65] என்றது.

காங்கிரஸ் குறித்த வேறு ஒரு செய்தியில் "காங்கிரஸ் பொது மக்களுக்குச் சேவை செய்கிறோம் என்ற பெயரில் பிராமணர்களாகிய தங்களின் நலனை வளர்ப்பதிலேயே குறியாக உள்ளது. அவர்கள் இந்தியர்களில் ஒரு பகுதியினராகிய பறையர்களைப் பாகுபாட்டுடன் நடத்துகின்றனர்" என்றது.[66] அரசு வேலைக்கான தேர்வுகளை இந்தியர்கள் பங்கு பெறும்விதமாக அனைவருக்கும் நடத்த வேண்டும் என்ற கோரிக்கையைக் காங்கிரஸ் வைத்தபோது அவ்வாறு நடந்தால் அது பிராமணர் மேலாதிக்கத்திற்கு வலு சேர்க்கும் என்று *பறையன்* விமர்சித்தது.

இரட்டைமலை சீனிவாசனின் அரசியல்

பறையன் இதழ்ச் செய்திகளைக் கொண்டு இரட்டைமலை சீனிவாசனின் அரசியல் நிலைப்பாட்டைப் புரிந்துகொள்ளமுடியும். காங்கிரஸ் இயக்கம் குறித்து தொடர்ச்சியாகக் கடும் விமர்சனங்களை அவர் முன்வைத்து வந்தார். காங்கிரஸ் எனும் இயக்கம் பிராமணர்களின் அதிகார மேலாண்மையைத் தக்கவைத்துக் கொள்வதற்காகத் தொடங்கப்பட்டது. அது ஒருபோதும் பிறருக்கு நன்மை செய்யாது. மேலும் அதன் அரசியல் விடுதலை எனும் நோக்கம் ஒருபோதும் ஒடுக்கப் பட்ட மக்களுக்குச் சமூக விடுதலையைப் பெற்றுத் தராது. இதற்கு மாறாக, சமூக சமத்துவத்திற்குப் பாடுபடுவதே உண்மையான விடுதலை என்று அவர் கருதினார். காங்கிரஸ் இயக்கத்தில் ஒடுக்கப்பட்ட மக்களுக்குப் பிரதிநிதித்துவம் தரப்படுவதில்லை என்ற குற்றச்சாட்டையும் அவர் தொடர்ந்து முன்வைத்தார். அதன்படி காங்கிரஸில் பறையர், முஸ்லிம், ஆங்கிலோ இந்தியர், இந்தியக் கிறிஸ்தவர் ஆகியோருக்குப் பிரதிநிதித்துவம் வழங்கவேண்டும். பறையர்களை உள்ளடக்காத எந்த அமைப்பையும் தேசிய அமைப்பாக ஏற்றுக்கொள்ள முடியாது என்றும் அவர் அறிவித்தார். காங்கிரஸ் தனது சுதேசியக் கோரிக்கையை வலியுறுத்தும்போதெல்லாம் நாட்டில் நடக்கும் தீண்டாமைக் கொடுமைகளைச் சுட்டிக்காட்டி சொந்த தேசத்து மக்களை இப்படிக் கொடுமைப்படுத்தும், சுரண்டும் உங்களுக்கு அரசியல் சுதந்திரம் பற்றிப் பேச என்ன

---

65. *பறையன்*, 15 செப்டம்பர் 1895, NNPR.
66. *பறையன்*, 23 நவம்பர் 1895, NNPR.

தகுதி இருக்கிறது என்று கேட்டார். அரசியல் அதிகாரத்திற்கு ஆசைப்படாமல் சமூகசீர்திருத்தத்திற்குப் பாடுபடுங்கள் என்று காங்கிரஸிற்கு அறிவுறுத்துகிறார். பறையர்கள் எப்போது பிறருக்குச் சமமாக நடத்தப்படுகிறார்களோ அப்போதுதான் இத்தேசம் சுதந்திரத்திற்குத் தகுதியானதாகிறது என்றார். சமத்துவமற்ற சமூகத்தில் சமமின்மையைக் கணக்கில் கொள்ளாமல் வழங்கப்படும் அதிகாரம் ஒடுக்கப்பட்ட மக்களை மேலும் ஒடுக்குவதற்கே பயன்படுத்தப்படும் என்பதால் அவர் இந்தியாவில் சிவில் சர்வீஸ் தேர்வை நடத்துவதற்கு எதிராக இருந்தார். பிரிட்டிஷார் இந்த நாட்டைவிட்டுச் சென்றுவிட்டால் இங்கிருக்கும் பிராமணர்களின் கைகளுக்கு அதிகாரம் சென்றுவிடும், அந்த அதிகாரம் பறையர்களுக்கு எதிராகப் பயன்படுத்தப்படும் என்று எச்சரித்தார். இரட்டைமலை சீனிவாசன் காலத்தில் காங்கிரஸ் எதிர்ப்பு, முஸ்லிம்கள், ஒடுக்கப்பட்ட சாதியினரிடம் மட்டுமல்லாமல் பிரிட்டிஷ் அரசைச் சார்ந்து வணிகம் புரிந்த உயர்சாதித் தலைவர்களிடமும் இருந்தது. ஆனால் இந்த இரண்டு எதிர்ப்புக்குமான நோக்கம் வேறுவேறான நன்மைகளைக் கொண்டது. *பறையன்* வைத்த காங்கிரஸ் எதிர்ப்பு என்பது பிராமண, உயர்சாதி மேலாதிக்க எதிர்ப்பாகும்.

இரட்டைமலை சீனிவாசன் பெரும் எண்ணிக்கையிலான ஆதரவாளர்களைக் கொண்டிருந்தார். சிவில் சர்வீஸ் தேர்வை எதிர்த்து அவர் 3,412 பறையர்களிடம் கையெழுத்து வாங்கியது இதற்கொரு சான்றாகும். அவர் தென்னாப்பிரிக்கா சென்ற பின்பும் அவர் தொடங்கிய பறையர் மஹாஜன சபை செயல்பட்டு வந்தது. 1900இல் லண்டன் செல்லும் நோக்கத்துடன் தான் அவர் தென்னாப்பிரிக்கா சென்றார். ஆனால் அங்கேயே அவர் இருபது வருடங்கள் தங்க நேர்ந்தது. பறையர் மஹாஜன சபை நிர்வாகிகள் தொடர்ந்து கூட்டங்களை நடத்தினர். அதில் இரட்டைமலை சீனிவாசன் தென்னாப்பிரிக்காவிலிருந்து எழுதிய கடிதங்களை வாசித்துக் காண்பித்தனர்.

இரட்டைமலை சீனிவாசன் ஊடகங்கள் மீது நம்பிக்கை வைத்திருந்தார். அவற்றின் மூலம் மக்கள் மத்தியிலே விழிப்புணர்வை ஏற்படுத்த முடியும் என்று நம்பினார். ஒடுக்கப்பட்ட மக்களுக்கான அரசின் நலத்திட்டங்களை மக்களுக்குத் தெரிவிக்கும்பொருட்டுச் சிறுசிறு பிரசுரங்களையும் வெளியிட்டார். அவர் பத்திரிகை ஆரம்பித்ததே அரசின் திட்டங்கள் குறித்த தகவல்கள் தாழ்த்தப்பட்ட மக்களுக்குச் சரியாகச் சென்று சேரவில்லை என்ற ஆதங்கத்தில்தான் என்று தமது சுயசரிதையில் குறிப்பிடுகிறார். மேலும் தம் பத்திரிகையின்

கோரிக்கை காரணமாக அரசாங்கம் ஒடுக்கப்பட்ட மக்களுக்குப் பல திட்டங்களை அறிவித்தது என்கிறார். இந்தவகையில் தலித் இதழியல் வரலாற்றில் *பறையன்* இதழுக்கு மிக முக்கிய இடமிருக்கிறது.

~

8. திராவிடப் பாண்டியன் (1896)

மறைத்திரு ஜான் ரத்தினமும் பண்டிதர் அயோத்திதாசரும் இணைந்து *திராவிடப் பாண்டியன்* என்ற பெயரில் ஒரு சங்கத்தை உருவாக்கினர். அந்தச் சங்க இதழாகவே *திராவிடப் பாண்டியன்* இதழைத் தொடங்கினர்.[67] இது 1885இல் மாதப்பத்திரிகையாக தொடங்கியது, 1896 முதல் வாரப்பத்திரிகையாக வெளிவந்தது என்ற தகவலை அ.மா. சாமியின் நூலிலிருந்து பெறமுடிகிறது. ஆனால் 1896ஆம் ஆண்டிலிருந்துதான் *திராவிடப் பாண்டியன்* பத்திரிகை குறித்த ஆதாரங்கள் காலனிய ஆவணங்களில் கிடைக்கின்றன. இந்தப் பத்திரிகையின் பிரதி ஒன்றுகூடக் கிடைக்காத நிலையில் மொழிபெயர்க்கப்பட்ட சுருக்கங்களே நமக்கு ஆதாரங்களாகின்றன. மேலும் அயோத்திதாசரின் கருத்துக்களைத் *தமிழன்* இதழ் மூலமாக மட்டுமே நாம் அறிகிறோம். ஆனால் அதற்குப் பத்து வருடங்களுக்கு முன்பு அவரின் கருத்து நிலை என்னவாக இருந்தது என்று அறிவதற்கு *திராவிடப் பாண்டியனே* உதவுகிறது.

திராவிடப் பாண்டியனில் வெளியான ஐந்து செய்திகள் மட்டுமே காலனிய ஆவணங்களில் கிடைக்கின்றன. 1896 மே மாதப் பத்திரிகையில் ஆரம்பக்கல்வியை வளர்க்கும்பொருட்டு போதிய நிதி ஒதுக்கீடு செய்து அதற்கான வசதிகளைக் கல்வித்துறை செய்து கொடுக்க வேண்டும் என்று அது கோரிக்கை வைக்கிறது. அதே இதழில் 'சமூக ஒற்றுமை' குறித்துப் பின்வருமாறு எழுதியது.

> இந்திய மக்களின் கோரிக்கைகளான உப்பு வரி, நிலவரி, வனச்சட்டம் குறித்துக் கோரிக்கை வைக்கும் காங்கிரஸ், இனம், மதத்தால் பிரிந்து கிடக்கும் இந்திய மக்களிடையே ஒற்றுமை தேவை என்பது குறித்து எந்த அக்கறையும் காட்டுவதில்லை.[68]

அடுத்த இதழில் "அரசாங்க அச்சகத்தில் வெளியாகும் செய்திகளில் ஆங்கிலேயர்களின் பெயர்களுக்கு மட்டும் மரியாதை

---

67. *தமிழன்*, 4 செப்டம்பர் 1907.
68. *திராவிடப் பாண்டியன்*, 16 மே 1896, NNPR.

முன்னொட்டுக்களான *Mr.* அல்லது *Esq.* பயன்படுத்தப்படுகின்றன. ஆனால் இந்தியர்களின் பெயர்களுக்கு முன்னால் இதுபோன்ற மரியாதைச் சொற்கள் பயன்படுத்துவது இல்லை" எனக் குறைபட்டுக் கொள்கிறது.[69] அடுத்துப் பதிவாகியுள்ள ஒரு குறிப்பில் இந்தியர் ஒருவரைத் துணைக் கமிஷனராக நியமிக்கக் கோருகிறது *திராவிடப்பாண்டியன்*. மைசூர் துணைக் கமிஷனராக நியமிக்கத் தகுதியுடைய இந்தியரான தி.என். சுப்பிரமணியம் இருந்தபொழுது, தாமஸ் வேயர் என்ற வெள்ளையரை நியமிக்க மைசூர் சமஸ்தான அரசு முயன்றது அப்பொழுது *திராவிடப் பாண்டியன்* நமது மைசூர் அரசே சொந்த மக்களின் திறமைக்கு மதிப்புக் கொடுக்காமல் இருக்கும் பொழுது, வெளிநாட்டவரைக் குறை சொல்வதில் என்ன பிரயோஜனம்" என்று கேள்வி கேட்டது.[70] மேலும் "குதிரை வண்டி ஓட்டுகிற மற்றும் இனிப்பு பண்டங்கள் விற்கிற இந்தியர்கள் மீது போலீஸ் கடுமையாக நடந்துகொள்கிறது. ஆகவே போலீஸ் துறையில் நிர்வாக சீர்திருத்தம் செய்து இந்தப் பிரச்சினையை ஒழித்திடவேண்டும்" எனவும் கோரியது.[71]

திராவிடப் பாண்டியன் இதழில் இந்தியர்களின் பெயரை மரியாதையாகக் குறிப்பிடவேண்டும், இந்தியர்களை அரசாங்கப் பதவிகளில் நியமிக்க வேண்டும். இந்தியர்களைக் கடுமையாக நடத்தும் போலீஸ் துறையைச் சீர்திருத்த வேண்டும் போன்ற பதிவுகள் கிடைக்கப்பெறுகின்றன. இந்தச் செய்திகளைக் கொண்டு *திராவிடப் பாண்டியனின்* அரசியல் நிலைப்பாட்டைக் கூறிவிட முடியாது. அதேவேளை *திராவிடப் பாண்டியன்* இதழில் அயோத்திதாசருக்கு எந்தளவிற்கு இடமிருந்தது என்பதும் ஆய்வுக்குரியது. மறைத்திரு ஜான் ரத்தினமும் அயோத்திதாசரும் இணைந்தே இந்தப் பத்திரிகையையும் 'திராவிடப் பாண்டியன்' எனும் இயக்கத்தையும் நடத்தினர். 1900ஆம் ஆண்டுக்கு முந்தைய வருடாந்திர அறிக்கைகள் கிடைக்காததால் *திராவிடப்பாண்டியன்* பத்திரிகையின் சந்தாத் தொகை, விற்பனை எண்ணிக்கை, அச்சகம் போன்ற விவரங்களைப் பெற முடியவில்லை.

மறைத்திரு ஜான் ரத்தினம் ஆயிரம் விளக்கில் உள்ள வெஸ்லியன் மிஷன் பள்ளியில் தலைமையாசிரியராகப் பணியாற்றினார். இந்தப் பள்ளி டிப்ரஸ்டு கிளாஸ் குழந்தைகளுக்காக ஏற்படுத்தப்பட்ட பள்ளியாகும். இதே பள்ளியில் தமிழாசிரியராக பணியாற்றிய திரு. வி. கலியாணசுந்தரனார்

---

69. *திராவிடப் பாண்டியன்*, 6 ஜூன் 1896, NNPR.
70. *திராவிடப் பாண்டியன்*, 30 மே 1896, NNPR.
71. *திராவிடப்பாண்டியன்*, 11 ஜூலை 1896, NNPR.

ஜான் ரத்தினம் மீது மிகுந்த மரியாதை வைத்திருந்தார். மேலும் ஜான் ரத்தினம் குறித்த தகவல் திரு.வி.க.வின் சுயசரிதையில்தான் கிடைக்கிறது. அந்தப் பள்ளியில் தனக்கு கிடைத்த அனுபவத்தை அவர் இவ்வாறு விளக்குகிறார்,

> சென்னை ஆயிரம் விளக்கு வெஸ்லியன் மிஷன் பள்ளி ஆதிதிராவிடர்க்கென்று காணப்பட்டது. மற்றவரும் பள்ளியில் சேரலாம். ஆனால் இவர் தொகை நூற்றுக்கு நாற்பதாயிருத்தல் வேண்டும். பாலர் வகுப்பு முதல் மூன்றாம் பாரம் வரை வகுப்புக்களுண்டு. அந்நாளில் ஆதிதிராவிடர்க்கென்று மாகாணத்தில் அமைந்த பள்ளிகளில் ஆயிரம் விளக்குப் பள்ளியே சிறந்ததாயும் பெரியதாயும் விளங்கியது.
>
> ஆயிரம் விளக்குப் பள்ளியில் நாடோறும் ஆதிதிராவிடப் பிள்ளைகளுடன் பழகும் பேறு எனக்குக் கிடைத்ததன்றோ? அதனால் யான் அடைந்ததென்னை? யானும் ஆதிதிராவிடனாகிய பேற்றை அடைந்தேன்; அதாவது யான் சாதியற்றவனானேன். பிறப்பில் உயர்வு தாழ்வு கருதல் கூடாதென்று பேசி வந்தேன்.[72]

~

9. இல்லற ஒழுக்கம் (1898)

அன்பு பொன்னோவியம், தி.பெ. கமலநாதன் ஆகியோர் நூல்களில் *இல்லற ஒழுக்கம்* எனும் இவ்விதழ் குறிப்பிடப்பட்டுள்ளது. ஒழுக்கம் என்பதைத் தன் தலைப்பில் கொண்டிருந்த இந்த தலித் இதழ் *1898*ஆம் ஆண்டு தொடங்கப் பட்டது. காலனிய ஆவணங்களில் இந்த இதழ் குறித்த ஆதாரங்கள் கிடைக்கவில்லை. இந்த இதழ் ஒரு சில மாதங்கள் மட்டுமே வெளிவந்து நின்று போயிருக்கலாம்.

~

---

72. திரு. வி. கலியாணசுந்தரனார், *திரு.வி.க. வாழ்க்கைக் குறிப்புக்கள்*, சாது அச்சுக்கூடம், சென்னை, 1944.

10. பூலோகவியாஸன் (1903–1917)

சென்னையில் 1903ஆம் வருடம் அக்டோபர் மாதம் பண்டிதர் தசாவதானம் பூஞ்சோலை முத்துவீரன் பிள்ளை என்பவரால் பூலோகவியாஸன் பத்திரிகை தொடங்கப்பட்டது. எண் 16, ஆனைக்காரக் கோனான் தெரு, ஜார்ஜ் டவுண், சென்னை என்னும் முகவரியில் டி. வேதமாணிக்கம் பிள்ளை (முத்துவீரன் பிள்ளையின் மைத்துனர்) என்பவருக்குச் சொந்தமான பூலோகவியாஸன் அச்சகத்தில் இவ்விதழ் அச்சிடப்பட்டது. இந்த அச்சகத்தின் அப்போதைய மதிப்பு ரூ. 700 ஆகும். வியாபாரரீதியான அச்சு வேலைகளும் செய்து கொடுத்த இந்த அச்சகத்திலிருந்து மாதம்தோறும் ரூ. 25 வருவாய் கிடைத்ததாக அரசு ஆவணங்களில் குறிப்பிடப்பட்டுள்ளது.[73] அச்சகம் இல்லாதவர்களின் இதழ்கள் அல்லது புத்தகங்கள் அச்சிட்டுக் கொடுக்கும் பணியை (ஜாப்வொர்க்) இது செய்து வந்தது. உதாரணமாக என்.ஏ. அந்தோணி பிள்ளை எழுதிய *சுகுணசுந்தரி* (1912) என்ற நாவல் பூலோகவியாஸன் அச்சகத்தில் அச்சிடப்பட்டதாக அறிகிறோம்.[74]

பூஞ்சோலை முத்துவீரன் பிள்ளையிடம் எம்.சி. ராஜா, ஏ.எஸ். சகஜானந்தர் ஆகியோர் தமிழ் இலக்கியம் கற்றனர். பூஞ்சோலை முத்துவீரன் பிள்ளை சகஜானந்தரின் இலக்கிய ஆசிரியருள் ஒருவர் என்பதைச் சகஜானந்தர் தமது 'நான்காவது ஹரிஜன மாநாட்டு வரவேற்புப் பிரசங்கத்தில்' குறிப்பிட்டுள்ளார். வள்ளுவர் சாதியில் பிறந்த முத்துவீரன் பிள்ளை 1910இல் புத்த மதத்தைத் தழுவினார். இதே காலகட்டத்தில் தென்னிந்திய சாக்கிய பவுத்த சங்கத்தைத் தோற்றுவித்துச் செயல்பட்டுவந்த அயோத்திதாசருக்கும் பூஞ்சோலை முத்துவீரன் பிள்ளைக்குமான தொடர்புகள் குறித்த சில ஆதாரங்கள் 1909ஆம் ஆண்டு பூலோகவியாஸன் இதழில் கிடைக்கின்றன.[75]

பூலோகவியாஸன் இதழில் பறையர் மகாஜன சபைக் கூட்ட நடவடிக்கைகள் தொடர்ந்து பதிவு செய்யப்பட்டன. இரட்டைமலை சீனிவாசன் 1900இல் தென்னாப்பிரிக்கா

---

73. G.O.1067, Judicial, 29 June 1911; G.O.1254-55, Judicial, 8 August 1912.
74. மாயூரம் வேதநாயகம் பிள்ளை எழுதிய *சுகுணசுந்தரி* என்னும் நாவல் 1887இல் வெளியானது.
75. ஜெ. பாலசுப்பிரமணியம், *பூலோகவியாஸன்: தலித் இதழ்த் தொகுப்பு*, காலச்சுவடு பதிப்பகம், நாகர்கோவில், 2017.

சென்றவுடன் *பறையன்* பத்திரிகை முடிவுக்கு வந்தது. இந்தச் சூழலில் பறையர் மகாஜன சபையின் பதிவுகளைப் *பூலோகவியாஸன்* வெளியிட்டு வந்தது. பர்மாவில் தொழிலதிபரும் பர்மா முனிசிபல் சேர்மனாகவும் இருந்த ஆதிதிராவிடச் செல்வர் பெ.மா. மதுரைப் பிள்ளை குறித்த செய்திகள் இந்தப் பத்திரிகையில் தொடர்ச்சியாக வெளிவந்தன. ரங்கூனில் மதுரைப் பிள்ளைக்குச் சொந்தமான 'மதுரை பிரதர்ஸ் அண்டு கம்பெனி' எனும் அச்சகம் செயல்பட்டு வந்தது. இந்த அச்சகத்தில் அச்சிடப்பட்ட வருட காலண்டர் குறித்த விளம்பரம், பர்மா ரங்கூனில் மதுரைப் பிள்ளை வெகுவிமரிசையாக கொண்டாடிய மதுரைவீரன் சுவாமி பூஜை குறித்த செய்திகள் இடம்பெற்றுள்ளன. மதுரைப் பிள்ளையின் மனைவி ஆதிலெட்சுமியம்மாளின் மரணச்செய்தியும் *பூலோகவியாசனில்* வெளியிடப்பட்டது. இந்தச் செய்திகள் மதுரைப் பிள்ளைக்கும் *பூலோகவியாஸனுக்குமிடையே* இருந்த நெருக்கத்தைக் காட்டுகின்றன. 1907ஆம் ஆண்டு *பூலோகவியாஸன்* ஆசிரியர் பூஞ்சோலை முத்துவீரன் பிள்ளைக்கு நாவலர் பட்டமும் பணமுடிப்பும் வழங்கிக் கௌரவித்தார் மதுரைப் பிள்ளை. இதன் பிறகு அவர் பூஞ்சோலை முத்துவீர நாவலர் என்று அறியப்பட்டார்.

அயோத்திதாசர் நடத்திய *தமிழன்* இதழில் தொடர்ந்து பங்களிப்புச் செய்து வந்த ஏ.பி. பெரியசாமி புலவர், *தமிழ்மாது* இதழை நடத்திய ஸ்வப்பணேஸ்வரி அம்மாள் ஆகியோர் *பூலோகவியாஸனிலும்* எழுதிவந்தனர். ஏ.பி. பெரியசாமி புலவர் 'சாக்கைய பவுத்தர்கள்' எனும் தொடரையும், ஸ்வப்பணேஸ்வரி அம்மாள் 'இளவயதில் கலியாணம் செய்தல்' எனும் கட்டுரையையும் எழுதினர். தலித் அறிவுக்குழுக்களுக்கிடையே நிகழ்ந்துவந்த கருத்து மோதல்கள் குறித்த சில குறிப்புகள் இத்தொகுப்பில் கிடைக்கின்றன. குறிப்பாகப் பத்தொன்பதாம் நூற்றண்டின் இறுதியில் 'பறையன்' எனும் சொல் குறித்து நிகழ்ந்த முக்கியமான கருத்து மோதலில் அயோத்திதாசரைத் தலைமையாகக் கொண்ட அறிவுக்குழு, பறையன் எனும் சொல் பூர்வ பவுத்தர்களை இழிவுபடுத்திக் கீழ்நிலைப்படுத்துவதற்காகச் சாதியை உருவாக்கியவர்களால் பரப்பப்பட்ட ஒன்று எனும் கருத்தை *திராவிட பாண்டியன்* இதழ் மூலமாக முன்வைத்தது.

இரட்டைமலை சீனிவாசனைத் தலைமையாகக் கொண்ட அறிவுக்குழு (பறையர் மகாஜன சபை), பறையன் எனும் சொல்லை வெளிப்படையாக ஒவ்வொருவரும் அறிவித்துக்கொள்வதின் மூலமே அம்மக்கள் மீதான, அச்சொல்லின் மீதான இழிவைப் போக்க முடியும் என்றது. இழிவு என்று அர்த்தம் கற்பிக்கப்பட்ட

பறையன் என்ற சொல்லை வெளிப்படையாகப் பயன்படுத்துவதன் மூலம் அதற்கு பெருமையான அர்த்தத்தை உருவாக்கிக்கொள்ள வேண்டும் எனும் கருத்தை இவர்கள் கொண்டிருந்தனர். இதன் வெளிப்பாடாகவே இரட்டைமலை சீனிவாசன் தாம் தொடங்கிய இதழுக்குப் *பறையன்* என்று பெயரிட்டார். ஒரு முறை இச்சொல் பயன்பாடு குறித்த பிரச்சினை நீதிமன்றம்வரை சென்று இரட்டைமலை சீனிவாசனுக்கு அபராதம் விதிக்கப்பட்டது தனிக் கதை.

பூலோகவியாஸன் இதழ் ஆதரித்த இரட்டைமலை சீனிவாசன் காங்கிரஸ் இயக்கம் குறித்துக் கடுமையான விமர்சனங்களைக் கொண்டிருந்தபோதும் இந்த இதழ் காங்கிரஸ் இயக்கத்தின் கூட்ட நடவடிக்கைகளை எவ்வித விமர்சனமுமின்றிப் பதிவுசெய்துள்ளது. ஆனால் அடுத்த சில ஆண்டுகளில் பூலோகவியாஸன் சுதேசி எதிர்ப்பு இதழாக வெளிவந்தது என்பதை அறியமுடிகிறது. டெமி அளவில் வெளிவந்த பூலோகவியாஸனின் விற்பனை ஆரம்பகாலத்தில் 300 ஆக இருந்தது. 1910களுக்குப்பின்பு இதன் விற்பனை மேலும் குறைந்தது. 1917இல் இதன் ஆசிரியர் பூஞ்சோலை முத்துவீர நாவலரின் மறைவைத் தொடர்ந்து இதழ் முடிவுக்கு வந்தது. இதற்கெனத் தொடங்கப்பட்ட பூலோகவியாஸன் அச்சகத்தை முத்துவீர நாவலரின் மனைவி முருகம்மாளின் பெயருக்கு மாற்றக்கோரி அரசுக்கு மனு செய்யப்பட்டது. அச்சுக்கூடச் சட்டப்படி அச்சகப்பெயர் மாற்றத்திற்கு வைப்புத்தொகையாக ரூ. 500 கட்டவேண்டும். இதை முருகம்மாள் கட்டத்தவறியதால் அச்சகமும் முடிவுக்கு வந்தது.[76]

கிடைத்த ஒரு வருடத் தொகுப்பு, அரசு ஆவணங்கள் ஆகியவற்றின் துணைகொண்டு இதுவரை வெறும் பெயரளவில் மட்டுமே தெரிந்திருந்த இதழின் வரலாற்றை ஓரளவு கட்டமைக்க முடிந்துள்ளது. பூலோகவியாஸன் அரசியல், கல்வி, சமூகம், மதம், விவசாயம், புதினங்கள், விளம்பரங்கள் என அனைத்து விசயங்களுடன் முழுமையான ஓர் இதழாக வெளியானது. பத்தொன்பதாம் நூற்றாண்டின் இறுதி மற்றும் இருபதாம் நூற்றாண்டின் தொடக்க காலங்களில் வெளிவந்த பெரும்பாலான தமிழ் இதழ்கள் அனைத்து விசயங்களும் கலந்த கலவையாகவே அமைந்திருந்தன. ஒரு சில தீவிர இதழ்கள் (*தமிழன்*) மட்டுமே கருத்தியல் சார்ந்த விசயங்களுக்கு அதிகம் இடம் தருபவையாக இருந்தன.

---

76. G.O.582-83, Public, 8 July 1918.

பூலோகவியாஸன் – தமிழன் உறவு

தமிழன் (18, ஜனவரி, 1911) இதழில் 'சாதி பேதமற்ற திராவிடர்கள்' எனத் தலைப்பிட்டு

> பூலோகவியாஸனுள் வரைந்துள்ள கருத்தை அசத்தியர்களும், அசப்பியர்களாலும், துன்மார்கர்களாலும் பொறாமை கொண்டு பூர்வ பௌத்தர்களுக்களித்துள்ள சாதிப்பெயர்களை யகற்றி சுயம்பில் (சென்செஸ் காலத்தில்) வெளிவருவதுடன் மதக்களிம் பேறியுள்ள மற்றவர்களுக்கும் விளக்கி பௌத்த காலத்தில் சேர்க்க வேண்டுமென்னும் கோரிக்கையால் வரைந்த தென்பது கருத்தாம், அன்னோரோதனும் பிறர்க் குரைத்துனுமாகியச் செயலில் நிகழ்வாராயின் அழகும் ஆனந்தமுமேயாம்

என்ற செய்தியின் மூலம் பௌத்த அடையாளத்திற்கான *பூலோகவியாஸனின்* பங்களிப்பு தெரிய வருகிறது. அயோத்திதாசப் பணடிதரோடு நெருக்கமாகச் செயல்பட்டு வந்த ஏ.பி. பெரியசாமி புலவர் 'சாக்கைய பௌத்தர்கள்' எனும் தொடரைப் *பூலோகவியாஸனில்* மூன்று தொடராக எழுதியுள்ளார். தமிழகச் சூழலில் இதுவரை பௌத்தத்தின் வீழ்ச்சியில் தீண்டாமையின் தோற்றத்தை விளக்கும் சான்றாக அயோத்திதாசரின் *தமிழன்* இதழ் மட்டுமே அறியப்பட்டு வந்தது. பௌத்தத்திற்கும் இந்து ஆரியருக்குமான முரண்நோக்கில் சாதி மற்றும் தீண்டாமையின் தோற்றத்தை முன்வைக்கும் *பூலோகவியாஸன்* மற்றுமொரு பௌத்த இதழ் என்ற முடிவுக்கு வரமுடிகிறது.

> "விகடனும் பாஷிதனும் என்று சுட்டியெழுதி பொதுநலப்பிரியன் என கையெழுத்திட்ட கடிதத்தைப் பிரசுரிக்க முடியாது என அறிவிக்கப்பட்டுள்ளது. மேலும் சில காலம் முன் நடந்து மறைந்த 'திராவிடப் பாண்டியன்' 'பறையன்' எனும் பத்திரிகைகளும் 'மஹாவிகடனும்' ஒன்றுக்கொன்று தூற்றித் தூறி அடைந்த அவமானத்தை யுலகம் மறந்துவிடவில்லையே"[77]

என்றும் பத்திராதிபர் குறிப்பிட்டுள்ளார். இதில் 'விகடனும் பாஷிதனும்' என்பது *மஹாவிகடதூத*னையும் *வினோதபாஷித*னை யும் குறிக்கிறது. வியாபாரப் பங்காளிகள் பிரச்சனையில் *மஹாவிகடதூதன்* இராஜேந்திரம் பிள்ளையிடமிருந்து வேறொருவருக்குச் சென்ற பிரச்சினையைப் பேச விழைகிறது.

---

77. *பூலோகவியாஸன்*, தொ. 6, 1909, ப. 295.

ஆனால் ஆசிரியர் ஏற்கெனவே தலித் பத்திரிகைகளுக்கிடையில் நடந்த மோதலைச் சுட்டிக்காட்டி கடிதத்தை வெளியிட மறுக்கிறார். இதன் மூலம் *திராவிடப் பாண்டியனுக்கும் பறையனுக்குமிடையில்* அடையாளம் குறித்து நடந்த மோதல் உறுதிப்படுகிறது. இதையே பெரியசாமி புலவர் குறிப்பாகத் 'தமிழனா? பறையனா?' என்ற தலைப்பில் "அந்தோ பறையரென்றாலும் பழி தமிழனென்றாலும் பழி இவ்விதக் கோளரிகள் நமக்குள்ளே செய்துகொண்டால் ஜெயம் பெறுவதெங்கனம்? என்று சீர்படப்போகிறோம்?" என்று எழுதுகிறார்.

வாசகர்கள்

பூலோகவியாஸனில் கடிதம் எழுதியோரின் புனைபெயர்களைக் கொண்டு அவர்களின் அரசியல் சார்பு விழிப்புணர்வைப் புரிந்துகொள்ள முடிகிறது. உண்மை ஞானப் பறையன், ஆத்மநேசன், அவதானியார், செந்தமிழ்ப் பாநு, தேசிகன், சோதரப்பிரியன், அஷ்டவதானியார், ஓர் பரோபகார சிந்தையான், கண்டுகளித்தோன் ஆகிய புனைபெயர்களில் பூலோகவியாஸனில் பலர் கடிதம் எழுதியுள்ளனர்.

பறையர் மகாஜன சபைக்கூட்டம் ஒவ்வொன்றிலும் தென்னாப்பிரிக்காவிலிருந்து இரட்டைமலை சீனிவாசன் எழுதிய கடிதத்தை வாசித்துக் காண்பித்தனர். ஆதிதிராவிடர்கள் குறித்த செய்திகள், கட்டுரைகள் போன்றவை எந்தச் செய்தித்தாளில் வந்தாலும் அதைச் சபைக் கூட்டத்தில் கலந்துகொண்ட அனைவரிடமும் வாசித்துக்காட்டும் வழக்கம் இருந்துள்ளது. உதாரணமாகப் *பூலோகவியாஸனின்* ஏப்ரல் மாத இதழில் வெளியான பறையர் மகாஜன சபைக் கூட்ட அறிக்கையில் மைசூர் ஆங்கிலப் பத்திரிகையில் வெளியான செய்தியை டி.ஆர்.பி. தீனதயாளம் பிள்ளை சங்கத்தின் முன் வாசித்துக் காட்டியதும், கனம் சுபேதார் மாரிமுத்தாப் பிள்ளை *விஜயா* பத்திரிகையில் வெளியிட்ட பஞ்சமர் விசயத்தை வாசித்ததையும் அறிய முடிகிறது. தீண்டப்படாதோர் குறித்த செய்தி, கட்டுரை எந்தப் பத்திரிகையில் வந்தாலும் பறையர் மகாஜன சபைக் கூட்டத்தின்போது அதை வாசித்துக் காட்டும் மரபு இம்மக்கள் பத்திரிகை நடவடிக்கையின் மீது கொண்டிருந்த நம்பிக்கையை காட்டுகிறது. மேலும் எந்தப் பத்திரிகையில் தாழ்த்தப்பட்டோர் குறித்த கருத்துகள் வெளியிட்டாலும் அதற்கு எதிர்வினையாற்றும் செயல்பாடு இருந்தமையும் தெரிகிறது.

~

11. ஒருபைசாத் தமிழன் / தமிழன் (1907–1933)

பண்டிதர் அயோத்திதாசரால் *ஒருபைசாத் தமிழன்* எனும் இவ்வாரப் பத்திரிகை சென்னை இராயப்பேட்டையில் 19 ஜூன் 1907இல் தொடங்கப்பட்டது. ஒரு வருடம் கழித்து 26 ஆகஸ்டு 1908இல் *தமிழன்* என்று பெயர் மாற்றப்பட்டது.

பண்டிதர் அயோத்திதாசர் வாழ்க்கைக் குறிப்பு

சித்த மருத்துவரான அயோத்திதாசர் தமிழ் இலக்கியங்களில் புலமைபெற்ற அறிஞர் ஆவார். ஜோதிடம், ஏடு வாசித்தல் போன்றவற்றில் சிறந்து விளங்கினார். 20 மே 1845இல் கோயம்புத்தூரில் கந்தசாமி என்பவருக்கு மகனாகப் பிறந்தார். இவர் இராயப்பேட்டையில் பிறந்தார் என்று சில ஆய்வாளர்கள் குறிப்பிடுகின்றனர். பண்டிதரின் இயற்பெயர் காத்தவராயன். வீ. அயோத்திதாச கவிராயர் என்பவரிடம் தமிழ் இலக்கியங்களைக் கற்றுத் தேர்ந்த இவர், தன் குருவின் பெயரைச் சூட்டிக்கொண்டார். ஹாரிங்டன் எனும் வெள்ளை அதிகாரியிடம் பண்டிதரின் பாட்டனார் பட்லராக வேலை பார்த்தார். 1870ஆம் ஆண்டு பண்டிதர் உதகமண்டலத்தில் அத்வைதானந்தா சபை என்ற அமைப்பை நிறுவினார். ஒடுக்கப்பட்ட மக்களைச் சாதிப் பிடியிலிருந்து அத்வைத தத்துவம் ஆத்தும ரீதியாக விடுதலை செய்யும் என்று அவர் நம்பினார். அத்வைதம் என்பது பிரம்மம் மட்டுமே உண்மை ஏனையவை மாயை எனும் கொள்கையாகும். இதுவே அயோத்திதாசரின் தொடக்ககால தத்துவார்த்த முயற்சியாகும்.

பிரிட்டிஷ் இந்தியக் காலனிய அரசு 1871ஆம் ஆண்டு மக்கள் தொகைக் கணக்கெடுப்பைத் தொடங்கியது. அதிலிருந்து பத்து வருடங்களுக்கு ஒருமுறை மக்கள் தொகை கணக்கெடுக்கப் பட்டது. இரண்டாவது கணக்கெடுப்பில் (1881) இந்திய மக்கள் மதரீதியாக வகைப்படுத்தப்பட்டனர். இந்த வகைப்படுத்தலில் தீண்டப்படாத மக்களை இந்து மதப்பிரிவுக்குள் சேர்த்தனர். இதைக் கண்டித்து அரசுக்குக் கடிதம் எழுதிய பண்டிதர் ஒடுக்கப்பட்ட மக்களை ஆதித்தமிழர் எனக் குறிப்பிடவேண்டும் என்று கோரிக்கை விடுத்தார்.

1891இல் 'திராவிட மஹாஜன சபை' என்ற அமைப்பை பண்டிதர் தொடங்கினார். இந்த அமைப்பின் முதல் மாநாட்டை உதகமண்டலத்தில் 1 டிசம்பர் 1891இல் கூட்டினார். இந்த மாநாட்டில் நிறைவேற்றப்பட்ட பத்துத் தீர்மானங்களை 21

ஜெ. பாலசுப்பிரமணியம்

டிசம்பர் 1891இல் இந்திய தேசிய காங்கிரசுக்கும் இஸ்லாமிய அமைப்புகளுக்கும் அனுப்பி வைத்தார். அதில் பறையன் என்று இழிவுபடக் கூறுவோரைப் பழித்தல், அவதூறு என்னும் குற்றத்திற்கு ஆளாக்கும் ஓர் சட்டம் ஏற்படுத்த வேண்டும், இக்குலத்து ஏழைக்குடிகள் விருத்தியடையும்படி கல்விச்சாலைகள் அமைக்கவேண்டும். இக்குலத்துப் பிள்ளைகளுள் மெற்றிகுலேசன் பரீட்சையில் தேறிய மூன்று பிள்ளைகளுக்கு ஸ்காலர்ஷிப் கொடுக்கவேண்டும். கல்வியில் தேறினோர்களில் ஒவ்வொருவரை இத்தமிழ் நாட்டிலுள்ள ஒவ்வொரு கவர்ன்மென்று ஆபீசுகளிலும் உத்தியோகமளித்து ஆதரிக்க வேண்டும். முனிசிபல், கிராம சங்கங்களில் பிரதிநிதித்துவம் அளித்தல், தாழ்ந்த வேலை செய்வதிலிருந்து விடுவித்தல், பொதுக் குளங்களிலும் கிணறுகளிலும் தண்ணீர் எடுக்க அனுமதித்தல், அரசு அலுவலகங்களில் தடையின்றி அனுமதித்தல், பெருந்தொகையாக இம்மக்கள் வசிக்கும் கிராமங்களில் முனிசீப் அலுவல்களில் இக்குலத்தோரில் ஒருவரை நியமித்தல் போன்ற கோரிக்கைகளை அவர் வலியுறுத்தினார்.[78]

1892இல் திராவிட மஹாஜன சபைப் பிரதிநிதியாக மெட்ராஸ் மஹாஜன சபையின் கூட்டத்தில் கலந்துகொண்ட பண்டிதர் தீண்டப்படாத மக்கள் கோவிலுக்குள் நுழையமுடியா நிலை, ஒடுக்கப்பட்ட மக்களுக்கு இலவசப் பள்ளிக்கல்வி வழங்குதல், நிலமற்ற ஒடுக்கப்பட்ட மக்களுக்குப் புறம்போக்கு நிலங்களை வழங்குதல் போன்ற கோரிக்கைகளை வலியுறுத்திப் பேசினார்.[79] 1894இல் எஸ். ஸ்ரீநிவாசராகவ ஐயங்காருக்கு (Inspector General of Registration) அயோத்திதாசப் பண்டிதர் ஒரு கடிதம் எழுதினார். அதில் தீண்டப்படாத மக்களுக்குச் சம வேலைவாய்ப்பும் சிவில் உரிமையும் வழங்கக் கோரிக்கை வைத்தார். அவரது கடிதத்தில் பறையர்களின் மோசமான வாழ்நிலையை விளக்கினார். பின்னர் 1896இல் மறைத்திரு ஜான் ரத்தினத்துடன் இணைந்து *திராவிடப் பாண்டியன்* எனும் இதழைத் தொடங்கினார். தாழ்த்தப்பட்ட வகுப்பைச் சேர்ந்த ஜான் ரத்தினம் என்பவர் 1882இல் 'திராவிடர் கழகம்' எனும் அமைப்பைத் தொடங்கினார். அவர் ஆயிரம் விளக்கில் உள்ள வெஸ்லியன் மிஷன் பள்ளியில் தலைமையாசிரியராகப் பணியாற்றியவர். இந்தப் பள்ளியில்தான் திரு.வி.க.விற்கு ஆசிரியப்பணி வழங்கினார்.

1898ஆம் ஆண்டு பஞ்சமர் பள்ளியின் தலைமை ஆசிரியர் கிருஷ்ணசாமி அவர்களுடன் பண்டிதர் இலங்கைக்குச் சென்று

78. *தமிழன்*, 14 அக்டோபர் 1908.
79. *தமிழன்*, 21 அக்டோபர் 1908.

தீட்சை பெற்று புத்தமதம் தழுவினார். பிரம்மஞான சபையின் இதழான *தியசாபிஸ்ட்* அயோத்திதாசருக்கு இரங்கல் குறிப்பு எழுதும்போது பின்வருமாறு குறிப்பிட்டது.

> கர்னல் ஆல்காட், மெட்ராஸ் பஞ்சமர்களின் பிரதிநிதிகளாக இருவரை இலங்கைக்குக் கூட்டிச் சென்றார். அதில் பண்டிதர் C. அயோத்திதாசரும் ஒருவர். அவர்களுக்குச் சுமங்களா எனும் மூத்த பிட்சு தீட்சை வழங்கி புத்த மதத்திற்குள் இணைத்துக் கொண்டார். அன்றிலிருந்து தென்னிந்தியாவின் ஒடுக்கப்பட்ட பஞ்சமர்களின் வரலாற்றில் ஒரு புதிய அத்தியாயம் தொடங்கியது.[80]

அவர் புத்தமதம் தழுவிய அதே வருடத்தில் (1898) சென்னை இராயப்பேட்டையில் தென்னிந்திய சாக்கிய பௌத்த சங்கத்தை நிறுவினார். இந்தச் சங்கத்தின் குரலாக 19 ஜூன் 1907இல் *ஒருபைசாத் தமிழன்* இதழைத் தொடங்கினார். அவர் இதழ் தொடங்கியதிலிருந்து அவரது இறப்புவரை (5 மே 1914) அவரின் அனைத்துச் சமூக செயல்பாடுகளும் இவ்விதழில் பதிவு செய்யப்பட்டன. அயோத்திதாசர் சென்னை அடையாறில் செயல்பட்டுவந்த பிரம்மஞான சபையின் கர்னல் ஆல்காட்டுடன் நெருங்கிய தொடர்பில் இருந்தார். அமெரிக்க இராணுவத்தில் பணியாற்றிய ஹென்றி ஸ்டீல் ஆல்காட் பௌத்த மதத்தைத் தழுவி இந்தியாவில் அதன் மறுமலர்ச்சிக்கும், தீண்டப்படாத மக்களின் முன்னேற்றத்திற்கும் பாடுபட்டு வந்தார். இதன் விளைவாகத் தென்னிந்திய சாக்கிய பௌத்த சங்கத்திற்குத் தொடர்ந்து உதவிகளைச் செய்து வந்தார். பறையர்கள் குறித்து ஆல்காட் எழுதும்போது,

> தென்னிந்தியப் பறையர்களின் தோற்றமும், அவர் களின் மதப் பாரம்பரியமும் மிகவும் முக்கியத்துவம் வாய்ந்த பிரச்சனைகளாகும். ஆகவே அவர்களுக்கு இலங்கையின் மூத்த புத்த பிட்சுவான சுமங்களாவுடன் தொடர்பை ஏற்படுத்தினேன். பூர்வ பௌத்தர்களான அவர்கள் இலங்கை பௌத்தர்களுடன் நெருங்கிய தொடர்பிலும் அரவணைப்பிலும் இருப்பது நல்லது என்று நினைத்தேன்[81]

என்கிறார்.

---

80. *Theosophist Magazine*, April-June 1914, p. 315.
81. Stephen R.Prothero, *The White Buddhist: The Asian Odessey of Henry Steel Olcott*, (Bloomington: Indiana University Press, 2010).

ஒருபைசாத் தமிழன்: தோற்றமும் வளர்ச்சியும்

தலித் இதழ்களில் *ஒருபைசாத் தமிழன்* முக்கியமான வரலாற்று ஆவணம். இது வார இதழாக 19 ஜூன் 1907இல் தொடங்கப்பட்டது. ஒவ்வொரு வாரமும் புதன்கிழமை வெளியானது. இதழ் தொடங்கி ஒரு வருடம் கழித்து இதன் பெயர் *தமிழன்* என்று மாற்றப்பட்டது. *ஒருபைசாத் தமிழனின்* வாசகர்கள் அச்சு எந்திரம் ஒன்றை வாங்கிக் கொடுத்தனர். அவர்கள் கேட்டுக்கொண்டதற்கிணங்க இதழின் பெயரைத் *தமிழன்* என்று மாற்றினேன் என்கிறார் பண்டிதர்.[82] அயோத்திதாசர் தனது சிந்தனைகளை இந்த இதழ் வழியாகப் பரப்பி வந்தார். சமூகம், சமயம், பண்பாடு ஆகியவை குறித்த சிந்தனைகளைப் பரப்பினார். இந்திரர் தேச சரித்திரம், புத்தரது ஆதிவேதம், அரசியல், பூர்வதமிழொளி ஆகிய தொடர்களைப் பண்டிதர் எழுதிவந்தார்.

தமிழன் இதழில் கட்டுரைகள், அறிக்கைகள், ஆசிரியருக்குக் கடிதங்கள், விளம்பரங்கள் போன்றவை வெளிவந்தன. இவ்விதழில் அயோத்திதாசரின் சமகாலத்தவர் பலர் பங்களிப்புச் செய்துவந்தனர். அவர்களில் ஸ்வப்பணேஸ்வரி அம்மாள், ஜி. அப்பாதுரை, ஏ.பி. பெரியசாமி புலவர், பி. லெட்சுமி நரசு, பி.எம். இராஜரத்தினம், டி.சி. நாராயணசாமி ஆகியோர் முக்கியமானவர்கள். தலித் அல்லாதவர்களும் அயோத்திதாசரின் கருத்துக்களில் உடன்பட்டு அவரோடு இணைந்து செயல்பட்டு வந்தனர். தமிழகத்தில் பௌத்த மறுமலர்ச்சியை ஏற்படுத்துவது, தீண்டப்படாத மக்களின் பிரச்சனைகளை அரசின் கவனத்திற்கு எடுத்துச் செல்வது போன்றவை பண்டிதரின் அடிப்படை நோக்கங்களாக இருந்தன. அயோத்திதாசர் குறித்து ஆய்வு செய்த ஞான அலாய்சியஸ் “1880இல் தொடங்கி இறப்புவரை பண்டிதரின் சிந்தனைகளும் கருத்தியலும் அவர் வாழ்ந்த காலத்தில் மிகவும் முற்போக்காக அமைந்தன. ஆகவேதான் இன்றும் நவீன சிந்தனையாக அது இருக்கிறது. தமிழர்களின் வரலாறு, மதம், இலக்கியம் ஆகியவற்றிற்கு பௌத்தப் பார்வையில் புது விளக்கம் கொடுத்தார். அம்பேத்கர் பௌத்தத்தைத் தழுவுவதற்கு அரை நூற்றாண்டிற்கு முன்பே பண்டிதர் காட்டிய பௌத்தம் ஓரளவு பரவியிருந்தது” என்கிறார்.[83] பண்டிதர் தனது வாதத்திற்கு ஆதாரங்களாகத் தமிழ் இலக்கியங்கள், பாலி மொழி நூல்கள், நாட்டுப்புற வழக்காறுகள், காலனிய ஆவணங்கள் போன்றவற்றைத் துணைக்கு எடுத்துக்கொண்டார். சாதியற்ற சமூகத்தைப் படைக்க விரும்பினார். அதற்குப்

---

82. *தமிழன்*, 26 ஆகஸ்ட் 1908.

83. Aloysius, *Nationalism without a Nation in India*, p. 58.

பௌத்த மறுமலர்ச்சி அவசியம் என்றுணர்ந்தார். பௌத்தம் செழிப்புற்றிருந்த காலத்தில் சாதி வேற்றுமையற்ற சமூகமாக இந்நாடு இருந்ததென்றும், பௌத்தம் அழிந்த காலத்தில் சாதி வேரூன்றியது என்றும் பண்டிதர் முடிவு செய்தார். இதைத்தான் அவர் தனது இந்திரதேச சரித்திரத்தில் விளக்குகிறார். வேஷ பிராமணர் என்றழைக்கப்படும் இத்தேசம் புகுந்த ஆரியர்கள் சாதியைப் புகுத்தித் தங்களின் மேலாண்மையை நிலைநாட்டினர் என்கிறார் பண்டிதர். இவர்கள் வருவதற்கு முன்பு பிராமணர், சத்திரியர், வைசியர், சூத்திரர் எனும் வேலைப் பிரிவுகள் இருந்தன என்றும், இந்த வேலைப்பிரிவுகளில் மேல்-கீழ் பாராட்டுதல் இல்லை, ஆனால் இந்த வேஷ பிராமணர்களே இந்த வேலைப்பிரிவை மேலிருந்து கீழான சாதி அடுக்காக மாற்றினர் என்றும் கூறுகிறார். வேஷ பிராமணர் என்பதன் எதிர்வாக யதார்த்த பிராமணர் என்ற சொல்லாடலைக் கையாள்கிறார். அதாவது இங்குள்ள பூர்வ பௌத்தர்களை அவர் யதார்த்த பிராமணர் என்கிறார். இங்கிருக்கும் யதார்த்த பௌத்தர்களைப் போல நடித்து மக்களை ஏமாற்றித் தங்கள் ஜீவியத்தை நடத்தியவர்கள் வேஷபிராமணர் என்கிறார். இதை அவர் வேஷப் பிராமண வேதாந்த விவரம், யதார்த்த பிராமண வேதாந்த விவரம் என்ற தொடர்களில் விளக்குகிறார். மேலும் அவர் சாதி பேதமுள்ள திராவிடர், சாதி பேதமற்ற திராவிடர் என்ற பிரிவினையையும் கையாள்கிறார். சாதியை ஏற்றுக்கொண்டு அதைப் பின்பற்றும் பிராமணரல்லாதாரைச் சாதிபேதமுள்ள திராவிடர் என்கிறார். அதற்கு எதிராகப் பூர்வபௌத்தர்களைச் சாதி பேதமற்ற திராவிடர் என்கிறார்.

தமிழன் வாசகர்கள்

தமிழன் இதழின் வாசகர்கள் இரண்டு வகையினர். முதலாமவர் மரபான திண்ணைக் கல்வி கற்ற தலித்துகள். மற்றவர் காலனிய ஆட்சியால் விளைந்த நவீனக் கல்வி கற்றவர்கள். காலனிய ஆட்சியில் தொழிற்சாலை உருவாக்கத்தால் நவீன வேலைவாய்ப்புகள் உருவாகின. சுரங்கத்தொழில், ஆலைகள், காப்பி தேயிலை தோட்டங்கள், பிரிட்டிஷ் இந்திய இராணுவம், கிறிஸ்தவ மிஷனரிப் பள்ளிகள், அரசு வேலை, வெள்ளை அரசு அதிகாரிகளுக்கான வேலையாட்கள் (பட்லர், உதவியாளர், மொழிபெயர்ப்பாளர்) போன்ற வாய்ப்புகள் தலித்துகளுக்குத் திறந்துவிடப்பட்டன. இந்தப் புதிய வேலை வாய்ப்பினால் தலித்துகளில் தன்னிறைவு பெற்ற வகுப்பு உருவானது. இச்சமூகத்திற்கான சமூக அரசியல் பணிகளில் அவர்கள் தங்களை ஈடுபடுத்திக்கொண்டனர். இதன் தொடர்ச்சியாகப்

பத்திரிகை வாசிப்பது, அதில் தங்கள் சமூகம் எதிர்கொள்ளும் பிரச்சனைகளைக் கடிதங்களாக எழுதுவது, அதன் மூலம் அரசின் கவனத்தைப் பெறுவது போன்ற பொதுச்செயல்பாடுகளில் ஈடுபட்டனர். மேலும் தலித்துகள் வேலை வாய்ப்புக்காகப் பல தேசங்களுக்குப் புலம் பெயர்ந்தனர். தென்னாப்பிரிக்கா, பர்மா, இலங்கை, பிஜி மொரிஷியஸ் தீவுகள், சிங்கப்பூர், மலேசியா, தான்சானியா ஆகிய நாடுகளில் *தமிழன்* இதழுக்கு வாசகர்களும் ஏஜெண்டுகளும் இருந்துள்ளனர். உதாரணமாக 'நமது ஏஜெண்டுகள்' என்று தலைப்பிட்டுப் பெயரும் முகவரியும் ஆங்கிலத்தில் கீழ்க்கண்டவாறு குறிப்பிடப்பட்டுள்ளன: *Mr.V.G.Pillai, Times Press, Bombay; Messrs.J. Ranganatham & Co., No.25, 26th Street Rangoon; Mr.S.C.Audikesavalu, 5, Thulukanam Street, Pudupet P.O. Madras; Mr.K.Arumugam, c/o India Office, Overport Durban Natal, South Africa; Sasana Dhayaka C. Guruswamier, 9th Section, Marikuppam* என்பனவாகும். தமிழகத்தில் மட்டுமில்லாமல் புலம்பெயர்ந்த தலித்துகள் மத்தியிலும் இதழ் சென்றடைந்துள்ளது.

அயோத்திதாசரின் மறுவாசிப்பும் வரலாற்றுக் கட்டமைப்பும்

இச்சமூகத்தில் காலூன்றியிருக்கும் அனைத்துப் புரிதல்களையும் அயோத்திதாசர் மறுவாசிப்பு செய்தார். பெருங்கதையாடல்கள், பண்பாட்டுப் பழக்கவழக்கங்கள், பழமொழிகள் என அனைத்திற்கும் பௌத்த நோக்கில் விளக்கம் தந்தார். அவருக்கிருந்த ஏடு வாசிப்பு, பன்மொழிப் புலமை இதற்குத் துணையாக அமைந்தன. அவர் கட்டமைக்க நினைத்தது எல்லாம் இன்று தாழ்ந்தநிலையில் உள்ள மக்களே பூர்வ பௌத்தர்கள். பிராமணியத்தை எதிர்த்ததாலே அவர்கள் மீது இழிவு பொய்யாகப் புனையப்பட்டது. இந்தப் புனைவை மொழியிலும் பரவச் செய்து சமூகத்தில் நிலைப்படுத்தினர். இவ்வாறு வேஷ பிராமணர்கள் தங்கள் மதக்கடைகளைப் பரப்பி மக்களை ஏமாற்றிப் பிழைப்பு நடத்திவந்ததைப் பூர்வ பௌத்தர்கள் மக்களுக்கு வெளிச்சம் போட்டு காட்டினர். இதைப் பொறுக்காத வேஷ பிராமணர்கள் பௌத்தர்கள்மீது பறையன் என்ற இழிவான பெயரைச் சூட்டி அதைச் சமூகத்தில் பரவச் செய்தனர் என்கிறார் பண்டிதர். இப்படி அவர் ஒவ்வொரு இழிவையும் அதற்கான காலம் இடம் சார்ந்த ஒரு பெருங்கதையாடலுக்குள் வைத்து விளக்குகிறார். அதாவது பிராமணக் கதையாடலைப் பௌத்தக் கதையாடல் மூலம் எதிர்கொள்கிறார்.

ஒடுக்கப்பட்ட மக்களுக்கான பலமும் பலவீனமும் வரலாற்றிலேயே இருக்கிறது என்று பண்டிதர் உணர்ந்தார்.

இம்மக்களை இழிவானவர்கள் என்று கற்பித்த இந்துப் பிராமணிய வரலாற்றுக்கு எதிராகப் பௌத்த பறையர் வரலாற்றைப் பண்டிதர் கட்டமைத்தார். வரலாற்றால் பரப்பப்பட்ட ஒடுக்குதலை எதிர் வரலாறு எழுதுவதன் மூலமே மாற்ற இயலும் என்று நம்பினார். இன்றைய வரலாற்று முறையியலைக் கொண்டு பண்டிதரின் வரலாற்றுக் கட்டமைப்பை அளவிட முடியாது. ஏனென்றால் அவர் கட்டமைத்த வரலாற்றில் புனைவும் அல்புனைவும் சரிவிகிதத்தில் கலந்திருந்தது. அதானாலேயே அது மிகவும் வசீகரமானதாக இருந்தது.

உதாரணமாக நந்தன் கதையைக் கூறலாம். நந்தன் சிதம்பரத்தைத் தலைமையகமாகக் கொண்டு பௌத்த தம்ம வழியில் நல்லாட்சி செய்து வந்த பௌத்த மன்னனாவான். அவனது ஆட்சியில் பிராமணர்கள் இந்து மதப் பொய் புரட்டுகளைக் கூறி வயிறு வளர்த்து வந்தனர். இந்தப் பிராமணர்கள் பாரசீக தேசத்திலிருந்து இங்குவந்து குடியேறியவர்கள் என்று நந்தன் அரசவைக்குப் புகார் வந்தது. அவர்கள் பேசும் மொழியும் பண்பாடும் பாரசீக தேசத்தை ஒத்திருப்பதை உறுதிசெய்ய வேண்டி பாரசீகத்திற்கு ஆட்களை அனுப்பினான். இதனால் தங்களது குட்டு வெளிப்பட்டுவிடும் என்பதை யூகித்த பிராமணர்கள் நயவஞ்சகத்தால் நந்த மன்னனை ஒழித்துக் கட்ட திட்டம் தீட்டினர். ஒரு விழாவிற்காக நந்த மன்னனைக் கல்மண்டபத்திற்கு ஏமாற்றி அழைத்துச் சென்றனர். அங்குச் சென்ற நந்த மன்னன் மீது அக்கல்பொறி மண்டபத்தை விழச்செய்து கொலை செய்தனர் என்கிறார் பண்டிதர். இதற்கு அவர் எடுத்துக்கொண்ட ஆதாரம் அஷ்வகோசர் இயற்றிய 'நாரதீயப் புராண சங்கைத்தெளிவு' எனும் நூலாகும். இதை *இந்திரர் தேச சரித்திரத்தில்* அவர் பெரும் விவரணையில் விளக்குகிறார். அதாவது பௌத்த வழியில் ஆட்சி நடந்துவந்த தேசம் இந்திரர் தேசம். ஐந்து இந்திரியங்களையும் வென்ற இந்திரன்/தேவேந்திரன் வாழ்ந்த தேசமே இந்திரர் தேசமாகும். அங்குக் குடியேறிய பிராமணர்கள் மாமிசம் உண்பதற்கு யாகங்களை வளர்த்தனர். சுர பானம் எனும் மதுவைக் குடித்து வந்தனர். கல்வி அறிவற்ற பெரும்பாலான மக்கள் மத்தியில் தீய பழக்கவழக்கங்களைப் புகுத்தினர். தம்மசீலர்களான பௌத்தர்களை அழுக்கானவர்கள், புலையர்கள், பறையர்கள் என்று தாழ்த்திப் பொய்ப் பிரச்சாரம் செய்தனர். தம் சூது வாதுகளை அம்பலப்படுத்தியவர்களைப் பறையர்கள் என்றனர். இதுபோதாதென்று தம்மவழி தவறிய சிற்றரசர்களைக் கைக்குள் போட்டுக்கொண்டு பௌத்தர்களைக் கொன்றழித்தனர். இப்படியே பௌத்த தேசமான இந்திரர் தேசம் கீழானது என்ற வரலாற்றைக் கூறுகிறார் பண்டிதர்.

இத்தகைய பொற்காலத்தை பௌத்த மறுமலர்ச்சி மூலம் மீளமைக்க விரும்பினார்.

தென்னிந்திய சாக்கிய பௌத்த சங்கம்

பௌத்த மறுமலர்ச்சிக்கெனப் பண்டிதர் அயோத்திதாசர் தென்னிந்திய சாக்கிய பௌத்த சங்கத்தைத் தோற்றுவித்தார். இலங்கை சென்று பஞ்சசீலம் பெற்று வந்தவுடனே சென்னை இராயப்பேட்டையில் இச்சங்கத்தை தொடங்கினார். இச்சங்கத்தின் சார்பில் கிராமந் தோறும் ‘புத்த தம்ம பிரசங்கம்’ நிகழ்த்தினர். இவை பெரும்பாலும் தலித்துகள் வசித்த பகுதிகளிலேயே நிகழ்த்தப்பட்டன. தமிழகத்தில் சென்னையைச் சுற்றியுள்ள சேரிகள், வேலூர், திருப்பத்தூர், பெங்களூர், கோலார் தங்க வயல், மாரிக்குப்பம், சாம்பியன் ரீப்ஸ் போன்ற பகுதிகளில் கிளைகள் தொடங்கப்பட்டு செயல்பட்டு வந்தன. ஒவ்வொரு சங்கக்கிளையின் கூட்ட நடவடிக்கைகளும் *தமிழன்* இதழில் தொடர்ச்சியாகப் பதிவு செய்யப்பட்டன. பௌத்த மதத்திற்கு மாறிய தலித்துகளின் பெயர்களைத் *தமிழன்* வெளியிட்டது. தலித்துகள் மெல்லமெல்ல பௌத்தப் பண்பாட்டு வாழ்க்கைமுறைக்கு மாறினர். பலர் பௌத்த பிக்குகளானார்கள். பிறப்பு முதல் இறப்புவரை பௌத்தச் சடங்குகளைப் பின்பற்றினர். இச்சங்கத்தின் துணை அமைப்பாகத் ‘தென்னிந்திய சாக்கைய பௌத்த வாலிபர் சங்கம்’ பண்டிதரின் மகன் பட்டாபிராமனால் தொடங்கப்பட்டது.[84] பௌத்தர்களைத் தனியாகக் கணக்கெடுக்க வேண்டும் என்ற பண்டிதரின் கோரிக்கைக்குச் செவிசாய்த்த மைசூர் சமஸ்தான அரசு மக்கள்தொகைக் கணக்கெடுப்பில் பௌத்தர்கள் என்ற தனி வகையினத்தை உருவாக்கியது.[85]

தமிழனின் உள்ளடக்கம்

மூன்று பத்தி, நான்கு பக்கம், டேப்லாய்ட் அளவிலான வார இதழில் கட்டுரைகள், தொடர்கள், உள்ளூர், வெளியூர்ச் செய்திகள், ஆசிரியருக்குக் கடிதம், கேள்வி–பதில், அறிவிப்பு, வானியல் அறிக்கை, சந்தாத் தொகை, விளம்பரக் கட்டணம், புத்தக விற்பனை விளம்பரம், கெசட் அறிவிப்புகள், வணிக அறிவிப்புகள், தந்திச் செய்திகள், சென்ற இதழின் பிழை திருத்தம், காய்கறி தானியங்களின் சந்தை விலை, புதிய புத்தகங்களின் வரவு, விளம்பரங்கள் *தமிழன்* இதழின் உள்ளடக்கமாக இடம்பெற்றன. புதிதாக வெளிவரும் இதழ்கள் குறித்தும் *தமிழனில்* பதிவு செய்யப்பட்டது. கோயம்புத்தூர் வேளாண்

84. *தமிழன்*, 30 ஆகஸ்ட், 13 செப்டம்பர் 1911.
85. *தமிழன்*, 23 அக்டோபர் 1912.

கல்லூரி வேளாண் அலுவலர்கள் விவசாயம் குறித்து எழுதிய தொடர் வெளியிடப்பட்டது.

ஆசிரியருக்குக் கடிதம்

இந்தப் பகுதியில் வாசகர்களின் மதம், அரசியல், பண்பாடு, சமூகம், இலக்கியம் போன்ற பல்வேறு வினாக்களுக்குப் பண்டிதர் விடையளித்தார். பண்டிதரின் பல்துறைப் புலமை இதில் வெளிப்பட்டது. *தமிழன்* இதழ் சென்றடைந்த பிஜி, மொரிசியஸ், சிங்கப்பூர், மலேசியா, தான்சானியா போன்ற பகுதிகளிலிருந்து கடிதங்கள் வந்தன. வெளியிடப்படும் கடிதங்கள் குறித்துப் பண்டிதர் மிகுந்த கவனம் எடுத்துக்கொண்டார். சரியான அனுப்புநர் முகவரி இல்லாத கடிதங்களையும் பிறரை வசைபாடக்கூடிய கடிதங்களையும் வெளியிட முடியாது என்று அறிவித்தார். முதல் இதழிலேயே பண்டிதர் 'கடிதக்காரர்களுக் கறிக்கை' என்ற தலைப்பில் கடிதம் எழுதுவோரை எச்சரித்தார்.

> அரசாங்க விரோத மில்லாததாயும் மததூஷண மற்றதாயும் உண்மெய்க்கு விரோத மில்லாததாயு முள்ளக் கடிதங்களை பிறருக்கறிவிக்கப்படும். தெரியாத விஷயங்களைத் தெரிய விரும்பு மன்பர்களுக்குத் தெரிபொருள் பாகந் தேரவிளக்கப்படும். தெரிந்துந் தெரியாதது போல் விரிந்த சங்கையை விளித்து விதண்டவாதம் வளர்க்குங் கடிதங்களைப் பிறருக் கறிவிக்கப்படா . . .

இவற்றை அவர் பின்பற்றியதற்கு உதாரணமாக 7 ஆகஸ்ட் 1907 இதழில் ஒரு கடிதம் வெளியிடப்படாது என்று மறுத்து அதற்கான விளக்கத்தை எழுதினார்.

> அபிமானி – தங்கள் கடிதம், அவங்கெட்டான் குடியன் எனக்கு இரண்டு திரான் போடென்று சொல்லுவதுபோல் அயலார் குற்றங்களைப் பதரைப் போல் தூவி உமது குற்றங்களாகிய பொறாமெய், பொய்ச்சாப்பு, டம்பம், நயவஞ்சகம், குடிகெடுப்பு இவைகளை அடக்கிக்கொண்டு பெயரையும் ஊரையுங் குறிப்பிடாமல் அபிமானியென்று வெளிவந்த கடிதத்தை அடுப்புக்கிரையாக்கிவிட்டோம்.

கடிதம் எழுதுவோரில் பெரும்பாலானோர் புனைபெயரிலேயே எழுதினர். உண்மை உரைப்பவன், சமணகுலத் திலகன், குருகுல திலகன், நாகரீகப்பிரியன், உண்மைப்பிரியன், விடைவிரும்பி, உள்ளதுரைப்போன் என்ற புனைபெயர்களில் எழுதினர்.

விளம்பரங்கள்

பிற இதழ்களைப் போலவே *தமிழனும்* விளம்பரங்களை வெளியிட்டது. முதல் இதழில் விளம்பரக் கட்டணமாக ஒரு மாதத்திற்கான ஒரு பத்தி விளம்பரத்திற்கு 2 ரூபாயும், அரைப் பத்தி விளம்பரத்திற்கு 1 ரூபாயும், கால் பத்திக்கு அரை ரூபாயும், வரி விளம்பரங்களுக்கு ஒரு வரிக்கு அரை அணா என்றும் கட்டணம் குறிப்பிடப்பட்டுள்ளது. *தமிழன்* என்று பெயர் மாற்றம் செய்யப்பட்டவுடன் வரி விளம்பரங்களுக்கு 6 அணாவாகவும், அரைப் பத்தி விளம்பரத்திற்கு 3 ரூபாய் என்றும், கால் பத்திக்கு 2 ரூபாய் என்றும் உயர்த்தப்பட்டுள்ளது. “நீடித்த காலம் போடுவதற்கு மேற்கண்ட சார்ஜைக் குறைத்து சகாயமாய் கொடுக்கப்படும். ஜனன மரண அறிக்கைகளைச் சுருக்கி வெளியிட 4 அணா முன்பணமாக அனுப்ப வேண்டும்” என்றும் அறிவிப்பு செய்யப்பட்டுள்ளது. இதழில் விளம்பரங்களுக்குச் சிறிய படங்கள் பயன்படுத்தப்பட்டன. மணிவண்ணன் & கம்பெனியின் கடிகார விளம்பரத்திற்காக ஒரு கடிகாரப் படமும், கூந்தல் வளரும் பரிமளத் தைலம் விளம்பரத்திற்காக ஒரு பெண் படமும், மோதிர விளம்பரத்திற்காக ஒரு மோதிரப் படமும் அச்சிடப்பட்டுள்ளன. ஒரு இதழில் விளம்பரத்திற்காக நான்கு படங்கள்வரை அச்சிடப்பட்டுள்ளன. புத்திஸ்ட் மெடிக்கல் ஹால் (பண்டிதரின் சித்தமருத்துவ மையம்) என்ற விளம்பரத்தில் மேகராஜாங்கத்தெண்ணெய், அஷ்வகந்தி லேகியம், பஞ்சகல்ப தைலம் போன்ற சித்த மருந்துகளுக்குத் தொடர்ச்சியாக விளம்பரம் செய்யப்பட்டுள்ளது. ஆனால் இந்த விளம்பர வருமானம் *தமிழனின்* உற்பத்திச் செலவுக்குப் போதுமானதாக இல்லை என்று தெரியவருகிறது. ஆகவே நன்கொடையாளர்களைச் சார்ந்து இயங்க வேண்டியிருந்தது.

சந்தா மற்றும் நன்கொடை

இதழின் சந்தா தொகை வருடத்திற்கு 3 ரூபாய். ஆறு மாதத்திற்கு ஒன்றரை ரூபாய், மூன்று மாதத்திற்கு 12 அணா, தனிப்பிரதி ஒரு அணா என்றும் சிங்கப்பூர், பினாங், நெட்டால், மொரிசியஸ் முதலிய இடங்களுக்கு வருடம் ஒன்றுக்கு 5 ரூபாய் என்றும் விலை குறிப்பிடப்பட்டுள்ளது. இதழுக்கான சந்தாத்தொகை முறையாக வராதது குறித்துப் பண்டிதர் குறைபட்டுக்கொள்கிறார். இதனால் ‘முன்பணம் அனுப்பினாலன்றி பத்திரிகை அனுப்பப்படமாட்டாது’ என்று அறிவித்தார். பணத்தட்டுபாட்டைச் சரிசெய்ய நன்கொடை கோரப்பட்டது. நன்கொடைக்கென ஆரோக்கியசாமி

பிள்ளை என்பவரின் பெயரில் சென்னை வங்கியில் தனி வங்கிக் கணக்குத் தொடங்கப்பட்டது. அதுகுறித்த அறிவிப்பில் *தமிழன்* பத்திரிகையில் புத்தகாபிவிருத்தி நன்கொடைப் பெட்டித் திறப்பு என்று தமிழிலும் *Donation For Enlarging "Tamilan"* என்று ஆங்கிலத்திலும் தலைப்பிட்டு வேண்டுகோள் விடப்பட்டுள்ளது. 31 ஆகஸ்ட் 1910 இதழில் உள்ளபடி எல்.பி.சி. ஆரோக்கியசாமி பிள்ளை, உப்பிலியர்பாளையம் 2 ரூபாயும், டி.சி. நாராயணசாமி பிள்ளை 1 ரூ 14 அணாவும், ஒய். நாராயணசாமி, கி. ரெங்கநாதன், டி.எம். அந்தோணி தலா 1 ரூபாயும், பி.டி. முனுசாமி 2 ரூபாயும் நன்கொடையளித்துள்ளனர். நாட்கள் செல்லச்செல்ல நன்கொடைகள் அதிகரித்தன. வெளிநாடுகளில் வாழ்ந்த *தமிழன்* வாசகர்கள் நன்கொடை யளித்தனர். ரங்கூனிலிருந்து லாசர், இராமானுஜம் ஆகியோர் தலா 15 ரூபாய் நன்கொடையளித்தனர். அவர்கள் தங்களைப் போல் பிறரும் மனமுவந்து நன்கொடையளித்து *தமிழன்* பத்திரிகையை வளர்க்க வேண்டுமென வாசகர்களைக் கடிதத்தில் கேட்டுக்கொண்டனர். 1913ஆம் ஆண்டின் கணக்குப்படி பத்திரிகையின் ஒரு வெளியீட்டிற்கு 50 ரூபாய் செலவானது. இந்தச் செலவைச் சரிகட்டுவதற்குப் பத்திரிகை யின் ஒரு பக்கத்தை அதிகரித்துச் சந்தாத் தொகையை அதிகரிக்க வேண்டுமெனக் கோரிக்கை வைத்துக் கடிதம் எழுதுகிறார் எல்லையா சுபேதார் எனும் வாசகர். இரங்கூன் நெல்வியாபாரி சீர்காழி மணியமாடபுரத்தைச் சேர்ந்த சி. நாராயணசாமிமேஸ்திரிநூறு ரூபாய் நன்கொடையளித்துள்ளார்.[86]

தலித் அல்லாத சில பத்திரிகைகளுக்குப் புரவலர்களிடமிருந்து பெருந்தொகை கிடைத்தது. உதாரணமாக பிரம்ம சமாஜ பத்திரிகை *தத்துவபோதினி*யைத் தொடங்கப் புரவலர் பொன்னுசாமித் தேவர் 1000 ரூபாய் நன்கொடை அளித்துள்ளார். அதேபோல *செந்தமிழ்ப்* பத்திரிகைக்குப் பாலவநத்தம் ஜமீந்தார் பாண்டித்துரை தேவர் நிதி உதவி செய்துவந்தார். ஆனால் தலித் பத்திரிகைகளுக்கு இதுபோன்ற பெரும் புரவலர்களின் ஆதரவு இல்லை. ஆனால் உழைக்கும் தலித்துகளின் சிறு நன்கொடையால்தான் *தமிழன்* தாக்குப்பிடித்து வந்தது.

செய்திகள்

பொதுவர்த்தமானங்கள் *(General News)* என்ற தலைப்பில் தமிழ்ப் பகுதிகள், இந்தியாவின் பிற மாகாணச் செய்திகள், வெளிநாட்டுச்

86. *தமிழன்*, 20 டிசம்பர் 1911.

செய்திகள் இடம்பெற்றன. பெரும்பாலும் வியப்பூட்டும் செய்திகளே இடம்பெற்றன. தலைப்பு, செய்தி முகப்பு இல்லாமல் செய்தி மட்டும் சுருக்கமாக ஐம்பது வார்த்தைகளி லிருந்து நூறு வார்த்தைகளுக்குள் இருந்தன. சமாச்சாரங்கள் *(News And Notes)* என்ற தலைப்பில் சிறிதும் பெரிதுமான உள்நாட்டு வெளிநாட்டுச் செய்திகள் இடம்பெற்றன. பெரும்பாலும் பிற பத்திரிகைகளிலிருந்து அவை எடுக்கப்பட்டுள்ளன. அவை எந்தப் பத்திரிகைகளிலிருந்து எடுக்கப்பட்டன என்பது சுருக்கமாகக் கூறப்பட்டுள்ளது. *சுதேசமித்திரன்* சு.மி. என்றும் *முஸ்லீம் நேசன்* பத்திரிகை மு.நே. என்றும் கொடுக்கப்பட்டுள்ளது. தந்திச் செய்திகள் *(Telegram)* என்ற தலைப்பில் வெளிநாட்டுச் செய்திகள் பத்து வார்த்தைகளிலிருந்து இருபது வார்த்தைகளுக்குள் இருந்தன. இந்தச் செய்திகளில் செய்தி நடைபெற்ற இடமும் தேதியும் குறிப்பிடப்பட்டிருந்தன. ஆனால் எந்த ஏஜென்ஸிச் செய்தி என்ற தகவல் இல்லை. பொதுவர்த்தமானங்களில் பரபரப்பான தலைப்புகளே இடம்பெற்றன, காட்டாக "இந்தியாவில் பிளேக்", "மகன் தகப்பனை எதிர்த்த கேஸ்", "இயந்திரம் இயக்கும் நாய்" போன்ற தலைப்புகளில் செய்திகள் இடம்பெற்றன. சில வெளியீடுகளில் "சென்னை வர்த்தமானம்" என்று தனியாகத் தலைப்பிடப்பட்டிருந்தது.

தமிழன் விற்பனை எண்ணிக்கை 500 ஆகவே எப்போதும் இருந்தது. தமிழ்ப் பகுதிகளில் மட்டுமல்லாமல் பிறதேசங்களுக்கும் பத்திரிகை அனுப்பப்பட்டு வந்தது. இதெற்கென அந்தந்த நாடுகளில் ஏஜெண்டுகள் இருந்தனர். பிரதி வேண்டுவோருக்காக அந்த ஏஜெண்டுகளின் பெயரும் முகவரியும் பத்திரிகையில் வெளியிடப்பட்டன.

*தமிழ*னின் பெரும்பகுதி வாசகர்கள் சென்னை, பெங்களூர் போன்ற பகுதிகளில் உள்ள தொழிற்சாலைகள், கோலார் தங்கவயல் போன்றவற்றில் வேலை செய்யும் தொழிலாளர்கள், காலனிய அதிகாரிகளிடம் வேலை பார்ப்பவர்கள், இராணுவம், அரசுத் துறைகள், கிறிஸ்தவ மிஷனரிகள் போன்றவற்றில் வேலை செய்கிற தலித்துகளாக இருந்தனர். இந்த நவீன வேலை வாய்ப்புகள் கிராமச் சாதிய இறுக்கம் கொண்ட விவசாயக் கூலி வேலையிலிருந்து தலித்துகளை விடுவித்தது. மேலும் திட்டமிட்ட வேலை–ஓய்வு எனும் வாழ்க்கை முறை சமூகம் குறித்துச் சிந்திக்கவும் செயல்படவும் அனுமதித்தது. தமிழகக் கிராமங்களில் உள்ள சிலரும் இதன் வாசகர்களாக

இருந்தது கடிதங்கள் மூலம் தெரிகிறது. அவர்கள் தங்களுக்கு இழைக்கப்படும் அநீதிகளைக் கடிதங்களாக எழுதி *தமிழன்* பத்திரிகைக்கு அனுப்பினர். உதாரணமாக 27 ஜனவரி 1909 இதழில் மதுராந்தகம் தாலுகா ஒரத்தூர் கிராமத்தைச் சேர்ந்த பறையர்கள் எழுதிய கடிதத்தில்,

> ஒரத்தூர் கிராமத்தில் வசிக்கும் பாப்பார்கள் சுமார் 27 வீட்டுக்காரர்களும் ஒன்றாய்ச் சேர்ந்து சேரியில் வசிக்கும் 28 வீட்டுக்காரரையும் பறையர்கள் நீங்கள் எங்கள் பட்டா பூமியின் வழியாய்ப் போகப்படாதென்றும், ஏரியில் ஜலம் யாங்கள் மொள்ளக்கூடாதென்றும், அப்படி மீறி மொள்ளுபவர் குடங்களை உடைத்துவிடுவ தாகவும் சொன்னதைக் கேட்டு சில காலம் ஜலமெடுக்காம லிருந்தோம் ...

என்று தாங்கள் படும் துன்பங்களை எழுதி அனுப்பியுள்ளனர். இந்தப் பிரச்சனை குறித்து அடுத்த இதழில் பதிலளிக்கும் ஆசிரியர்,

> இத்தகைய விடுக்கங்களை அவ்விடமுள்ள பெரியோர்களும் கவனிப்பதில்லை போலும். அக்கிராமவாசிக ளிவற்றை செய்யலாமா செய்யக் கூடாதாவென் றுணராமல் ஏழைக்குடிகளுக்குத் துன்பத்தை யுண்டுசெய்வார்களாயின் சென்னை சாதிபேதமற்ற திராவிடஜன மகாசபையோரால் இராஜங்கத்தோரிடம் விசாரிணைக்கே வந்து தீரும்

என்று எச்சரிக்கிறார்.[87]

இதுபோன்ற பல கடிதங்களைத் *தமிழ*னில் காணமுடியும். இது சமூக இதழியல் போக்கைக் காட்டுகிறது. இலக்கியம், வரலாறு, பண்பாடு ஆகிய விசயங்களில் கூர்மையான விமர்சனங் களை வைத்தாலும் சமூகம் எதிர்கொள்ளும் அன்றாடப் பிரச்சினைகளுக்கும் *தமிழன்* உரிய இடம் கொடுத்தது.

கட்டுரையாளர்கள்

தமிழன் பத்திரிகையில் பலர் கட்டுரைகள் எழுதினர். வாசகர் கடிதமா அல்லது கட்டுரையா என்று பிரித்துப்பார்க்க முடியாத அளவிற்கு விஷயங்கள் பகிர்ந்துகொள்ளப்பட்டன. ஏ.பி. பெரியசாமி புலவர், ஸ்வப்பனேஸ்வரி அம்மாள், ஜி. அப்பாதுரை,

87. *தமிழன்*, 3 பிப்ரவரி 1909.

டி.சி. நாராயணசாமி பிள்ளை, எம். சிங்காரவேலு (தமிழகத்தின் ஆரம்பகாலப் பொதுவுடமைவாதியாக அறியப்படுபவர்), இ.என். அய்யாக்கண்ணு புலவர் போன்றோர் *தமிழனி*ல் தொடர்ச்சியாகப் பங்களிப்பு செய்து வந்தனர். லாசரஸ், எஸ். அண்ணாமலையார் போன்றோர் ரங்கூனிலிருந்து கட்டுரைகளையும் இரங்கூன் சாக்கிய பௌத்த சங்கச் செயல்பாடுகள் குறித்த பதிவுகளையும், சமூகம் குறித்த கடிதங்களையும் எழுதிவந்தனர். இதில் ஏ.பி. பெரியசாமிப் புலவர் 'மநுதர்ம சாஸ்திரமும் மநுமக்களும்' என்ற தொடரையும், ஜி. அப்பாதுரை 'இந்துமத வேதமும் இந்திய தேசமும்' எனும் தொடரையும் எழுதினர். ஸ்வப்பணேஸ்வரி அம்மாள் 'திராவிடப் பெண்களின் பூர்வ சரித்திரம்' எனும் தொடரையும், லேடீஸ் காலம் *(Ladies Column)* எனும் தலைப்பில் பெண்கள் குறித்த கட்டுரைகளையும் எழுதி வந்தார்.

பெயர் மாற்றம்

ஒருபைசாத் தமிழன் 26 ஆகஸ்ட் 1908 முதல் *தமிழன்* என்று பெயர் மாற்றம் பெற்றது. பெயர் மாற்றம் குறித்த வெளியான அறிவிப்பு பின் வருமாறு அமைந்தது.

> *அச்சுக்கூடமும் பத்திரிகைப் பெயரும் மாறுதலடைந்தது*
>
> இதுகாரும் நமது *ஒருபைசாத் தமிழன்* பத்திரிகையை அச்சிட்டு வந்த புட்டிஸ்ட் பிரஸானது கனம் ஆதிமூலம் பிள்ளை யவர்களின் சொந்தமாதலின் அப்பிரஸை சிந்தாதிரிப்பேட்டைக்குக் தானே நடத்திக்கொள்ளுவதாய் இம்மாதம் 20ந் தேதி எடுத்துப்போய்விட்டார். அதினால் நமது கோலார் மாரிகுப்பத்தில் வாசஞ்செய்யும் தன்மப்பிரியர்களின் பேருதவியால் வேறு அச்சியந்திரங் கொணர்ந்து 24ந் தேதி சோமவாரம் கமிஷனரிடஞ் சென்று (கௌதம பிரஸ்) எனும் நாமகரணம் ரிஜிஸ்டர் செய்துவிட்டதுமின்றி ஒருபைசாதமிழ னென்னும் பத்திரிகைப் பெயரில் (ஒருபைசா) வென்னும் மொழியை எடுத்துவிடவேண்டுமென்று அனந்த வன்பர்கள் கோறியவண்ணம் (தமிழன்) எனும் பெயரை பதிவு செய்துவிட்டோம். ஆதலின் நமது பத்திரிகையின் பெயர் தமிழனென்றும் அச்சியந்திரத்தின் பெயர் கௌதம பிரஸ்ஸென்றும் வழங்கப்படும்.[88]

---

88. *தமிழன்*, 26 ஆகஸ்ட் 1908.

பெயர் மாறுதலடைந்தபோது *ஒருபைசாத் தமிழனில்* இருந்த தாமரை இதழ்களில் எழுதப்பட்ட முகப்பு வாசகம் ‘நன்மெய்க் கடைபிடி’ என்பதோடு சேர்த்து ‘தீவினையை வெல்லும் அறவாழி தெய்வம் அஞ்சல்’ என்பதும் சேர்க்கப்பட்டது.

அச்சகம்

ஒருபைசாத் தமிழன் அச்சாகி வந்த, புத்திஸ்ட் பிரஸ் எண் 3/15 பாட்டர்ஸ் ரோடு, மெட்ராஸ் எனும் முகவரியில் செயல்பட்டு வந்தது. தற்போது ஜெனரல் பாட்டர்ஸ் ரோடு என்ற சாலை அண்ணாசாலை தேவி சினிமா வளாகத்தை ஒட்டிச்செல்லும் சாலையாக உள்ளது. ஆரம்பத்தில் அச்சக உரிமையாளராக ஆதிமூலம் இருந்தார். பின்பு அவரது மகன் ரூபலிங்கம் (ஏ.ஆர். லிங்கம்) மற்றும் சகோதரர்கள் பெயருக்கு உரிமை மாற்றப்பட்டது. பறையர் சாதியைச் சேர்ந்த லிங்கத்திற்கு 24 வயது என்றும் மருத்துவக் கல்லூரியில் மருத்துவ உதவியாளருக்குப் படித்து வந்தார் என்பதும் தெரியவருகிறது. ஆதிமூலத்தின் நான்கு மகன்களில் மூத்தவரான லிங்கம் அச்சகத்தை நிர்வகித்து வந்தார். ஸ்வப்பணேஸ்வரி அம்மாளின் *தமிழ்மாது* (1905) இதழ் இந்த அச்சகத்தில்தான் அச்சானது. ஆதிமூலம் தனது அச்சகத்தைச் சிந்தாதிரிப்பேட்டைக்கு மாற்றியதால் பெங்களூர் கோலார் மாரிக்குப்பத்தில் வசிக்கும் சாக்கிய பௌத்த சங்கத்தைச் சேர்ந்தோர் ஓர் அச்சு எந்திரத்தை நன்கொடையாகக் கொடுத்தனர். கௌதம பிரஸ் எனும் பெயரில் இயங்கிவந்த இந்தப் பிரஸ் அயோத்திதாசரின் இறப்புக்குப் பின்பு எம்.ஒய்.எம். பிரஸ் என்று பெயர் மாற்றப்பட்டது. கோலார் தங்க வயலில் வசிக்கும் எம்.ஒய். முருகேசம் பிள்ளை இதன் உரிமையாளரானார். கோலாரிலிருந்து 1917 வரை வெளிவந்த *தமிழன்* சிலகாலம் நின்று மீண்டும் தொடங்கப்பட்டு நின்றுபோனது.

அயோத்திதாசரின் மகன் க.அ. பட்டாபிராமன் *தமிழன்* பத்திரிகையை மாதமிரு வெளியீடாகக் கொணர்ந்தார். அப்போது எஸ்.ஓ. பொன்னுரங்க முதலியார் என்பவருக்குச் சொந்தமான ராபர்ட் அச்சகத்தில் அச்சானது. ஆனால் ஒரு மாதம் மட்டுமே வெளிவந்து 1926 ஜூன் 8ந் தேதி பத்திரிகை நின்று போனது. இந்தக் காலத்தில் எம்.ஒய்.எம். பிரஸ் *தமிழன்* இதழுக்குக் கட்டுரை எழுதிவந்த கோலார் தங்க வயலைச் சேர்ந்த பி.எம். ராஜரத்தினம் என்பவருக்கு விற்கப்பட்டது. அச்சகத்தின் பெயரும் சித்தார்த்தா பிரஸ் என்று மாற்றப்பட்டது. இதிலிருந்து *தமிழன்* பத்திரிகை *சித்தார்த்தா பிரஸ் தமிழன்* என்று அறியப்பட்டது.

அட்டவணை 3: *தமிழன்*, 1907–1933

வருடம்	வருடச் சந்தா ரூ–அணா–பைசா	விற்பனை எண்ணிக்கை	குறிப்பு
1907	2–4–0	500	–
1908	2–4–0	500	தமிழன் என்று பெயர் மாற்றப்பட்டது.
1909	2–4–0	500	–
1910	2–4–0	500	–
1911	2–4–0	500	–
1912	3–0–0	500	வருடச் சந்தா அதிகரிக்கப்பட்டது.
1913	3–0–0	500	
1914	3–0–0	500	அயோத்திதாசர் இறந்த பின்பு அவர் மகன் க.அ. பட்டாபிராமன் ஆசிரியரானார்.
1915	–	–	–
1916	–	–	–
1917	3–0–0	350	விற்பனை எண்ணிக்கை குறைந்தது.
1918	3–0–0	350	ஜனவரி மாதத்திலிருந்து வெளியாகவில்லை
1921	3–0–0	700	ஜி. அப்பாத்துரை ஆசிரியரானார். மாதமிரு முறை வெளியானது. எம்.ஒய்.எம். பிரஸ், புதுபேட்டை, மெட்ராஸ்.
1922	3–0–0	900	பிப்ரவரி 1922 முதல் நின்றுபோனது.
1925	2–8–0	100	மார்ச் 1925இல் தொடங்கப்பட்டு ஒரு இதழ் மட்டுமே வெளிவந்து நின்றுபோனது.
1926	2–8–0	500	மே மாதம் தொடங்கி ஜூன் 8ஆம் தேதியோடு நின்றுபோனது.
1931	3–0–0	800	ஜி. அப்பாத்துரை ஆசிரியர், பி.எம். ராஜரத்தினம் அச்சகர்.
1932	3–0–0	800	இஎன். அய்யாக்கண்ணு புலவர் ஆசிரியர்.
1933	3–0–0	800	–

தமிழனும் சிவில் சர்வீஸ் தேர்வும்

இந்தியாவில் சிவில் சர்வீஸ் தேர்வு வேண்டும் என்ற காங்கிரசின் கோரிக்கை மீண்டும் 1911இல் எழுந்தபோது *தமிழன்* இதைக் கடுமையாகச் சாடியது. இரட்டைமலை சீனிவாசனும் பண்டிதர் அயோத்திதாசரும் அடையாளம் குறித்து கருத்து வேறுபட்டிருந்தாலும் அரசியல் விசயத்தில் *பறையன் பத்திரிகையும் தமிழன் பத்திரிகையும்* ஒத்த கருத்துக்களை வெளியிட்டு வந்தன. காங்கிரஸில் பிராமணர் மேலாண்மையைத் தொடர்ச்சியாக எதிர்த்துவந்த பண்டிதர், இந்தியாவில் சிவில் சர்வீஸ் தேர்வு நடைபெற்றால் அது பிராமணர் ஆதிக்கத்தை மேலும் வலுப்படுத்தும் என்றார். கிடைக்கும் அதிகாரத்தை ஒடுக்கப்பட்ட மக்களை மேலும் ஒடுக்குவதற்கே அவர்கள் பயன்படுத்துவர். மாறாக லண்டனில் தேர்வு நடத்தும்போது இங்குள்ளோர் அங்குச் சென்று தேர்வு எழுதி இங்கிலாந்தில் பயிற்சி பெறும்போது அவர்களுக்குள் இருக்கும் சாதி வித்தியாசத்தைப் பாராமல் மக்களுக்குப் பணியாற்றுவர் என்றார். சிவில் சர்வீஸ் தேர்வைக் காங்கிரஸின் கோரிக்கை என்பதற்காக மட்டுமே கண்ணை மூடிக்கொண்டு பண்டிதர் எதிர்க்கவில்லை. இத்தேர்வு இந்தியாவில் நடத்தப்படும்போது அதில் தேர்வாகிறவர் சாதிய மனநிலையிலேயே நடந்துகொள்வார். இதனால் ஏழை மக்களின் நிலை இன்னும் மோசமாகவே வாய்ப்பு உள்ளது என்று உறுதியாக நம்பினார். உயர்சாதியினருக்கு அரசுப் பதவி கிடைத்தால் சாதி பேதத்துடன் அவர்கள் நடந்துகொள்வர் என்றும் பண்டிதர் விளக்கினார்.[89] இங்கிருக்கக்கூடிய சமூகநிலையைக் கணக்கில் கொண்டு இந்தியாவில் தேர்வு நடத்தப்பட்டால் சாதி அதிகாரம் அரசு அதிகாரத்தோடு இணைந்து பூர்வகுடிகளுக்கு எதிராகப் பயன்படுத்தப்படும் என எண்ணினார்.

பிரிட்டிஷார் சாதியற்றவராக இருப்பதால் அவர்களின் ஆட்சி சாதிவித்தியாசம் பாராமல் நடைபெறும் என்று பண்டிதர் கருதினார். ஆகவே ஒடுக்கப்பட்ட மக்களின் நன்மைக்காகப் பிரிட்டிஷ் ஆட்சி தொடரவேண்டும் என்று வாதிட்டார். மற்றொரு சந்தர்ப்பத்தில், பிராமணர் கைகளில் அதிகாரம் சேரும்போது அவர்கள் ஏதுமறியாச் சாதாரண மக்களை அரசுக்கு எதிராகத் தூண்டிவிடுவர் என்று அரசாங்கத்தை எச்சரித்தார். சுயாட்சி கேட்பவர்கள் இந்திய மக்களின் பிரதிநிதிகள் அல்லர். சாதித் துவேஷத்தைத் தூண்டும் சிறு கூட்டத்தினரே. சாதியை ஒழிப்பதன் மூலமே சாதிச் சார்பற்ற மதச்சார்பற்ற அரசாங்கத்தைக் கட்டமைக்க முடியும் என்றும் கூறினார்.[90]

89. *தமிழன்*, 22 ஜனவரி 1913.
90. *தமிழன்*, 30 அக்டோபர் 1912.

போட்டித்தேர்வு முறையே பிராமணச் சார்புடையதாக இருக்கிறது என்று பண்டிதர் விளக்கினார். இதில் இப்போதிருக்கும் போட்டித்தேர்வு முறை ஒரேயொரு சாதிக்கு மட்டுமே பயனளிக்கக் கூடியதாக இருக்கிறது. சாதியால் வகைப்படுத்தப்பட்டிருக்கும் இந்திய நாட்டில் ஒவ்வொரு சாதியும் விவசாயம், கல்வி, கைவினை போன்ற தொழில்களில் ஈடுபட்டுவருகிறது. போட்டித்தேர்வு இந்தியாவில் நடத்தப்படுமானால் மனப்பாடம் செய்யும் வழக்கம் யாரிடம் உள்ளதோ அவர்களே இத்தேர்வில் வெற்றி பெறுவர். மனப்பாடம் செய்வது அனைத்துச் சாதியினருக்கான பழக்கம் இல்லை. ஆகவே அரசாங்கம் தகுதியான நபர்களை பௌத்தம், இந்து, கிறிஸ்தவம், இஸ்லாம் போன்ற ஒவ்வொரு மதத்திலிருந்தும் தேர்ந்தெடுக்க வேண்டும். இம்முறையே அனைவருக்கும் வழங்கும் நீதியாக இருக்கும் என்கிறார்.[91] ஒருமுறை பிரிட்டனில் கோரிக்கை ஏற்றுக்கொள்ளப்பட்டால் இந்தியாவில் சிவில் சர்வீஸ் தேர்வு நடத்தப்படும் என்று வால்டர் பர்ன் எனும் கலெக்டர் கருத்து தெரிவித்தபோது, பண்டிதர் அதற்கு எதிர்வினையாக, "கலெக்டர் என்பது பிரிட்டிஷ் நிர்வாகத்தில் உயர்ந்த பதவியாகும். கலெக்டர் என்பவர் கவர்னர்வரை பதவி உயர்வு பெறுவார். ஆகவே சிவில் சர்வீஸ் தேர்வு இங்கிலாந்தில் மட்டுமே நடைபெற வேண்டும். இந்தியாவை ஆட்சி செய்யும் பிரிட்டிஷாருக்குச் சாதி இல்லை என்பதால், அவர்கள் சாதிப் பாகுபாடு பாராமல் ஆட்சிபுரிவர். இந்தியாவில் இத்தேர்வை நடத்தினால் இந்திய மக்களுக்குப் பிரிட்டிஷ் நிர்வாகத்தின் மீதான நம்பிக்கை குறைந்துபோகும். கல்வி விவசாய வளர்ச்சி குன்றிப்போகும்"[92] என்று கருத்துத் தெரிவித்தார்.

பண்டிதர் *தமிழன்* பத்திரிகையில் தலித் மக்களுக்கு எதிரான விசயங்களைக் கடுமையாக எதிர்த்து வந்தார். மாஜிஸ்ட்ரேட் அதிகாரத்தைத் தாசில்தாரிடமிருந்து பிரித்து கிராம முன்சீப்பிடம் வழங்க அரசு முடிவு செய்தபோது அதையும் பண்டிதர் கடுமையாக எதிர்த்தார். கல்வி கற்காத முன்சீப்பு களிடம் மாஜிஸ்ட்ரேட் அதிகாரத்தை வழங்குவது "தாழ்ந்த ஜாதியோருக்குத் தொழுக்கட்டையாம்" எனும் தலைப்பில் *15 ஏப்ரல் 1908* இதழில் கட்டுரை எழுதினார். அதில் "நன்கு வாசித்த தாசில்தார்களிடங் கொடுத்திருந்த மாஜிஸ்டிரேட் அதிகாரத்தை மாற்றிவிட்ட ராஜங்கத்தார் அவரினும் அந்தஸ்துக் குறைந்த முநிசிப்புகளிடம் மாஜிஸ்டிரேட் அதிகாரங் கொடுப்பது நியாயமாகக் காணவில்லை" என்கிறார். அதாவது அரசு அதிகாரம் ஆதிக்கச் சாதியினர் கைகளுக்குச் செல்லும்போது

91. *தமிழன்*, 8 மார்ச் 1911.
92. *தமிழன்*, 11 ஜனவரி 1911.

அது அதிகாரமற்ற மக்களுக்கு எதிராகப் பயன்படுத்தப்படும் என்று மக்களையும் பிரிட்டிஷ் இந்திய அரசையும் எச்சரித்தார்.

காங்கிரஸ் தீவிரமாகக் கோரிவந்த இந்தக் கோரிக்கை கடைசிவரை நிறைவேறவில்லை. இதற்கு முக்கியக் காரணம் தலித் இயக்கங்களும் முஸ்லிம் இயக்கங்களும் தங்கள் பத்திரிகை மூலமாக மேற்கொண்ட பிரச்சாரமேயாகும். பிற்காலத்தில் தாழ்த்தப்பட்டோர் நலன் குறித்துக் காங்கிரஸ் கவனம் குவித்ததற்கு இது போன்ற நடவடிக்கைகள் முக்கியப் பாடமாக அமைந்தன. தலித்துகள் பிரிட்டிஷின் பிரித்தாளும் சூழ்ச்சிக்கு இரையானார்கள் என்று இதைக் குறுக்கிவிட முடியாது. பிராமண உயர்சாதியினர் பாதிக்கப்படும்போதெல்லாம் பிரிட்டிஷ் இந்திய அரசுக்கு அழுத்தம் தரக்கூடிய காங்கிரஸ் தாழ்த்தப்பட்டோரின் கோரிக்கைகளைத் துச்சமாக மதித்ததின் விளைவாகவே தலித் குழுக்கள் சுதேசிய எதிர்ப்பு நிலையை எடுத்தன. இது தலித்துகளுக்கு இரண்டு வகையில் பயன்பட்டது. ஒன்று, காங்கிரஸை எதிர்கொள்வதன் மூலம் உயர்சாதி ஆதிக்கத்திற்கு அரசதிகாரத்தைக் கிடைக்காமல் செய்வது. இரண்டு, பிரிட்டிஷ் அரசின் நன்மைகளைத் தமது மக்களுக்குப் பெற்றுத் தருவது என்பனவாகும்.

~

12. திராவிட கோகிலம் (1907)

இப்பத்திரிகை பூர்வதமிழ் அபிமான சங்கத்தின் சார்பில் டி. மனுவேல் பிள்ளை என்பவரால் வெளியிடப்பட்டது என்று *தமிழன், பூலோகவியாஸன்* பத்திரிகைகள் தெரிவிக்கின்றன.[93] இது பறையர்களின் சமூக, பொருளாதார மேம்பாட்டிற்காகத் தொடங்கப்பட்ட சங்கமாகும்.[94] தீண்டப்படாதவர்களைப் பூர்வகுடி மக்களாக அடையாளப்படுத்துவதே இதன் நோக்கம் என்பதைப் பூர்வ தமிழ் என்ற சொல்லிலிருந்து விளங்கிக்கொள்ள முடியும். இதே காலகட்டத்தில் அயோத்திதாசர் *தமிழன்* இதழில் 'பூர்வத் தமிழொளி' எனும் தொடரை எழுதி வந்தார்.

~

---

93. *பூலோகவியாஸன்*, மார்ச் 1909.
94. *தமிழன்*, 4 செப்டம்பர் 1907.

13. மதுவிலக்கு தூதன் (1909)

தமிழும் ஆங்கிலமும் கலந்த இருமொழி இதழாக வெளிவந்த *மதுவிலக்கு தூதன் – டெம்பரன்ஸ் ஹெரால்டு (Temperance Herald)* 1909ஆம் ஆண்டு தொடங்கப்பட்டது.[95] குடிப்பழக்கத்தின் தீமைகளைப் பிரச்சாரம் செய்வதற்காகவே மதுவிலக்குச் சங்கம் என்ற அமைப்புத் தொடங்கப்பட்டது. இச்சங்கக் குரலாகப் பத்திரிகை வெளிவந்தது, குடியினால் விளையும் தீமைகளைச் சிறு சிறு பழமொழிகளாக விவரித்தனர். *திராவிடக் கோகிலம்* பத்திரிகையை நடத்திய டி. மனுவேல் பிள்ளை இந்தப் பத்திரிகையையும் நடத்தினார். 300 பிரதிகள் விற்ற இப்பத்திரிகையின் வருடச் சந்தா ஒரு ரூபாய் எட்டணா ஆகும். கிறிஸ்தவ ஆதிதிராவிடரான மனுவேல் பிள்ளை அலுமினிய பாத்திரக் கடை நடத்தி வந்தார். அதற்கு முன்பு பிரிட்டிஷ் பாரிஸ்டர் அதிகாரி நார்டன் என்பவரிடம் பட்லராக வேலை பார்த்தார். டி.ஏ. சுந்தரம் B.A, L.T, எல்.ஐ. ஸ்டீபன் ஆகியோர் இப்பத்திரிகையின் ஆசிரியர்களாவர். இவர்களில் கிறிஸ்தவ ஆதிதிராவிடரான சுந்தரம் இராயப்பேட்டை வெஸ்லியன் மிஷன் பெண்கள் பள்ளியில் தலைமையாசிரியராகவும் இராயப்பேட்டை வெஸ்லியன் மிஷன் கல்லூரியில் ஆசிரியராகவும் பணியாற்றியவர். அதேபோல இலண்டன் மிஷன் இவாஞ்சலிஸ்ட் கிறிஸ்தவ ஆதிதிராவிடரான ஸ்டீபன் *சென்னை தாரகை* எனும் தமிழ்ப் பத்திரிகையில் ஆசிரியர் பொறுப்பிலிருந்தார். சி.எம். சுந்தரம் பிள்ளை என்பவர் இப்பத்திரிகையின் அச்சகராவார். இவர் மவுண்ட் ரோட்டிலிருந்த வெஸ்ட் அன்ட் கோ எனும் அச்சகத்தில் சூப்பிரெண்டாகவும், வேப்பேரியிலுள்ள எஸ்.பி.சி.கே. *(Society for Promoting Christian Knowledge)* அச்சகத்திலும் வேலை பார்த்துள்ளார். சென்னையிலுள்ள ரெவின்யூ சர்வே அலுவலகத்தில் கணக்கீட்டாளராகவும் பணியாற்றி வந்துள்ளார்.[96] மதுவிலக்குச் சங்கக் கூட்ட நடவடிக்கைகள் *பூலோகவியாஸன்* பத்திரிகையில் பதிவு செய்யப்பட்டுள்ளன. சென்னையில் டேனிஷ் மிஷன் வாசகர் அரங்கத்தில் ஜூலை 31, 1909இல் நடைபெற்ற கூட்டத்தில் எம்.எஸ். இராமசாமி நாயக்கர், பண்டிதர் அயோத்திதாசர் ஆகியோர் கலந்துகொண்டு உரை நிகழ்த்தியுள்ளனர். மேலும் *பூலோகவியாஸன்* பத்திரிகையில் *மதுவிலக்கு தூதன்* பத்திரிகையை அறிமுகமும் செய்துள்ளனர்.

---

95. NNPR, 1900.
96. G.0.1010, Judicial, 4 July 1910.

மதுவிலக்கு தூதன் என்னும் ஓர் மாதாந்தரத் தமிழ்ப் பத்திரிகை வரப்பெற்றோம். அது இங்கிலீஸ், தமிழ் பாஷைகளில் வெளியிடப்படுகிறது. அதன் இங்கிலீஸ் பத்திராதிபர் மிஸ்டர் T.A சுந்தரம் B.A.L.T அவர்கள். தமிழ்ப் பத்திராதிபர் மிஸ்டர் L.T.ஸ்டீவன் அவர்கள். இவர் பத்திரிகை நடத்துந் திறமையும் நல்ல தமிழ்ப் பயிற்சியு முடையவர். இதனுள்ளடங்கிய விஷயம் பஞ்ச பாதகங்களிலொன்றாகிய மது பானத்தை கண்டிப்பது. அதுபோன்றே ஏனைய பொய், களவு, கொலை, குருநிந்தை முதலிய நான்கு பாதகங்களையும் விலக்குமாறு சமய நேர்ந்துழி எடுத்தெழுதத் துணிவதும் இப்பத்திரிகைப் பொருத்த விஷயமாகும். சஞ்சிகையோ பார்வைக்கு மிக அழகாகவும், சுத்தமான பதிப்புடையதாகவும், பெருஞ்செலவை மேற்கொண்டதாகவும் விளங்குகிறது. இதே பெயராலாகிய பத்திரிகை முன்னொருக்கால் தோன்றி பின் மறைந்தது போலும் மற்றும் பத்திரிகைகள் தோன்றித் தோன்றி மறைவது போலுந் தடைபடாது வெளிவர அன்பர்கள் ஆதரிப்பதுசிதமாகும்.[97]

மது ஒழிப்பில் இச்சங்கத்தினர் நம்பிக்கை கொண்டிருந்தனர் என்பதற்குப் *பூலோகவியாஸன்* (ஜூலை 1909) பத்திரிகையில் மதுவிலக்குச் சங்கத்தின் கீழ்க்காணும் கூட்ட நடவடிக்கைப் பதிவே சான்றாகும்.

சென்னை ஜியார்ஜ் டவுனிலுள்ள சர்வதேசாபிமான மதுவிலக்குச் சங்கத்தார் தங்களது 8வது வருடோற்சவத்தை கொண்டாடச் சென்னை பாபம்ஸ் பெரியசாலையிலுள்ள டேனிஷ் மிஷன் வாசகக்கூடத்தில் இவ்வருடம் ஜூலை மாதம் 31ந் தேதி சனிக்கிழமை மாலை 6 மணிக்குக் கூடினார்கள். அப்போது வேதவிற்பனர் சங்கை எம்.ஜி. கோல்ட்ஸ்மித் தேசிகர் பி.ஏ. அவர்கள் அக்கிராசனாதிபதியாய் வீற்றிருந்தார்.

சங்கத்தின் காரியதரிசி கனம் P.Y. தெய்வ சிகாமணியவர்கள் கடந்த இரண்டு வருடங்களில் நடத்தப்பட்ட வேலைகளைப் பற்றியும், வரவு செலவுக் கணக்கு விவரங்களைப் பற்றியும் ஸங்க்ஷேபமாக ஓர் அறிக்கைப் பத்திரம் வாசித்தார்.

97. *பூலோகவியாஸன்*, டிசம்பர் 1909.

அதிலடங்கிய விஷயங்களுள் குடியின் மயக்கத்தால் அறிவிழந்து சிறுமைக்குச் சமீபமாயும் பெருமைக்குத் தூரமாகவும் தாங்களே கெட்டுப்போவதல்லாமல் தம் சந்ததியும் தரித்திரத்தால் கணித்துப்போகும் ஜனங்களுக்கென்று வாராந்திரக் கூட்டமல்லாமல் ஞாயிற்றுக்கிழமைகளிலும் விடுமுறை நாட்களிலும் பட்டணத்தில் மாத்திரமல்ல வெளியூர்களிலும் யாதோர் சம்பளமின்றித் தாங்கள் சொந்தப் பணத்தைச் செலவிட்டு உற்சாகத்தோடு சென்று குடியின் தீமைகளைப் பிரசங்கித்து வரும் பரோபகாரமானது மிகவும் சிலாகிக்கத் தகுந்ததே. இந்தச் சங்கத்தாரைப் போல் பொதுநலத்தோடும் விருப்பமுள்ளவர்கள் ஆங்காங்கு மதுவிலக்குச் சபைகளை ஸ்தாபித்து இம்மாதிரி நடத்துவார்களானால் நம் நாடும் ஜனங்களும் எவ்வளவு மேன்மையை அடையக் கூடும்.

கனம் எம்.எஸ். இராமசாமி நாயகர் 'தமிழன்' பத்திராதிபர் சங்கை க. அயோத்திதாஸப் பண்டிதரிவர்களிருவரும் தமிழிலும் கனம் எஸ். அஜீம் உதீன் சாயுபு அவர்கள் ஆங்கிலத்திலும் மதுவின் கேட்டைப் பற்றி முறையே வெகு விமரிசையாக உபந்நியாசித்தனர். அக்கிராசனாதிபதியும் சமயோஜிதமாக இரண்டொரு வார்த்தைகள் பேசினார். முடிவில் வந்தனங்களுடன் புட்பாரங்கள் அக்கிராசனாதிபதிக்கும் உபந்நியாசர்களுக்கும் சங்கை P.B. இராகவய்யரவர்களுக்கும் சூட்டப் பட்டன. இச்சங்கம் உழைப்பில் தளராமல் மென்மேலும் ஊக்கமடையவும் இத்தகைய அநேக சங்கங்கள் ஆங்காங்கு ஏற்படவும் எல்லாம் வல்ல முழுமுதற்கடவுள் அநுக்கிரகஞ் செய்வாராக

ஓர் பரோபகார சிந்தையான்

நூறு வருடங்களுக்கு முன்பு தலித் அறிவுக்குழுக்களிடமிருந்து மதுவிலக்குகென ஒரு பத்திரிகை வெளிவந்தது வரலாற்று முக்கியத்துவம் வாய்ந்தது. 1920களுக்குப் பின்பு காங்கிரஸ் இயக்கம் தீவிர மதுவிலக்குப் பிரச்சாரத்தைத் தொடங்கிய காலத்தில் 1929இல் திருச்செங்கோட்டிலிருந்து ராஜாஜியை ஆசிரியராகவும் கல்கியைத் துணை ஆசிரியராகவும் கொண்டு *விமோசனம்* எனும் பத்திரிகை மதுவிலக்குக்காகத் தொடங்கப்பட்டது. இந்திய தேசியக் காங்கிரஸ் மதுவிலக்கைத் தேசத்தின் ஆன்ம

சுத்திகரிப்பாகவே பார்த்தது. ஆனால் ஒடுக்கப்பட்ட மக்களை உயர்த்தும் நோக்கிலும் மதுவிலக்கு கோரப்பட்டது என்பதை *மதுவிலக்கு தூதன்* உணர்த்துகிறது.

~

14. ஆல்காட் கிண்டர்கார்டன் ரிவியூ (1909)

எம்.சி. ராஜா ஆசிரியராக இருந்த ஆல்காட் கிண்டர்கார்டன் ரிவியூ *(Olcott Kindergarten Review)* என்ற இப்பத்திரிகையின் உரிமையாளரும் அச்சகரும் எம்.சி. ராஜாவின் அண்ணன் எம்.சி. முருகேசம் பிள்ளை ஆவார். ஆசிரியரான இவர் புகைப்படக் கலைஞராகவும் வயலின் கலைஞராகவும் இருந்துள்ளார். இவருக்குச் சொந்தமான எம்.சி.எம். பிரஸ் (உட்ஸ் சாலை, இராயப்பேட்டை, மெட்ராஸ்) எனும் அச்சகத்தில் இப்பத்திரிகை அச்சானது.[98] 1895களுக்குப் பின்பு சென்னையின் பல இடங்களில் தலித் குழந்தைகளின் ஆரம்பக் கல்விக்காகத் தொடங்கப்பட்ட ஆல்காட் இலவச பள்ளிகளின் ஆசிரியர்களுக்கான பயிற்சி இயக்குநராக மாதம் 30 ரூபாய் சம்பளத்திற்கு எம்.சி. ராஜா பணியாற்றினார். அதன் முயற்சியாகவே இப்பத்திரிகை கொண்டுவரப்பட்டது. முன்னர் எம்.சி. ராஜா சித்தூரிலுள்ள அரசு பயிற்சிப் பள்ளியில் துணை ஆசிரியராகப் பணியாற்றினார். பி.எம். வெங்கடபதி இப்பத்திரிகையின் வெளியீட்டாளராவார். இவர் தேனாம்பேட்டையிலுள்ள தாமோதர் இலவசப் பள்ளியில் ஆசிரியராக மாதம் 15 ரூபாய் சம்பளத்திற்குப் பணியாற்றினார். பத்தாம் வகுப்பு வரை *(lower secondary)* படித்த இவர் சிந்தாதிரிப்பேட்டையிலுள்ள சி.எம். எஸ். பள்ளியில் ஆசிரியராகப் பணியாற்றியவர். ஒரு வருடம் வெளிவந்த இப்பத்திரிகை டிசம்பர் 1909இல் முடிவுக்கு வந்தது.[99] ஆல்காட் பஞ்சமர் பள்ளி என்று பரவலாக அறியப்பட்ட தீண்டப்படாதவர் குழந்தைகளுக்கான இலவசப் பள்ளிகளை ஆல்காட் தலைமையில் தியசாபிகல் சொசைட்டி நடத்தி வந்தது. இப்பள்ளிகளின் நடவடிக்கைகள் மற்றும் கல்வி குறித்து தீண்டப்படாத மக்களிடையே விழிப்புணர்வை ஏற்படுத்தும் பொருட்டும் இப்பத்திரிகை வெளிவந்ததாக அறிய முடிகிறது. சமூக அளவில் இதற்கு என்ன முக்கியத்துவம் இருந்ததோ இல்லையோ தீண்டப்படாதோர் கல்வி குறித்து அக்கறை கொண்டவர்களால் நடத்தப்பட்ட பத்திரிகை என்பதாலும்

---

98. G.0.1010, Judicial, 04 July 1910.
99. *மேலது*

எம்.சி. ராஜாவை ஆசிரியராகக் கொண்டு வெளிவந்த பத்திரிகை என்பதாலும் இது முக்கியத்துவம் பெறுகிறது.

தியசாபிகல் சொசைட்டியின் *தியசாபிஸ்ட் மேகசின்* இதழில் இந்தப் பத்திரிகை குறித்த ஒரு பதிவு அமைந்துள்ளது.

> *1908ஆம் ஆண்டில் ஆல்காட் ஆசிரியர்கள் சங்கம் தொடங்கப்பட்டது. இங்குள்ள ஐந்து ஆல்காட் பள்ளிகளில் உள்ள ஆசிரியர்கள் தங்கள் அறிவைப் பகிர்ந்துகொள்ள இச்சங்கம் ஆரம்பிக்கப்பட்டது. இந்த வருடம், ஒவ்வொரு மாதமும் நடைபெற்ற சங்கக் கூட்டத்தில் கட்டுரைகள் வாசிக்கப்பட்டு விவாதிக்கப்பட்டன. இந்த சங்க வெளியீடாக ஆல்காட் கிண்டர்கார்டன் ரிவ்யூ எனும் ஆங்கில – தமிழ் பத்திரிகை வெளிவந்துள்ளது. தென்னிந்தியாவிலேயே இது போல வெளிவந்த முதல் பத்திரிகையாகும். தாமோதர் பள்ளியின் தலைமை ஆசிரியராகவும் பயிற்சி வகுப்புகளின் இயக்குநராகவும் பணியாற்றிவருபவர் இதன் ஆசிரியராவார்.*[100]

1916ஆம் ஆண்டு சென்னை மாகாண ஆதிதிராவிட மஹாஜன சபையின் செயலாளராக எம்.சி. ராஜா நியமிக்கப்பட்டார். சென்னை மாகாண சட்டக் கவுன்சிலின் தாழ்த்தப்பட்டோரின் முதல் பிரதிநிதியாக 1919இல் நியமிக்கப்பட்டார். 1927ஆம் ஆண்டு இந்திய நாடாளுமன்ற உறுப்பினராக நியமனம் செய்யப்பட்டார். மேலும் அகில இந்திய ஒடுக்கப்பட்ட வகுப்பார் சங்கத்தின் *(All India Depressed Classes Association)* தலைவராகத் தேர்ந்தெடுக்கப் பட்டார். 'ஒடுக்கப்பட்ட இந்துக்கள்' *(The Oppressed Hindus)* எனும் ஆங்கிலப் புத்தகத்தை 1925இல் எழுதினார். சுதந்திரப் போராட்டக் கால இந்தியாவில் தமிழகத்திலிருந்து இந்திய அளவில் செயல்பட்ட தலித் தலைவராவார். அம்பேத்கருடன் கொள்கையளவில் முரண்பட்டும் பின்பு இணைந்தும் பணியாற்றினார்.

தியசாபிஸ்ட் மேகசின் இதழில் குறிப்பிட்டுள்ளபடி பார்த்தால் இதில் வெளியான கட்டுரைகள் சங்கக் கூட்டத்தில் விவாதிக்கப்பட்ட பின்பே பத்திரிகையில் வெளியிடப்பட்டுள்ளன எனத் தெரிகிறது.

~

100. *Theosophist Magazine*, February-March 1909, p.75.

15. விநோதபாஷிதன் (1909)

மஹாவிகடதூதன் பத்திரிகை நடத்தி வந்த பா.அ.அ. இராஜேந்திரம் பிள்ளையிடமிருந்து விக்டர் அச்சகமும் பத்திரிகையும் மற்றொரு தொழில் பங்காளியின் கைக்குச் சென்றதையடுத்து *விநோதபாஷிதன்* அல்லது *Witty Orator* என்ற இப்பத்திரிகை தொடங்கப்பட்டது. எண் 1 செம்புதாஸ் தெரு, ஜார்ஜ்டவுன் மெட்ராஸ் (பாரிமுனை மண்ணடியில் உள்ளது) எனும் முகவரியில் செயல்பட்டு வந்த பிரைஸ் கரண்ட் பிரஸ் (*Price Current Press*) என்ற அச்சகத்தில் இப்பத்திரிகை அச்சாகியது. இதன் ஆசிரியராக இராஜேந்திரம் பிள்ளையும் துணை ஆசிரியராக சி.வி. வரதராஜுலு நாயுடுவும் பணியாற்றினர். துணை ஆசிரியர் குறித்த தகவல்கள் கிடைக்கவில்லை. முழுக்க விகடப் பத்திரிகையாக வெளி வந்த *விநோதபாஷிதன்* பத்திரிகையில் உள்ளூர்ச் செய்திகளும் அரசியல் செய்திளும் வெளிவந்தன. ஒடுக்கப்பட்ட மக்கள் மத்தியில் பிரபலமாக இருந்தது என்று காலனிய ஆவணங்கள் குறிப்பிடுகின்றன இப்பத்திரிகை 19 நவம்பர் 1910இல் நின்று போனது.[101]

~

16. ஊரிஸ் காலேஜ் கிண்டர்கார்டன் மேகசின் (1911)

ஊரிஸ் கல்லூரியில் சூப்பர்வைஸராக வேலைபார்த்த எம்.சி. ராஜா பள்ளி மாணவர்களுக்காக *ஊரிஸ் காலேஜ் கிண்டர்கார்டன் மேகசின்* என்ற இப்பத்திரிகையை தொடங்கினார். ஏற்கெனவே கல்விப் புலத்தில் பணியாற்றி *ஆல்காட் கிண்டர்கார்டன் (1909)* எனும் பத்திரிகையை நடத்தி வந்த எம்.சி. ராஜா இரண்டு வருடங்கள் கழித்து இப்பத்திரிகையைத் தொடங்கினார். ஊரிஸ் கல்லூரி 1898இல் ஆற்காடு மிஷன் கல்லூரியாகத் தொடங்கப்பட்டது. ஊரிஸ் காலேஜ் என்ற முன்னொட்டோடு இப்பத்திரிகை இருந்தாலும் இதன் உரிமையாளர், ஆசிரியர், வெளியீட்டாளர் எம்.சி. ராஜா ஆவார். இது வேலூரிலுள்ள ஆபிஸர்ஸ் லைனில் செயல்பட்டது. ஒரு இதழ் மட்டுமே வெளிவந்ததாக அறியமுடிகிறது. மேலும் இதன் உள்ளடக்கம் குறித்த எந்தத் தகவலும் கிடைக்கவில்லை. ஊரிஸ் கல்லூரியில் வேலை பார்த்த எம்.சி. ராஜா மாதம் 50 ரூபாய் சம்பளம் வாங்கினார் என்று அறியமுடிகிறது.

---

101. G.O.1010, Judicial, 4 July 1910, G.O. 1067, Judicial, 29 June 1911.

தமிழன் இதழில் இப்பத்திரிகை குறித்த அறிமுகக் குறிப்பு ஒன்று கிண்டர்கார்ட்டன் சஞ்சிகை வரவு எனும் தலைப்பில் வெளியாகியுள்ளது அதில்,

> 1911 ஷ சூலைமீ வேலூர் வோரீஸ் காலேஜிலிருந்து எம்.சி. இராஜா அவர்களால் வெளியிட்டுள்ள கிண்டர்கார்ட்டன் சஞ்சிகையென்னும் மாதாந்திரப் பத்திரிகை யொன்று நம்பால் வரப்பெற்றோம். அதனுள் குழந்தைகளுக்குக் கல்வி கற்பிக்கவேண்டிய சுருக்க வழியும், சிறுவர்கள் நடந்து கொள்ள வேண்டிய நல்லொழுக்கங்களும் தவளையென்னும் மண்டூகத்தின் சீவியச் செயலும், இலக்கண பாகுபாடுகளும் விவசாய விருத்தியும் தெள்ளற விளக்கி வருகின்றபடியால் இச்சஞ்சிகை பாடசாலை சிறுவர்களுக்குப் பெரும் பேற்றை யளிப்பதுடன் பெரியோர்களுக்குமுதவக்கூடியதாதலின் கண்ணோக்கி மன்பர்கள் ஒவ்வொருவரும் இப்பத்திரிகைக்கு சந்தாதாரர்களாகி யப்பத்திராதிபர் கருத்தை விருத்தி பெறச் செய்யுமென்று நம்புகிறோம்.[102]
>
> பத்திராதிபர்

~

17. வழிகாட்டுவோன் (1918)

வழிகாட்டுவோன் என்ற இம்மாதப் பத்திரிகையை நாகப்பட்டினத்தில் எஸ்.ஏ.எஸ். தங்கமுத்து என்பவர் 1918இல் தொடங்கினார். பி.எல். வெங்கடராம சாஸ்திரிகளின் ஜிசி அண்ட் கோ ஸ்காட்டிஷ் கிளை அச்சகத்தில் (நாகப்பட்டினம்) அச்சிட்டு எஸ்.ஏ.எஸ். தங்கமுத்து வெளியிட்டுள்ளார். தனி இதழின் விலை 4 அணா. இவ்விதழ் தென் இந்திய ஒடுக்கப்பட்டவர்களின் ஐக்கியச் சங்கக் *(The South Indian Oppressed Classes' Union)* குரலாக வெளிவந்தது. இச்சங்கம் 21.05.1915இல் விருதுபட்டியில் (விருதுநகர்) தொடங்கப்பட்டது குறித்து *வழிகாட்டுவோன்* (ஜனவரி 1918) முதல் இதழில் பதிவுசெய்யப்பட்டுள்ளது.

> ஒடுக்கப்பட்ட மக்களுக்கான முன்னேற்றத்தை நோக்காகக் கொண்டு பல்வேறு அமைப்புகளில் தலைவர்கள் செயல்பட்டு வருகின்றனர் என்பது உண்மை. சென்னையில் சங்கரன் நாயர் நடத்தி

102. *தமிழன்*, 23 ஆகஸ்டு 1911.

வரும் *Depressed Class Mission*, பம்பாயில் கோபாலகிருஷ்ண கோகலே தலைமையிலான *Servants of India* போன்றவைகள் ஒடுக்கப்பட்ட மக்களின் முன்னேற்றத்திற்கான செயல்பாட்டில் மேம்போக்கானதாகவே இருக்கின்றன. இதற்கு காரணம் அவர்கள் ஒடுக்கப்பட்ட சமூகத்திலிருந்து வந்தவர்களில்லை என்பதேயாகும். ஆகவே இக்குறைகளைப் போக்கும் விதமாக இந்தச் சங்கம் தொடங்கப் பட்டது. இதற்காக கிராமங்களில் உள்ள இச்சமூகத்தின் பெரியோர்களைச் சந்தித்து ஒடுக்கப் பட்ட மக்களின் முன்னேற்றம் ஒடுக்கப்பட்டவர் களின் கைகளில்தான் உள்ளது என்ற தாரக மந்திரத்தை அவர்களின் மனத்திலே இருத்தினோம்.

தென் இந்திய ஒடுக்கப்பட்டவர் ஐக்கிய சங்கத்திற்கும் இலங்கையிலிருந்து செயல்பட்டு வந்த இலங்கை தென்னிந்திய ஐக்கியச் சங்கத்திற்கும் நெருங்கிய தொடர்பு இருந்தது. *வழிகாட்டுவோன்* இதழின் ஆசிரியர் தங்கமுத்துவின் பேச்சு *ஆதிதிராவிடனில்* வெளியிடப்பட்டுள்ளது. தென் இந்திய ஒடுக்கப்பட்டவர்களின் ஐக்கியச் சங்கத்திற்கு *ஆதிதிராவிடன்* ஆசிரியர் கோபால்சாமி எழுதிய கடிதம் *வழிகாட்டுவோனில்* பிரசுரமாகியுள்ளது. இச்சங்கத்தின் கிளைகள் 1915இலிருந்து 1918 வரை 49 கிராமங்களில் தொடங்கப்பட்டிருக்கின்ற. இதில் திருநெல்வேலியில் ஒன்றும் இராமநாதபுரத்தில் மூன்றும் தஞ்சாவூரில் 42 கிளைகளும் இருந்தன. மீதி மூன்று சங்கங்களின் விவரம் தெரியவில்லை. சங்கத்தின் மொத்த உறுப்பினர் எண்ணிக்கை 900 என்று பதியப்பட்டுள்ளது.

இச்சங்கத்தின் முயற்சியால் நாகப்பட்டினத்திலுள்ள பாப்பா கோவில் என்ற ஊரில் பஞ்சமர் கூட்டுறவுக் கடன் சங்கம் *(Pappacoil Cooperative Credit Society)* (பதிவு எண் 2323) 21.11.1917இல் தொடங்கப்பட்டது. முதல் கட்டமாக 37 உறுப்பினர்களுக்குக் கடன் வழங்கியுள்ளது. சமுதாய முன்னேற்றத்திற்காகக் கல்விக் கூடங்களை மட்டுமல்லாமல் பொருளாதார ரீதியாக ஒடுக்கப்பட்ட மக்களை உயர்த்தும் நோக்கில் கூட்டுறவுக் கடன் சங்கமும் தொடங்கப்பட்டது முக்கியத்துவம் வாய்ந்தது. தலித்துகள் வசிக்கும் கிராமங்களில் தொடர்ச்சியாகக் கூட்டங்கள் நடத்தப்பட்டிருக்கின்றன. அருப்புக்கோட்டையில் உள்ள புளியம்பட்டியில் 10.06.1916 அன்று மிஷின்பள்ளிக்கூடத்தில் பொதுக்கூட்டம் நடந்த பதிவு *வழிகாட்டுவோனில்* உள்ளது.

தென் இந்திய ஒடுக்கப்பட்டவர் ஐக்கிய சங்கத்தில் நாகப்பட்டினம், திருநெல்வேலி, தஞ்சாவூர், விருதுநகர், அருப்புக்காட்டை, கோவில்பட்டிப் பகுதிகளைச் சேர்ந்தவர்கள் நிர்வாகிகளாக இருந்துள்ளனர். இந்தப் பகுதிகளில் கிறிஸ்தவ மதத்திற்கு மாறியவர்கள், இலங்கை, பர்மா, சிங்கப்பூர் போன்ற பகுதிகளுக்கு உழைக்கச் சென்றவர் பங்களிப்பே இதில் அதிகமாக இருந்தது. சங்கத்தின் வருட உறுப்பினர் சந்தா 1 ரூபாய் ஆகும். இந்தத் தொகை சங்க நடவடிக்கைக்குப் பயன்படுத்தப்பட்டது. மேலும் நன்கொடைகள் வசூலிக்கப்பட்டன. சங்கத்தின் முக்கியப் பணி தலித்துகள் வசிக்கும் பகுதிகளில் கல்விக்கூடங்களை ஏற்படுத்துவதாகும். இதன் பகுதியாகக் கோவில்பட்டியில் பகல் நேரத்தில் இயங்கிவந்த பள்ளிக்கூடத்தை மாணவர்கள் தங்கிப் படிக்கும் பள்ளிக்கூடமாக மாற்றினர். விருதுநகர் கோட்டைப்பட்டியில் நடந்த பள்ளிக்கூடத்தைச் சங்கமே எடுத்து நடத்த ஏற்பாடுகள் செய்யப்பட்டன. திருநெல்வேலி மேலப்பாளையத்தில் பள்ளிக்கூடம் ஒன்று தொடங்கப்பட்டது. *வழிகாட்டுவோன்* இதழில் பதிவான இச்செய்திகள் தலித்துகளின் கல்வி குறித்த செயல்பாடுகளைக் காட்டுகிறது.

வழிகாட்டுவோன் இதழின் ஆசிரியர் இலங்கை தென்னிந்திய ஐக்கிய சங்கக் கூட்டங்களில் ஆதிதிராவிடர் முன்னேற்றம் குறித்துப் பல உரைகளை நிகழ்த்தியுள்ளார். இச்சங்க உறுப்பினர்கள் ஒரு முறை எஸ்.ஏ.எஸ். தங்கமுத்துவைச் சென்னை மாகாண சட்ட கவுன்சில் உறுப்பினராக நியமிக்க வேண்டும் என்று கோரிக்கைத் தீர்மானம் நிறைவேற்றியுள்ளனர்.[103]

31 மே 1919இல் கூடிய சங்கக் கூட்டத்தில் எஸ்.ஏ.எஸ். தங்கமுத்து பேசியதின் பதிவு, *ஆதிதிராவிடனி*ல் உள்ளது.

> இந்தியப் பழங்குடித் தமிழர்களாகிய நாம் பூர்வகாலத்தில் நாகத்திராவிடர்களுடைய சந்ததியாரென்று சில நூல்கள் சொல்லுகிறதாகவும் அக்காலத்தில் நாம் இவ்வளவு நிர்பந்த நிலமையி லில்லை யென்றும் சிலருடைய கூடாத ஒழுக்கங்களி னாலும் கல்வியறிவில்லாததினாலும் இத்தகைய பரிதாப நிலைமையிலிருப்பதாகவும், நாம் முன்னேற வேண்டுமாகில் அதற்குச் சாதனங்களாகிய கல்வி, ஞானம், அறிவு, தெய்வபக்தி முதலியவைகளை விருத்திசெய்து கூடாத ஒழுக்கங்களை முற்றிலு மகற்றி சன்மார்க்கமுடையவர்களையும் ஐக்கிய முடையவர்களுமாயுமிருக்கப் பிரயாசைப்பட

103. *ஆதிதிராவிடன்*, 15 ஆகஸ்டு 1920.

வேண்டுமென்றும் சொன்னார். தவிர இந்துமதப் புராணங்களில் கட்டுக்கதைகளாக எழுதி வைத்திருக்கும் புராணங்களை நம்பி மோசம் போகாமல் சகலருக்கும் சமமாய் விளங்கும் அந்த பரம்பொருளை எல்லோரும் சமமாய் வணங்க எந்த மதம் இடம் தருகிறதோ, அத்தகைய மதங்களாகிய கிறிஸ்துமதம், புத்தமதம், மகம்மதிய மதங்களில் சேர்ந்து கொள்ளுவது நன்மையென்றும் இந்துமதத்தில் குருட்டாட்டமாய் பிடித்துக்கொண்டிருக்கும் "கர்மா" என்னும் சட்டத்தை அநுசரித்தால் நமது ஜாதியார் முன்னேற முடியாமல் சதாகாலமும் அடிமைகளாகவேயிருக்க நேரிடும்."[104]

~

18. ஆதிதிராவிடன் (கொழும்பு 1919–1922)

தமிழகத்தின் தென்பகுதியான திருநெல்வேலி, இராமநாதபுரத்திலிருந்து இலங்கைக்குப் புலம்பெயர்ந்த ஆதிதிராவிடர்கள் 'இலங்கை தென் இந்திய ஐக்கிய சங்கம்' என்ற அமைப்பை 1912ஆம் ஆண்டில் நிறுவினர். இச்சங்கத்தின் சார்பில் *ஆதிதிராவிடன்* எனும் மாதப் பத்திரிகை 1919 மார்ச் மாதத்தில் தொடங்கப்பட்டது. இப்பத்திரிகை தொடங்கப்பட்டதின் நோக்கம் குறித்து,

> எட்டு அங்கத்தவர்களைக் கொண்டு துவக்கப்பட்ட இச்சங்கம் இப்போது ஏறக்குறைய நூறு அங்கத்தவர்களை உள்ளதாயிருக்கிற தென்றால் அதன் அபிவிர்த்தியையும், கிருஸ்தவர்களும் இந்துக்களும் சேர்ந்துழைத்து வருகின்றார்களென்றால் இவர்களின் ஒற்றுமையையும் இதை வாசிப்பவர்களே யூகித்தறியலாம். ஆயினும் இச்சங்கத்தின் அங்கத்தவர்களுக்கு மட்டும் முன்னேற்றத்தின் விஷயமாய்ப் போதித்து வருவதனால் யாது பயனென்றும், இவ்விலங்கையிலுள்ள பல்லாயிரம் ஆதிதிராவிடர்களுக்கும் நம்மெண்ணத்தை ஊட்டி, நன்மையைக் காட்டி உழைக்க வேண்டிய வழிவகைகளின்ன தென்றறியாது அங்கலாத்துக்கொண்டிருக்கும் சமையம் 'இனம் இனத்தை காக்கும் வேலி

104. *வழிகாட்டுவோன்*, ஜனவரி முதல் மார்ச் வரை, 1918 (நன்றி: பேராசிரியர் ரூபா விஸ்வநாத்).

பயிரை காக்கும்' என்னும் முதுமொழிக்கிணங்க தெய்வானுக்கிரகத்தால் ஆதிதிராவிட வம்சத்திலேயே உதிந்தவரும் நம் குலத்தவர்களின் நன்மைக்காக தன்னுயிரையு முடலையுதத்தஞ் செய்து பாடுபட்டுழைத்து வருகின்றவரும் நம் குலகுருவுமாகிய ஸ்ரீமத் சுவாமி சஹஜானந்தர் (A Great Panchama Preacher and Reformer) அவர்கள் நம் குறையை நீக்க முன்வந்திருப்பதைப் பார்க்க, நம் குல மீடேற இதுவே நற்காலமென்று யூகிக்க வேண்டியதாயிருக்கிறது. அம்மகானின் தூண்டுதலினால் பலகோடி ஆதிதிராவிடர்களும் நன்மையை யடையவும், நல்வழியை நாடவும், முன்னேற்றமடையவும் சாதனமாயிருக்கக் கூடியது பத்திரிகையே என்று, நம் குலப்பெயரையே பூண்ட 'ஆதிதிராவிடன்' என்னும் ஓர் மாதாந்தர சஞ்சிகையை பிரசுரித்து வர முயன்றனம்.[105]

என்று முதல் மாத இதழில் அதன் ஆசிரியர் எஸ்.பி. கோபால்சாமி குறிப்பிடுகிறார். எண் 27, ராபர்ட் பிரிண்டிங் பிரஸ், பார்பர் தெரு, கொழும்பு எனும் முகவரியில் இப்பத்திரிகை அச்சிடப்பட்டு வெளிவந்தது. இதன் வருடச் சந்தா ரூ 1.25. 1922 ஏப்ரல் வரை மூன்று வருடங்கள் ஆதிதிராவிடன் என்ற பெயரில் வெளிவந்த இப்பத்திரிகை 'இந்தியா ஒடுக்கப்பட்ட மக்களின் ஊழியன்' (ஆங்கிலத்தில் The Indian - The Servant of the Depressed Classes of India) என்று பெயர் மாற்றம் பெற்றதாக ஆ.இரா. வேங்கடாசலபதி குறிப்பிடுகிறார்.[106]

1820ஆம் ஆண்டிலிருந்து தமிழகப் பகுதிகளிலிருந்து பெருந்திரளான மக்கள் இலங்கைக்குப் புலம் பெயர்ந்தனர். இப்புலப்பெயர்வில் இரண்டு வகை போக்குகளைக் காண முடியும். ஒன்று இலங்கையின் மலையகப் பகுதிகளுக்குத் தேயிலை, காப்பி தோட்டத் தொழிலாளர்களாகச் சென்ற மக்கள் ஒரு பிரிவினர். வணிகத்திற்கும் கூலி வேலைகளுக்காகவும் கொழும்பு நகரத்திற்குப் புலம்பெயர்ந்த மற்றொரு பிரிவினர். இலங்கை மலையகத்திற்குப் பெயர்ந்த தமிழர்களில் பெரும்பாலும் தலித்துகளும், கொழும்புக்குப் புலம்பெயர்ந்த தமிழர்களில் குறிப்பிடும்படியான எண்ணிக்கையில் தலித்துகளும் இருந்தனர். கொழும்பிற்குச் சென்ற தலித்துகள் கைரிக்ஷா இழுப்பது, தையல் வேலை, சுமைதூக்கல், சமையல் (பட்லர், உதவியாளர்) போன்ற வேலைகளில் ஈடுபட்டனர். பெரும்பாலும் இலங்கை

---

105. ஆதிதிராவிடன், 15 மார்ச் 1919.
106. ஆ.இரா. வேங்கடாசலபதி, தலித், ஜூலை–ஆகஸ்டு 2004.

பிரிட்டிஷ் அரசு அதிகாரிகளாக இருந்த வெள்ளையர் பங்களாக் களில் வேலை செய்தனர். அங்கு உடை தயார் செய்பவர், தோட்டக்காரர், கடைக்குச் சென்றுவரும் உதவியாளர், காவலர், பட்லர் போன்ற வேலையாட்களாக இருந்தனர். இதில் பட்லர் என்பவர் பங்களா வேலையாட்களைக் கண்காணித்து முதலாளியிடம் தெரிவிப்பவர். முதலாளி தனது தேவைகளை பட்லரிடம் உத்தரவிடுவதும் வழக்கமாக இருந்தது. பிரிட்டிஷ் அதிகாரியுடன் நேரடியாகத் தொடர்பு கொள்ளும் வேலை என்பதால் ஓரளவு ஆங்கிலம் தெரிந்திருக்க வேண்டும். (பட்லர் இங்கிலீஷ் என்பது இதிலிருந்து தோன்றியது. இலக்கணப் பிழையோடு பேசும் ஆங்கிலத்தை இன்றளவும் பட்லர் இங்கிலீஷ் என்று கூறும் வழக்கம் இருக்கிறது.) அதேவேளை பட்லர் ஓரளவு அனுபவம் மிக்கவராக இருக்க வேண்டும். கொழும்பு சென்ற பெரும்பாலான தலித்துகள் பட்லர்களாக வேலை செய்தனர். இதனால் அவர்களின் உறவினர்களையும் அழைத்துச் சென்று உதவியாளர்களாக வேலைக்கு அமர்த்திக்கொண்டனர். இதே போன்ற போக்கை அப்போது சென்னை நகரத்திலும் பார்க்க முடிந்தது. உதாரணமாகப் பண்டிதர் அயோத்திதாசர் எஸ். ஸ்ரீநிவாசராகவ ஐயங்காருக்கு ஆங்கிலத்தில் எழுதிய கோரிக்கைக் கடிதத்தில் சென்னையில் மட்டும் ஆதிதிராவிடர்களில் 148 பட்லர்கள், 112 துபாஷிஸ் (மொழிபெயர்ப்பாளர்கள்), 201 குக் (சமையல் செய்பவர்), 108 மேட்டீஸ் (உதவியாளர்)[107] உள்ளனர் என்று குறிப்பிடுகிறார். இது போன்ற வேலைகள் செய்த தலித்துகள் பிரிட்டிஷாருடன் கிடைத்த நேரடித் தொடர்புகளும், உபரி கிடைக்கும் அளவிற்கு பெற்ற ஊதியம் மற்றும் ஏற்கெனவே இருந்த மரபான அறிவுப் பாரம்பரியம் போன்றவற்றினால் நவீன சிந்தனை கொண்ட அரசியல் வகுப்பாக உருப்பெற்றனர்.

இந்தத் தலித்துகள்தான் சங்கங்கள், சபாக்களை தோற்றுவிப்பது, கூட்டங்கள் நடத்துவது, பத்திரிகைகள் தொடங்குவது, அரசுக்கு மனுக்கள் அளிப்பது போன்ற அரசியல் நடவடிக்கைகளில் தங்களை ஈடுபடுத்திக்கொண்டனர். இந்நூலில் நாம் காணும் பெரும்பாலான பத்திராதிபர்கள் இதுபோன்ற பின்னணியைக் கொண்டவர்களே. இது போன்ற ஒரு குழுதான் இலங்கையில் *ஆதிதிராவிடன்* பத்திரிகையைத் தோற்றுவித்தது. இவர்கள் பத்தொன்பதாம் நூற்றாண்டின் இறுதிப் பகுதியில் (1870) தொடங்கி இருபதாம் நூற்றாண்டிண் முதல் பாதி (1950) வரை தாழ்த்தப்பட்டோர் உரிமைக்காகக் குரல் கொடுப்பதில் தீவிரமாகச் செயல்பட்டனர்.

---

107. ஞான அலாய்சியஸ் (தொ), *அயோத்திதாசர் சிந்தனைகள்* II, நாட்டார் வழக்காற்றியல் ஆய்வு மையம், சவேரியார் கல்லூரி பாளையங்கோட்டை, 2011, ப.7.

இதுவரை ஆதிதிராவிடன் குறித்து விரிவான ஆய்வுகள் வெளிவராவிட்டாலும் சில கட்டுரைகள் வெளிவந்துள்ளன. அவை ஆ.இரா. வேங்கடாசலபதி – ஆ. சிவசுப்பிரமணியன் எழுதிய *பின்னி ஆலை வேலைநிறுத்தம் 1921*, ஆ.இரா. வேங்கடாசலபதி *தலித்* இதழில் எழுதிய 'ஆதிதிராவிடன் பார்வையில் பின்னி ஆலைவேலை நிறுத்தம்', ஸ்டாலின் ராஜாங்கம் *காலச்சுவடு* இதழில் எழுதிய "கற்பனையாக்கப்பட்ட ஆதிதிராவிடன்" போன்றவை. ஆதிதிராவிடனின் இரண்டு வருட இதழ்கள் (மார்ச்1920 முதல் ஏப்ரல் 1921வரை) இரா. பாவேந்தனால் நூலாகத் தொகுக்கப்பட்டுள்ளது. ஆதிதிராவிடன் இதழில் சுவாமி சகஜானந்தர், ஜனக சங்கர கண்ணப்பர் (ஜஸ்டிஸ் கட்சியின் இதழான *விடுதலைப் பத்திரிகையின்* ஆசிரியர்) மற்றும் தலித் அறிஞர்களின் கட்டுரைகள் வெளியிடப்பட்டன. தீண்டாமை ஒழிப்பு, தலித்துகளுக்கான சம உரிமை, அரசியல் உரிமை போன்றவை குறித்துப் பேசிய ஆதிதிராவிடன் மதம் குறித்து சகஜானந்தரின் பார்வையைக் கொண்டிருந்தது. தலித்துகள் இந்துக்கள் என்றும் இந்து மதத்தில் மரியாதையான இடம் அவர்களுக்கு வேண்டும் என்றும் கோரிக்கை வைத்தது. எம்.சி. ராஜாவும் தீண்டப்படாதவர்கள் இந்துக்கள் என்றே வாதிட்டார். இதன் வெளிப்பாடாகவே அவர் தனது நூலுக்கு *ஒடுக்கப்பட்ட இந்துக்கள்* என்று தலைப்பிட்டார். இவையெல்லாம் பண்டிதர் அயோத்திதாசரின் பார்வையிலிருந்து (தீண்டப்படாதவர்கள் பூர்வ பௌத்தர்கள்) வேறுபட்டவை.

இப்பத்திரிகையில் சுவாமி சகஜானந்தரின் உரைகள் வெளியிடப்பட்டன. அவை தீண்டாமையின் தோற்றம் குறித்து விளக்கின. ஆதிதிராவிடர்கள் அனைத்துத் துறைகளிலும் சிறந்து விளங்கியதால், பிராமணர்களால் மக்களை ஏமாற்ற முடியவில்லை. பிராமணர்களின் ஏமாற்று வேலைகளை ஆதிதிராவிடர்கள் அம்பலப்படுத்தினர். இதனால் ஆதிதிராவிடர்களைப் பிற சமூக மக்களிடமிருந்து விலக்கிவைக்கும் பொருட்டுப் பிராமணர் தீண்டாமையைக் கற்பித்தனர் என்று கட்டுரைகள் கூறின. ஆதிதிராவிடர்கள் மீதான தீண்டாமை காலம் காலமாக இருந்தது அல்ல. தீண்டாமையின் தோற்றத்திற்குக் குறிப்பிட்ட சமூக வரலாற்றுப் பின்னணி உண்டு என்பதே இதன் பொருளாகும். பண்டிதர் அயோத்திதாசர் தீண்டாமையின் தோற்றத்திற்கு இது போன்ற காரணத்தை பௌத்தப் பின்னணி கொண்டு விளக்குகிறார். ஆதிதிராவிடன் இந்து மதச் சைவப் பிரிவிற்குள் ஆதிதிராவிடர்களுக்கான சுயமரியாதையைத் தேடியது. அதற்கான வரலாற்று ஆதாரங்களை இந்துமதப் புராணங்களிலிருந்தும் தலித்துகளின் வாய்மொழி மரபிலிருந்தும் கண்டெடுத்தது.

அவை திருவாரூர் மத்தியானப் பறையன், யானையேறும் பெரும்பறையன், பிரவிடைச் சாம்பான், நந்தனார் சரித்திரம் போன்ற புராணங்களாகும். இத்தத்துவ அரசியல் புரிதல்களுடனே ஆதிதிராவிடன் வெளிவந்தது.

~

19. மெட்ராஸ் ஆதிதிராவிடன் (1919-1920)

எம்.சி. ராஜா 20 ஜூன் 1919இல் மாதமிருமுறை வெளிவந்த *மெட்ராஸ் ஆதிதிராவிடன்* பத்திரிகையைத் தொடங்கினார். இலங்கையில் *ஆதிதிராவிடன்* தொடங்கப்பட்டு நான்கு மாதங்கள் கழித்து சென்னையில் இந்த இதழ் தொடங்கப்பட்டது. இலங்கை *ஆதிதிராவிடன்* பத்திரிகைக்கும் இதற்கும் பெயர் குழப்பம் ஏற்பட்டு விடக்கூடாது என்பதற்காகவே *மெட்ராஸ் ஆதிதிராவிடன்* என்று பெயர் சூட்டப்பட்டது. எம்.சி. ராஜா இப்பத்திரிகையின் உரிமையாளர், வெளியீட்டாளர் ஆசிரியராவார். இது சென்னை இராயப்பேட்டையில் செயல்பட்டு வந்த ருடிசில் (Rudisill Press) அச்சகத்தில் அச்சானது.[108] இந்த அச்சகம் யாதவ சமூகத்தைச் சேர்ந்த என். பார்த்தசாரதி பிள்ளை என்பவருக்குச் சொந்தமானதாகும். நானூறு பிரதிகள் விற்ற இப்பத்திரிகையின் வருடச் சந்தா 1 ரூபாய் ஆகும்.[109] *மெட்ராஸ் ஆதிதிராவிடன்* தொடங்கப்பட்டது குறித்து இலங்கை *ஆதிதிராவிடனில்* செய்தி வெளியிடப்பட்டது.[110] ஆதிதிராவிட மகாஜனசபை 1916இல் தொடங்கப்பட்டது. இதன் தலைவராக எம்.சி. ராஜா பொறுப்பேற்றார். தமிழ்நாட்டின் அனைத்து மாவட்டங்களிலும் இச்சங்கக் கிளைகள் தொடங்கப்பட்டன. 1928ஆம் ஆண்டு அகில இந்திய ஆதிதிராவிட மகாஜன சங்கம் என்று பெயர் மாற்றம் செய்யப்பட்டு முறையாகப் பதிவு செய்யப்பட்டது. இந்தச் சங்கச் சார்பில் பல கூட்டங்கள், மாநாடுகள் நடத்தப்பட்டன. இது போன்ற மாவட்ட மாநாடுகள் சேலம், இராமநாதபுரம், கோவில்பட்டி, சென்னை முதலான

---

108. இந்த அச்சகம் ருடிசில் (Dr. A.W.Rudisill) என்பவரால் தொடங்கப்பட்டது. இவர் அமெரிக்காவிலிருந்து கிறிஸ்தவ சமய பணிக்காக 1884ஆம் ஆண்டு மெட்ராஸ் வந்தார். அவர் வரும்போது அவரது தந்தை பரிசளித்த ஒரு சிறிய அச்சு எந்திரத்தையும் கொண்டு வந்தார். 6 இஞ்ச் நீளம் 4 இஞ்ச் அகலம் மட்டுமே அச்சிடக்கூடிய அந்த எந்திரத்தின் உதவியுடன் பைபிளின் ஒரு பகுதியை அச்சிட்டார். அதன் பின்பு பெருமளவில் நிதிதிரட்டி 1886இல் முழுமையான அச்சகம் ஒன்றை நிறுவினார் (Charles Melville Pepper, *Life-Work of Louis Klopsch - Romance of a Modern Knight of Mercy*).

109. G.O.673-74, Public, 22 October 1920.

110. *ஆதிதிராவிடன்*, 15 ஆகஸ்டு 1919.

இடங்களில் நடைபெற்றதை ஆவணங்களின் மூலம் அறியலாம். இப்பத்திரிகையின் ஒரு நறுக்குக்கூடக் கிடைக்காத நிலையில் எம்.சி. ராஜாவின் அரசியல் கொள்கைகளைக் கொண்டே இதன் உள்ளடக்கத்தை ஊகித்துக்கொள்ள முடிகிறது. காலனிய வருடாந்திர அறிக்கையில் "இப்பத்திரிகை ஆதிதிராவிடர்களின் கோரிக்கைகளுக்காகப் பாடுபடுகிறது, அரசியல் செய்திகளும் பொதுச் செய்திகளும் வெளியிடுகிறது"[111] என்ற குறிப்பைத் தவிர வேறெதுவும் கிட்டவில்லை. இது ஆதிதிராவிட மஹாஜன சபையின் பத்திரிகையாக வெளிவந்தது என்பதில் சந்தேகமில்லை. 1919இல் எம்.சி. ராஜா சென்னை மாகாண சட்டசபையின் தாழ்த்தப்பட்டோர் பிரதிநிதியாக நியமிக்கப்பட்டார். அதன் பிறகு நான்கு முறை தாழ்த்தப்பட்டோரின் மாகாண சபைப் பிரதிநிதியாக நியமிக்கப்பட்டார். அவரின் அரசியல் சமூகப் பணிக்கான வாகனமாக வெளிவந்த *மெட்ராஸ் ஆதிதிராவிடன்* 1920இலேயே நின்றுபோனது.[112] இதன்படி பார்த்தால் ஏழு மாதங்கள் (14 இதழ்கள்) வெளிவந்திருக்கலாம் என்று ஊகிக்க முடிகிறது.

~

20. ஜாதி பேதமற்றோன் (1922)

ஜி.எம். ஞானபிரகாசம் என்பவரால் *ஜாதி பேதமற்றோன்* எனும் இந்த மாதப்பத்திரிகை ஆகஸ்ட் 1922இல் தொடங்கப்பட்டது. எண் 8, பிராட்வே என்னும் முகவரியிலிருந்து வெளியிடப்பட்டது. ½ பாலகிருஷ்ணா லேன், ஜார்ஜ் டவுண, மெட்ராஸ் எனும் முகவரியில் செயல்பட்ட டி. ஆதிநயினார் என்பவருக்குச் சொந்தமான தர்மசீலன் பிரஸ் என்னும் அச்சகத்தில் அச்சிடப்பட்டது. இப்பத்திரிகை 'தென்னிந்திய கத்தோலிக்க சகோதரத்துவ ஐக்கியச் சங்கம்' *(The Catholic Indian (Without Caste) Brotherhood League of Southern India)* எனும் சங்கத்தின் சார்பில் வெளியிடப்பட்டது. இதன் வெளியீட்டாளராகவும் அச்சகராகவும் இருந்த டி. ஆதிநயினார் ஜைன சமயத்தைச் சேர்ந்தவர். சாதி வேற்றுமைகளைக் களைவதற்காக இப்பத்திரிகை பாடுபட்டது என்கிறது காலனிய ஆவணம்.[113]

~

111. G.O.673-74, Public, 22 October 1920.
112. G.O.559-60, Public, 31 August 1921.
113. G.O.640-41, Public, 13 August 1923.

21. இந்திரகுல போதினி (1924-1927)

13 ஏப்ரல் 1924இல் *இந்திரகுல போதினி* எனும் இந்த மாதப் பத்திரிகை தொடங்கப்பட்டது. ஏ.ஜி. ஸ்ரீநிவாசகம் பிள்ளை என்பவர் ஆசிரியராகவிருந்தார். இது வேலூரிலுள்ள ரெக்கார்டு பிரஸ் (Record Press) அச்சகத்தில் அச்சிடப்பட்டு ஆம்பூரிலிருந்து வெளியிடப்பட்டது. இந்த அச்சக உரிமையாளர் பி.என். கங்காதர முதலியார். இதன் உள்ளடக்கத் தகவல்கள் கிடைக்கவில்லை. இதழ் தொடங்கப்பட்ட போது விற்பனை எண்ணிக்கை 500ஆக இருந்துள்ளது. 1926இலிருந்து இப்பத்திரிகை ஆம்பூரிலுள்ள இந்திரா அச்சகத்திலும் வேலூரிலுள்ள ரெகார்டு அச்சகத்திலும் அச்சாகியுள்ளது. இந்த இரண்டு அச்சகமும் பி.டி. நடராஜ முதலியாருக்குச் சொந்தமானவை.[114] அதாவது 1924இல் பி.என். கங்காதர முதலியாரிடமிருந்து ரெக்கார்டு அச்சகம் பி.டி. நடராஜ முதலியாருக்குக் கைம்மாறியுள்ளது. இந்திரர் எனும் அடையாளம் பல்வேறு தரப்பினரால் வெவ்வேறு காலகட்டங்களில் கோரப்பட்டு வந்துள்ளது. அதன் ஒரு முன்னெடுப்பாகவே இந்திர குலம் என்ற அடையாளம் பறையர்களால் முன்மொழியப்பட்டது. அது தொடர்பாகவே இதழ்ப்பெயரும் அமைந்துள்ளது.

~

22. சாம்பவர் நேசன் (1924)

நாகர்கோவிலிலிருந்து *சாம்பவர் நேசன்* என்ற இப்பத்திரிகை வெளியிடப்பட்டது. இதன் ஆசிரியர் எஸ்.ஜெ. ஜோசப். இப்பத்திரிகை கிறிஸ்தவ சமயப் பரப்புரைக்காகத் தொடங்கப்பட்டது என்று காலனிய ஆவணங்கள் குறிப்பிடு கின்றன. ஆனால் இப்பத்திரிகை அரசியல் செய்திகளையும் வெளியிட்டுள்ளது. ஆசிரியரின் சொந்த அச்சகத்தில் பத்திரிகை அச்சாகியுள்ளது.[115] சாம்பவர் எனும் சொல் பறையர்களில் ஒரு பிரிவினரைக் குறிக்கும். நாகர்கோவில், தூத்துக்குடி, விருதுநகர், தஞ்சாவூர் போன்ற பகுதிகளில் சாம்பவர்கள் அதிகமாக வசிக்கின்றனர்.

~

---

114. G.O.616-616 A, Public, 24 June 1924.
115. ibid.

23. ஆதிதிராவிட பாதுகாவலன் (1927–1931)

சென்னை மாகாண சட்டசபையில் தாழ்த்தப்பட்டோரின் பிரதிநிதியாக இருந்த ஆர். வீரையன் *ஆதிதிராவிட பாதுகாவலன்* என்று தமிழிலும் *Adi Dravida Guardian* என்று ஆங்கிலத்திலும் தலைப்பிட்டு இப்பத்திரிகையைத் தொடங்கினார். தமிழ், ஆங்கிலம் கலந்த இருமொழி இதழாக வெளிவந்த இப்பத்திரிகை 28 நவம்பர் 1927இல் தொடங்கப்பட்டது. கோயம்புத்தூரில் டி. ஆரோக்கியசாமி எனும் ஆதிதிராவிடருக்குச் சொந்தமான விக்டோரியா பிரஸ் எனும் அச்சகத்தில் இப்பத்திரிகை அச்சாகியது. பத்திரிகையின் ஆசிரியர், உரிமையாளர், வெளியீட்டாளர் வீரையன் ஆவார். 1924 மெட்ராஸ் ஆண்டு நூலில் சக்கிலியன் என்றும் அச்சகம் குறித்த 1928ஆம் வருடாந்திர அறிக்கையில் இவர் ஆதிதிராவிடர் என்றும், குறிப்பிடப்பட்டுள்ளது. இவர் கோயம்புத்தூரில் பிறந்தார். 300 பிரதிகள் விற்ற *ஆதிதிராவிடப் பாதுகாவலனின்* வருடச் சந்தா 1 அணா 8 பைசாவாகும். 1931இல் இது 3 அணாவாக உயர்ந்தது.[116] மேலும் இந்த வருடத்திலிருந்து பத்திரிகை 'தி எலக்ட்ரிக் பிரிண்டிங் ஒர்க்ஸ்' எனும் அச்சகத்தில் அச்சிடப்பட்டது. இப்பத்திரிகை 1931 வரை வெளிவந்ததாக அறிய முடிகிறது. இதழ்கள் கிடைக்கப்பெறவில்லை. 1919இல் கொழும்பிலிருந்து வெளியான *ஆதிதிராவிடன்* பத்திரிகையில், முதன்மையான உயர்ந்த பதவிக்கு ஆதாரமான சில விஷயங்கள் என்ற தலைப்பில் இரண்டு தொடர்களும், ஆதிதிராவிடர்களுக்கான இரவு பாடசாலை குறித்த ஒரு அறிக்கையும் வெளியிட்டுள்ளார் ஆர். வீரையன். அந்த அறிக்கை பின் வருமாறு.

நண்பர்காள்!

வீணாகக் காலங்கழிக்காதீர்கள். கோயம்புத்தூரில் நடைபெற்றுவரும் நட்சத்ர வாசகசாலை இரவு பள்ளிக்கூடத்தில் இரவு 7 மணியிலிருந்து 9½ மணிவரைக்கும் இலவசமாக வாசித்து முன் வாருங்கள் 'முன் கசக்கும் பின் இனிக்கும்.'

R. வீரையன்
திருமால் வீதி
கோயம்புத்தூர்

---

116. G.O.705, Public, 23 August 1928; F.O.230/32, Political Proceedings, GOI.

24. சாம்பவகுல மித்திரன் (1930)

சாம்பவகுல மித்திரன் எனும் இப்பத்திரிகை பற்றிய நேரடி ஆதாரங்கள் எதுவும் கிடைக்கவில்லை. ஆனால் இப்படி ஒரு பத்திரிகை வெளிவந்ததாக அன்பு பொன்னோவியம் குறிப்பிடுகிறார்.[117] சாம்பவர் என்பவர் பறையர் சாதியின் ஒரு பிரிவினர். அந்தப் பெயரிலேயே பத்திரிகை தொடங்கப்பட்டுள்ளது. இன்றளவும் வட்டார அளவில் சாம்பவர் சங்கங்கள் செயல்பட்டு வருகின்றன.

~

25. தருமதொனி (1932)

பண்டிதர் அயோத்திதாசரின் மகன் பட்டாபிராமன் 1932இல் சென்னையில் *தருமதொனி* என்ற இப்பத்திரிகையை தொடங்கினார். மாதமிருமுறை, இருமொழியில் (தமிழ், ஆங்கிலம்) வெளிவந்த இப்பத்திரிகை சென்னை பெரிய மேட்டிலுள்ள ராபர்ட் அச்சகத்தில் அச்சிடப்பட்டது. பண்டிதர் அயோத்திதாசரின் மறைவுக்குப் பின் (10 மே 1914) அவர் நடத்தி வந்த தமிழன் பத்திரிகையைப் பட்டாபிராமன் நடத்தி வந்தார். அதற்குப் பின்பு 1921இல் ஜி. அப்பாதுரையாரும் 1926இல் மீண்டும் பட்டாபிராமனும் *தமிழன்* இதழின் ஆசிரியர்களானார்கள். 1932இல் இ.என்.அய்யாக்கண்ணுப் புலவர் *தமிழன்* பத்திரிகையின் ஆசிரியரான பின்பு தனியாகப் பத்திரிகை நடத்தும் நோக்கத்தில் *தருமதொனி* இதழைத் தொடங்கியிருப்பார் என்று நம்பமுடிகிறது. பத்திரிகை தொடங்கிய மாதத்தில் இதன் விற்பனை எண்ணிக்கை 500ஆக இருந்துள்ளது. ஆனால் 1932 பிப்ரவரி மாதத்தில் இது நின்றுபோனதாக அறிகிறோம். ஆகவே இரண்டு மூன்று இதழ்கள் மட்டுமே வெளிவந்திருக்க முடியும். 1932ஆம் ஆண்டிற்கான பத்திரிகைகளுக்கான வருடாந்திர அறிக்கையில் ஏழை மக்களின் நலனுக்காகப் பாடுபடும் அரசியல் பத்திரிகை என்று குறிப்பிடப்பட்டுள்ளது.[118]

~

---

117. அன்பு பொன்னோவியம், முன்னுரை, *அயோத்திதாசர் சிந்தனைகள் தொகுதி* I, (தொ.ஆ) ஞான அலாய்சியஸ்.
118. F.O 196/33, Political, GOI.

26. சந்திரிகை (1932)

சந்திரிகை எனும் இப்பத்திரிகை மாசிலாமணி தேசிகர் எனும் ஆதிதிராவிடரால் 1932இல் மாதப் பத்திரிகையாக தொடங்கப்பட்டது. இதன் ஆசிரியர் என். கிருஷ்ணமூர்த்தி எனும் பிராமணர். இப்பத்திரிகை சுவாமி சகஜானந்தருக்குச் சொந்தமான பரஞ்ஜோதி அச்சகத்தில் அச்சிடப்பட்டது. அச்சகம் ஓமக்குளக்கரை, மன்னார்குடி சாலை, சிதம்பரம் என்ற முகவரியில் செயல்பட்டது. ஆயிரம் எண்ணிக்கை விற்ற இப்பத்திரிகையின் சந்தா ஒரு ரூபாய். பொதுவான செய்திகளைத் தாங்கி வந்த இப்பத்திரிகை 1933இல் முடிவுக்கு வந்தது.[119]

~

27. ஆதிதிராவிட மித்திரன் (1934)

ஆதிதிராவிட மித்திரன் சென்னையிலிருந்து வெளிவந்தது. இப்பத்திரிகையின் ஆசிரியர், உரிமையாளர், வெளியீட்டாளர் ஆர். இராஜகோபாலன் என்பவராவார். எண் 15 உட்ஸ் சாலை, இராயப்பேட்டை, சென்னை என்ற முகவரியில் செயல்பட்ட மெட்ராஸ் யுனிவர்ஸல் பிரிண்டிங் ஓர்க்ஸ் எனும் அச்சகத்தில் அச்சிடப்பட்டு எண் 1, ஆஸிஸ் முல்க் நான்காவது தெரு, ஆயிரம் விளக்கு, மெட்ராஸ் எனும் முகவரியிலிருந்து வெளியிடப்பட்டது. அச்சக உரிமையாளர் என். கணபதி நாயக்கர். ஐந்நூறு பிரதிகள் விற்பனையான இப்பத்திரிகையின் வருடச் சந்தா 1 ரூபாய் ஆகும்.

'இப்பத்திரிகை ஆதிதிராவிடர்களின் விடுதலைக்காகப் பாடுபட்டது' என்று அரசின் வருடாந்திர அறிக்கை குறிப்பிடுகிறது.[120] இதே பெயரில் 1907ஆம் ஆண்டு ஒரு பத்திரிகை இலங்கை யாழ்ப்பாணத்திலிருந்து வெளிவந்துள்ளது. மேலும் 1928இல் *ஆதிதிராவிடமித்திரன்* எனும் பெயரில் பர்மா ரங்கூனிலிருந்து ஒரு பத்திரிகை வெளிவந்ததாகவும் அதன் ஆசிரியர் பெயர் சிதம்பரம் என்றும் அறியமுடிகிறது.[121] 1900களுக்கு முன்பும் சற்று பின்பும் திராவிடன் (*திராவிடமித்திரன், திராவிடப் பாண்டியன், திராவிட கோகிலம்*) எனும் முன்னொட்டுடன் பத்திரிகைகளைத் தொடங்கிய தலித்துகள் 1915களுக்குப் பின்பு திராவிடன் என்ற சொல்லில் 'ஆதி' என்று சேர்த்து ஆதிதிராவிடன் எனும் முன்னொட்டைச் சேர்க்கத் தொடங்கினர். *ஆதிதிராவிடன்,*

---

119. G.O.1098-1100, Political, 21 June 1937.

120. G.O.1098-1100, Political, 21 June 1937.

121. அ.மா. சாமி, *திராவிட இயக்க இதழகள்*, ப. 60.

மெட்ராஸ் ஆதிதிராவிடன், ஆதிதிராவிட பாதுகாவலன், ஆதிதிராவிடமித்திரன் போன்ற இதழ்ப் பெயர்கள் இதனைக் காட்டுகின்றன. இந்த மாற்றம் திராவிட அடையாளத்திலிருந்து ஆதிதிராவிட அடையாளத்தை நோக்கித் தலித்துகள் நகர்ந்ததைக் காட்டுகிறது.

பத்தொன்பதாம் நூற்றாண்டின் இரண்டாம் பாதியிலிருந்து அரைநூற்றாண்டு காலமாகத் திராவிடன் என்பதை அடையாளமாக வரித்துக்கொண்டிருந்த தலித்துகள் அவ்வாறே எழுதியும் இயங்கியும் வந்தனர். ஆனால் இருபதாம் நூற்றாண்டின் தொடக்கத்தில் பிராமணலல்லாதோர் எனும் அரசியல் கருத்தாக்கம் வலுப்பெறத் தொடங்கியபோது சாதி இந்துக்கள் பிராமணர்களுக்கு எதிரான இன அடையாளமாகத் தங்களைத் திராவிடர் என அழைக்கத் தொடங்கினர். இந்தச் சூழலில் தலித்துக்கள் தாங்கள் இதுவரை அடையாளப்படுத்திவந்த திராவிடன் எனும் அடையாளம் தனித்துவமாக இல்லாமல் போனதாலும், மேலும் சாதி இந்துக்களின் கோரிக்கையும் தங்களின் (தலித்துகளின்) கோரிக்கையும் வேறுபட்டது என்பதை உணர்த்தும்பொருட்டும் திராவிடன் எனும் அடையாளத்தில் ஆதி எனும் முன்னொட்டைச் சேர்த்துத் திராவிடர்களுக்கெல்லாம் முந்தைய ஆதிதிராவிடர் என்று தங்களை அடையாளப்படுத்திக் கொண்டனர். 1920களுக்குப் பின்பு அதாவது நீதிக்கட்சி செல்வாக்குப் பெறத் தொடங்கிய காலத்தில் பிராமணர், பிராமணரல்லாதார் எனும் அடையாளங்களை முன்னிறுத்தி அரசியல் முன்னெடுக்கப்பட்டது. இதில் நீதிக் கட்சியோடு தலித்துகள் இணைந்தும் விலகியும் செயல்பட்டு வந்தனர். ஆனால் அதுவரை பிராமண எதிர்ப்பு, சாதி ஒழிப்பு, தாழ்த்தப்பட்டோர் நலன், சுதேசிய எதிர்ப்பு போன்ற தளங்களில் வீரியமாகச் செயலாற்றிவந்த ஆதிதிராவிட அரசியல் பிராமணரல்லாதார் அரசியலில் உள்ளிழுக்கப்பட்டு முழுமையாகத் தனித்த அரசியலாக இல்லாமல் ஆக்கப்பட்டது.

~

28. கிறிஸ்தவ ஊழியன் (1936)

1 ஏப்ரல் 1936இல் கிறிஸ்தவ சமூகத்தின் கல்வி, பொருளாதார, அரசியல் முன்னேற்றத்திற்காக *கிறிஸ்தவ ஊழியன்* பத்திரிகை தொடங்கப்பட்டது. இப்பத்திரிகையின் ஆசிரியர், வெளியீட்டாளர், உரிமையாளர் ஆர். மாணிக்கம் என்பவர். இவர் கிறிஸ்தவ ஆதிதிராவிடர். பெரும்பாலான

பத்திரிகைகள் சென்னையிலிருந்து வெளியானபோது இந்தப் பத்திரிகை சேலத்திலிருந்து வெளியானது. 1000 பிரதிகள்வரை விற்றது.[122] இப்பத்திரிகைக்கு ஏதேனும் கிறிஸ்தவ மிஷனரி நிதி உதவி செய்ததா? ஆதிதிராவிடக் கிறிஸ்தவர்கள் மட்டுமே இதை வாசித்தார்களா? அல்லது பிற கிறிஸ்தவர்களும் வாசித்தார்களா? இவை போன்ற கேள்விகளுக்கு விடை இல்லை.

ஆனால் சில விசயங்களை ஊகித்துக்கொள்ள முடிகிறது. காலனிய காலத்தில் பல மிஷனரிகள் தலித்துகள் மத்தியில் வேலை செய்தனர். தலித்துகளும் தங்களின் கல்வி, சமூக, பொருளாதார முன்னேற்றத்திற்கான வாய்ப்பாகக் கிறிஸ்தவத்தைப் பார்த்தனர். மேலும் மிஷனரிகள் தலித்துகள் கல்விக்கூடங்கள் தொடங்கவும் பத்திரிகைகள் தொடங்கவும் உதவி செய்தனர். இந்தப் பின்னணியில்தான் *கிறிஸ்தவ ஊழியனும்* தொடங்கப் பட்டிருக்க வேண்டும். தாழ்த்தப்பட்டோர் முன்னேற்றம் மற்றும் அவர்கள் மத்தியில் கிறிஸ்தவப் பரப்பலுக்கும் இப்பத்திரிகை பயன்படுத்தப்பட்டிருக்கும்.

~

29. நந்தனார் (1934–1936)

ஆதிதிராவிடர்களின் முன்னேற்றத்திற்காக *நந்தனார்* எனும் இப்பத்திரிகையை எஸ்.பி. ராம் எனும் கிறிஸ்தவ ஆதிதிராவிடர் தொடங்கினார். இப்பத்திரிகையின் முதல் இதழ் எப்போது வெளிவந்தது என்பதை அறியமுடியவில்லை. ஆனால் இப்பத்திரிகை தொடங்குவதற்கு இதன் அச்சகர் 23 ஆகஸ்ட் 1934இல் நீதிமன்றத்தில் உறுதிமொழி கொடுத்துள்ளார். அதன்பிறகு 1936 வரை வெளிவந்து நின்றுபோனது.[123]

~

30. ஜோதி (1932 – 1939)

சுவாமி ஏ.எஸ். சகஜானந்தர் 1932இல் *ஜோதி* எனும் இருமொழி (தமிழ்–ஆங்கிலம்) வாரப் பத்திரிகையைத் தொடங்கினார். இப்பத்திரிகையின் ஆசிரியர், வெளியீட்டாளர், அச்சகர் சுவாமி ஏ.எஸ். சகஜானந்தர் ஆவார். சிதம்பரத்தில்

---

122. G.O.1098-1100, Political, 21 June 1937.
123. G.O.1098-1100, Political, 21 June 1937.

இவருக்குச் சொந்தமான பரஞ்ஜோதி அச்சகத்தில் (1 மே 1925இல் தொடங்கப்பட்டது) இப்பத்திரிகை அச்சிடப்பட்டது.[124] அறுபத்து மூன்று நாயன்மார்களில் ஒருவராக அறியப்படும் பரஞ்ஜோதி அடிகள் (சிறுத்தொண்டர் என்றும் அழைக்கப்படுவார்) மீது கொண்ட பக்தியால் தன் அச்சகத்திற்குப் பரஞ்ஜோதி என்றும் பத்திரிகைக்குச் *ஜோதி* என்றும் பெயரிட்டார். 24 ஜனவரி 1932இல் தொடங்கப்பட்ட வருடத்தில் ஒரு இதழ் மட்டுமே வெளிவந்தது. ஆனால் 1934இலிருந்து 1939வரை தொடர்ந்து வெளிவந்ததாக அறியமுடிகிறது. முந்நூறு பிரதிகள் வரை விற்ற இப்பத்திரிகையின் வருடச் சந்தா 3 ரூபாய் ஆகும். அரசு ஆண்டறிக்கையில் இப்பத்திரிகை "அனைத்துத் தளங்களிலும் வெகு மக்களின் முன்னேற்றத்திற்காகப் பாடுபடும் அரசியல் பத்திரிகை" என்று குறிப்பிடப்பட்டுள்ளது.[125] மேலும் சுவாமி சகஜானந்தர் துண்டறிக்கைகள், புத்தகங்களை வெளியிட்டார். 'ஆலயம் என்பது ஹரிஜனங்களுக்கே', 'தீண்டாமை சாஸ்திரியமன்று', 'தாழ்த்தப்பட்டோர்', 'ஹரிஜனங்கள் தோற்றம்', 'தீண்டாமை', 'நமது தொன்மை', 'பண்ணையாள் பாதுகாப்புச் சட்டமும் சர்காரின் கடமையும்', 'வச்சிர சூசிகை உபநிடதம்' போன்றவை சகஜானந்தர் எழுதிய நூல்களாகும்.[126]

கடலூர் மாவட்டம் திருப்பாதிரிப்புலியூரில் சென்னை மாகாண ஆதிதிராவிடர் மாநாடு 12 மார்ச் 1930இல் நடைபெற்றது. இந்த மாநாட்டிற்கு நீதிக் கட்சித் தலைவர் டாக்டர் சி. நடேச முதலியார் தலைமை வகித்தார், அப்போதைய சென்னை மாகாண முதலமைச்சர் டாக்டர் ப. சுப்புராயன், முத்தையா முதலியார் (சுகாதாரத் துறை அமைச்சர்), இரட்டைமலை சீனிவாசன், வி.ஐ. முனுசாமி பிள்ளை ஆகியோர் கலந்துகொண்ட இந்த மாநாட்டில் சுவாமி சகஜானந்தர் கோவில் நுழைவு மசோதா குறித்துப் பேசும்போது கீழ்கண்டவாறு கருத்துத் தெரிவித்தார். "ஆலயப் பிரவேச இயக்க செயல்பாட்டை ஆதிதிராவிடர்களின் உரிமையைப் பெறும் போராட்டமாக சுவாமி சகஜானந்தர் M.L.C. அங்கீகரிக்கவில்லை. இந்த வழிமுறை அவர்களின் சுதந்திரத்தைப் பெறுவதற்கு எந்தவகையிலும் உதவாது. பிறருக்குச் சமமாக வழிபடும் உரிமையை மறுக்கும் கோயில்களை ஆதிதிராவிடர்கள் ஒதுக்கிப் புறக்கணிக்க வேண்டும். ஆதிதிராவிடர்கள் கோயில்,

124. File No.1961/33- Political (Home), GOI; G.O.1222, Public, 25, July1939; G.O.1490, Public, 24 July 1939.

125. G.O.1098-1100, Public, 21 June 1937.

126. பொன். சுப்பிரமணியம், *சுவாமி சகஜானந்தர்*, சாந்தா பதிப்பகம், சென்னை 2009, ப. 29.

குளங்கள், சாலைகளைப் பயன்படுத்தவிடாமல் தடுப்பதற்கு அரசாங்கமும் ஒரு வகையில் காரணமாக அமைந்துள்ளது. அரசாங்கம் ஒடுக்கப்பட்டோர் விசயத்தில் அதிக அக்கறை செலுத்த வேண்டும். மேலும் ஆலய கமிட்டிகளில் கண்டிப்பாக ஆதிதிராவிடர் ஒருவரை நியமிக்க வேண்டும் என்றார்."[127] முதலைமைச்சர், மந்திரிகள் அமர்ந்திருக்கும் மேடையில் ஆதிதிராவிடர்கள் விசயத்தில் அரசாங்கம் பாரபட்சம் காட்டுகிறது என்று நேரடியாக விமர்சனம் வைக்கும் துணிவு சகஜானந்தருக்கு இருந்துள்ளது என்பதை மேற்கண்ட செய்தி உணர்த்துகிறது.

சுவாமி சகஜானந்தரையும் எம்.சி. ராஜாவையும் வழிகாட்டி களாக ஏற்றுக்கொண்ட குழுவினரால்தான் கொழும்பிலிருந்து வெளிவந்த ஆதிதிராவிடன் இதழும் தொடங்கப்பட்டது. மேலும் சுவாமி சகஜானந்தர் கொழும்பு சென்று ஆதிதிராவிடன் இதழைத் தொடங்கி வைத்ததாக அவ்விதழ் குறிப்பிடுகிறது. மேலும்

> 'இனம் இனத்தை காக்கும் வேலி பயிரை காக்கும்' என்னும் முதுமொழிக்கிணங்க தெய்வானுக்கிரகத் தால் ஆதிதிராவிட வம்சத்திலேயே உதிந்தவரும் நம் குலத்தவர்களின் நன்மைக்காக தன்னுயிரையு முடலையுதத்தஞ் செய்து பாடுபட்டுழைத்து வருகின்றவரும் நம் குலகுருவுமாகிய ஸ்ரீமத் சுவாமி சஹஜானந்தர் *(A Great Panchama Preacher and Reformer)* அவர்கள் நம் குறையை நீக்க முன்வந்திருப்பதைப் பார்க்க, நம் குல மீடேற இதுவே நற்காலமென்று யூகிக்க வேண்டியதாயிருக்கிறது.[128]

என்றும் கூறுகிறது.

ஆதிதிராவிடன் இதழ் சுவாமி சகஜானந்தரின் உபந்நியாசங் களைத் தொடர்ந்து வெளியிட்டது. சுவாமி சகஜானந்தர் சிதம்பரம் ஓமக்குளக்கரையில் நந்தனார் கல்விக் கழகம் என்ற கல்விக்கூடத்தை உருவாக்கினார். ஆரம்பத்தில் துவக்கப் பள்ளியாக இருந்த இக்கழகம் மேல்நிலைப் பள்ளியாக உயர்வு பெற்றது. ஆதிதிராவிடனில் குறிப்பிட்டபடி 1919இல் நந்தனார் ஆரம்பப் பள்ளியில் 100 மாணவர்கள் பயின்று வந்துள்ளனர்.

~

---

127. *Madras Mail*, 12 March 1930.
128. ஆதிதிராவிடன், மார்ச் 1919, ப. 9.

31. புத்துயிர் (1935-1940)

எஸ்.பி.ஐ. பாலகுருசிவம் என்பவரால் *புத்துயிர்* எனும் இப்பத்திரிகை 23 செப்டம்பர் 1935இல் தொடங்கப்பட்டது. இவரே இவ்வாரப் பத்திரிகையின் ஆசிரியர், வெளியீட்டாளர், உரிமையாளர் ஆவார். அலமு பிரிண்டிங் ஒர்க்ஸ், எண் 527, ஹைரோடு, திருவல்லிக்கேணி, மெட்ராஸ் எனும் அச்சகத்தில் அச்சிடப்பட்டு எண் 57, ஹாரீஸ் ரோடு, புதுப்பேட்டை, மெட்ராஸ் எனும் முகவரியிலிருந்து இப்பத்திரிகை வெளியிடப்பட்டது. அச்சகத்தின் உரிமையாளர் கே. துரைசாமி எனும் இந்து வெள்ளாளர் ஆவார். இப்பத்திரிகை 2000 பிரதிகள் வரை விற்பனையாகியுள்ளது.[129] அரசின் வருடாந்திர அறிக்கையில் "இப்பத்திரிகை ஒடுக்கப்பட்டோரின் குரலாக வெளியாகிறது. பிரிட்டிஷுக்கு ஆதரவாகவும் காங்கிரஸ் எதிர்ப்புக் கருத்தையும் கொண்டிருந்தது" என்று பதிவு செய்யப் பட்டுள்ளது.

~

32. சமத்துவம் (1936)

சேலம் ஆதிதிராவிட மகாஜன சங்கத்தின் சார்பில் வெளிவந்த *சமத்துவம்* என்ற இப்பத்திரிகை 10 பிப்ரவரி 1936இல் தொடங்கப்பட்டது. சேலம் மாவட்ட ஆதிதிராவிட மகாஜன சங்கத் தலைவர் வி.நாராயணன் இதன் ஆசிரியராக இருந்தார். பி.கே. ராமச்சந்திரன் என்பவருக்குச் சொந்தமான ஆக்ஸ்போர்டு பிரஸ் எனும் அச்சகத்தில் இப்பத்திரிகை அச்சிடப்பட்டது. ஆயிரம் பிரதிகள் விற்பனையானதாக ஆவணங்கள் கூறுகின்றன. ஆனால் தொடங்கிய வருடத்திலேயே பத்திரிகை முடிவுக்கு வந்தது. பின்பு இப்பத்திரிகை 1945இலிருந்து பி. முத்துசாமி என்பவரை ஆசிரியராகக் கொண்டு அகில இந்தியப் பட்டியல் இனக் கூட்டமைப்பின் (All India Scheduled Castes Federation) இதழாக வெளிவந்ததாக ஸ்டாலின் ராஜாங்கம் குறிப்பிடுகிறார்.[130] இப்பத்திரிகை ஒடுக்கப்பட்டோரின் முன்னேற்றத்திற்காகப் பாடுபட்டது என்று வருடாந்திர அறிக்கை குறிப்பிடுகிறது.[131]

~

---

129. G.O.1098-1100, Public, 21 June 1937.
130. ஸ்டாலின் ராஜாங்கம், *தீண்டப்படாத நூல்கள்: ஒளிபடா உலகம்*, ஆழி பதிப்பகம், சென்னை 2008.
131. G.O.1098-1100, Public, 21 June 1937.

33. தமிழர் சேவை (1936)

சமத்துவம் பத்திரிகை நடத்திய வி. நாராயணனால் *29 ஜூன் 1936*இல் *தமிழர் சேவை* என்ற பத்திரிகை தொடங்கப்பட்டது. பத்திரிகை தொடங்கும் முன்பு நீதிமன்றத்தில் உறுதிமொழிப் பத்திரம் கொடுக்க வேண்டும். நாராயணன் *சமத்துவம், தமிழர் சேவை* ஆகிய இரண்டு பத்திரிகைகளுக்கும் சேர்த்தே உறுதிமொழி கொடுத்துள்ளார். இப்பத்திரிகை வாரப் பத்திரிகையாகவும் மாதப் பத்திரிகையாகவும் ஒரே நேரத்தில் வெளிவந்தது. *சமத்துவம்* பத்திரிகை போலவே தொடங்கிய வருடமே நின்றுபோன *தமிழர் சேவை 7 ஏப்ரல் 1939*இல் மீண்டும் தொடங்கப்பட்டது. பிராமண எதிர்ப்புக் கருத்தியல்களைத் தாங்கிவந்ததாக ஆவணங்கள் மூலம் அறிய முடிகிறது. [132]

~

34. தீண்டாதார் துயரம் (1937)

சேலத்தைச் சேர்ந்த கே.எஸ். மாரிமுத்து என்னும் ஆதிதிராவிடரால் *தீண்டாதார் துயரம்* எனும் இப்பத்திரிகை *4 மே 1936*இல் தொடங்கப்பட்டது. மாதமிருமுறை இதழாக வெளிவந்தது. இதன் ஆசிரியர், உரிமையாளர், வெளியீட்டாளராகச் செயல்பட்டு வந்த கே.எஸ். மாரிமுத்து குறித்து வேறு எந்தத் தகவல்களும் கிடைக்கவில்லை. *சமத்துவம்* பத்திரிகை அச்சான ஆக்ஸ்போர்டு அச்சகத்தில்தான் *தீண்டாதார் துயரம்* பத்திரிகையும் அச்சானது. தொடங்கிய வருடத்திலேயே நின்றும் போனது.[133] எத்தனை இதழ்கள் வெளிவந்தன என்பது குறித்து அறிய முடியவில்லை. இப்பத்திரிகையின் பெயரிலேயே இதன் நோக்கத்தைப் புரிந்துகொள்ள முடிகிறது. தீண்டாமைக் கொடுமைகளுக்கு எதிராகவும் தாழ்த்தப்பட்டோர் முன்னேற்றத்திற்காகவும் இதழ் பாடுபட்டிருக்கும் என்றறிய முடிகிறது.

*1936, 1937*ஆம் ஆண்டுகளில் சேலம் பகுதியில் மட்டும் நான்கு தலித் பத்திரிகைகள் தொடங்கப்பட்டிருக்கின்றன *(கிறிஸ்தவ ஊழியன், சமத்துவம், தமிழர் சேவை, தீண்டாதார் துயரம்)*. இது அப்பகுதியில் தலித் இயக்கங்கள் தீவிரமாகச் செயல்பட்டுக்கொண்டிருந்ததைக் காட்டுகிறது. ஆரம்ப

---

132. G.O.1098-1100, Public, June 1937; G.O.1490, Public, 31 July 1940.

133. G.O. 1098-1100, Public, 21 June 1937.

காலத்தில் பெரும்பாலான தலித் பத்திரிகைகளும் இயக்கங்களும் சென்னையை மையமாக கொண்டிருந்தன. ஆனால் சென்னைக்கு அடுத்தபடியாகச் சேலம், ஆம்பூர் போன்ற பகுதிகளிலிருந்துதான் தலித் பத்திரிகைகள் அதிகமாக வெளிவந்துள்ளன என்பது கவனிக்கத்தக்கது.

~

35. ஜெயகேசரி (1938)

ஏ.கே.எஸ். சண்முகம் எனும் ஆதிதிராவிடரால் 25 நவம்பர் 1938இல் *ஜெயகேசரி* பத்திரிகை தொடங்கப்பட்டது. இதன் உரிமையாளர், வெளியீட்டாளராகச் சண்முகமும் ஆசிரியராக டாக்டர் கே. தர்மன்னாகவியும் இருந்தனர். ஆதிஆந்திரர் சமூகத்தைச் சேர்ந்த தர்மன்னாகவி *ஜெயபேரி* எனும் தெலுங்கு பத்திரிகையிலும் ஆசிரியராகப் பணியாற்றினார். இவ்விரண்டு பத்திரிகைகளும் தாழ்த்தபட்டோர் முன்னேற்றத்திற்கான கருத்துக்களை வெளியிட்டன என்பதை அறியமுடிகிறது. மேலும் பொதுவான அரசியல் செய்திகளும் இவற்றில் வெளியிடப்பட்டன, ஆர்.எம். ஜீவானந்தம் என்பவருக்குச் சொந்தமான வெஸ்டர்ன் பிரிண்டிங் ஒர்க்ஸ் அச்சகத்தில் அச்சானது. இப்பத்திரிகை 23 டிசம்பர் 1938இல் நின்றுபோனது. ஆகவே ஒன்றிரண்டு இதழ்கள் மட்டுமே வெளிவந்திருக்கும் என்ற முடிவுக்கு வரலாம்.[134]

~

36. சமத்துவச் சங்கு (1942)

சமத்துவச் சங்கு எனும் பத்திரிகை தீவிர அம்பேத்கர் வாதியான பள்ளிகொண்டா கிருஷ்ணசாமியால் வெளியிடப் பட்டது. இதன் ஒரு வெளியீட்டைக் (5–6–1959) கொண்டு இது 1942இல் தொடங்கப்பட்டது என்ற முடிவுக்கு வரமுடிகிறது. வேலூர் மாவட்டம் பள்ளிகொண்டா கிராமத்தில் 1.06.1916ஆம் ஆண்டு முருகன், சின்னத்தாய் ஆகியோருக்கு மகனாகப் பிறந்தார் கிருஷ்ணசாமி. இவர் அம்பேத்கரால் நிறுவப்பட்ட

134. G.O.1222, Public, 25 July 1939.

அகில இந்திய பட்டியல் இனக் கூட்டமைப்பின் சென்னை மாகாணத்தின் முதல் பொதுச்செயலாளராவார். 1942இல் நடைபெற்ற சட்டமன்றத் தேர்தலில் திருவண்ணாமலை சட்டமன்றத் தொகுதியில் போட்டியிட்டார். 1952இல் நடைபெற்ற முதல் நாடாளுமன்றத் தேர்தலில் கூட்டமைப்பின் சார்பில் போட்டியிட்டார். அம்பேத்கர் தலைமையிலான அரசியலில் தீவிரமாகச் செயல்பட்டுவந்த இவர் 30.09.1973இல் மறைந்தார்.

~

37. தென்னாடு (1943)

மாதமிருமுறை வெளிவந்த *தென்னாடு* பத்திரிகை இ. சுப்பிரமணியன், எம். ஆதிமூலம் என்ற இரு ஆதிதிராவிடர்களால் தொடங்கப்பட்டது. இராமச்சந்திர நாயுடு என்பவருக்குச் சொந்தமான ஸ்ரீராமச்சந்திரா பிரஸ் எனும் அச்சகத்தில் அச்சிடப்பட்டது. இப்பத்திரிகையின் முதல் இதழ் வெளிவந்த நாள் தெரியவில்லை. ஆனால் 23 அக்டோபர் 1943இல் அரசாங்கத்திற்கு உறுதிமொழி கொடுக்கப்பட்டுள்ளது.[135] இதன் விற்பனை எண்ணிக்கை ஆயிரமாக இருந்துள்ளது. எத்தனை இதழ்கள் வெளிவந்தன. எந்த வருடம்வரை வெளிவந்தது போன்ற தகவல்களைப் பெற முடியவில்லை.

~

38. உதய சூரியன் (1943)

வடஆற்காடு மாவட்டத்தில் தோல் பதனிடும் தொழிற்சாலைகளில் பெரும்பான்மையாகத் தலித்துகள் வேலை செய்துவந்தனர். அதிக வேலை நேரம், உடலுக்குத் தீங்கு விளைவிக்கும் வேலை என்பனவற்றால் தோல் பதனிடும் தொழிலாளர்கள் கஷ்டப்பட்டனர். இந்தச் சூழலில் ஜெ.ஜெ.தாஸ் என்று அறியப்பட்ட ஜெ. ஜேசுதாஸ் என்பவரும் *தென்னாடு* பத்திரிகையின் ஆசிரியர் எம். ஆதிமூலமும் இணைந்து தோல் பதனிடும் தலித் தொழிலாளர்கள் மத்தியில் சங்கம் ஒன்றை 1939இல்

135. G.O.1805, Public, 13 June 1944.

தொடங்கினர். இச்சங்கத்தின் குரலாக உதயசூரியன் வெளிவந்தது. எம். ராதாகிருஷ்ணன் என்பவரால் அச்சிடப்பட்டு வெளியிடப்பட்டது. இச்சங்கம் வாணியம்பாடி, ஆம்பூர், பேர்ணாம்பட்டு, ராணிப்பேட்டை ஆகிய பகுதிகளில் பரவியிருந்தது.[136] முதலில் வார இதழாகவும், 1946இல் மாதம் இருமுறை இதழாகவும், 1947இல் மாத இதழாகவும் வெளியான இப்பத்திரிகையின் உதவி ஆசிரியராகப் பள்ளிகொண்டா கிருஷ்ணசாமி பணியாற்றினார். வேலூர் விக்டோரியா அச்சகத்தில் இது அச்சிடப்பட்டது.

~ ~

---

136. அழகிய பெரியவன், *மீள் கோணம்*, கருப்பு பிரதிகள், சென்னை, 2009.

சூரியோதயம் முதல் உதயசூரியன் வரை

பத்தொன்பதாம் நூற்றாண்டின் இறுதியிலும் இருபதாம் நூற்றாண்டின் தொடக்கத்திலும் தலித்துகள் மத்தியில் அரசியல், சமூக விழிப்புணர்வு பரவலானது என்பதற்கான ஆதாரங்களாக இந்த 42 பத்திரிகைகளைப் பார்க்க முடியும். இப் பத்திரிகைகள் மூலம் தலித்துகள் பிரிட்டிஷ் இந்திய அரசுக்கு அழுத்தம் கொடுத்து வந்தனர். இந்தப் பத்திரிகைகளில் தீண்டாமைக் கொடுமையை எதிர்த்தல், தலித்துகளுக்கான கல்வி, வேலை வாய்ப்பு, அரசியல் பிரதிநிதித்துவம், தத்துவ விசாரணை என்று பரந்துபட்ட விசயங்களில் கவனம் செலுத்தினர்.

1869இலிருந்து 1930 வரை வெளிவந்த 27 பத்திரிகை களில் 16 (59%) பத்திரிகைகள் சென்னையி லிருந்து வெளிவந்தன. 1930களுக்குப் பின்பு வெளிவந்த தலித் பத்திரிகைகளான *சாம்பவகுல மித்திரன் (1930), தர்மதொனி (1932), சந்திரிகை (1932), ஜோதி (1932), புத்துயிர் (1935), ஆதிதிராவிட மித்திரன் (1936), கிறிஸ்தவ ஊழியன் (1936), நந்தனார் (1936), சமத்துவம் (1936), தமிழர்சேவை (1936), தீண்டாதார் துயரம் (1937), ஜெயகேசரி (1938), சமத்துவசங்கு (1942), தென்னாடு (1943), உதயசூரியன் (1943)* ஆகிய 15 பத்திரிகைகளில் நான்கு பத்திரிகைகள் மட்டுமே சென்னையிலிருந்து வெளிவந்தன என்பது கவனிக்கத்தக்கது. தொடக்க காலகட்டங்களில் சென்னை மற்றும் அதைச் சுற்றியுள்ள பகுதிகளில் மையம் கொண்டிருந்த

இயக்கங்கள், பத்திரிகைச் செயல்பாடுகள் தமிழகத்தின் பிற பகுதிகளுக்கும் பரவின.

1869இலிருந்து 1943 வரை அதாவது 74 வருடங்கள் தலித்துகள் நடத்திய பத்திரிகைகளும் அவற்றின் உள்ளடக்கமும் அவர்கள் பெற்றிருந்த அரசியல் விழிப்புணர்ச்சியையும் அறிவையும் காட்டுகின்றன. மாறிவரும் அரசியல் சூழலில் தங்கள் மீது சுமத்தப்பட்ட இழிவுகளைப் போக்கும் பொருட்டும் சமூக மாற்றத்திற்காகவும் அச்சு ஊடகத்தை அவர்கள் இயக்க ஊடகமாகப் பயன்படுத்தியுள்ளனர். தலித் இதழியல் வரலாறு இதுவரை எழுதப்படாத சூழலில், இதழ்களை வரலாற்று ஆதாரங்களாகக் கொண்டு இதுவரை எழுதப்பட்ட சமூகப் பண்பாட்டு அரசியல் வரலாற்றில் தலித் இதழ்கள் கணக்கில் எடுத்துக்கொள்ளப் படவில்லை என்பதை உணரமுடிகிறது.

தீவிர சமூகப் பிரச்சனைகளைப் பேசிய தலித் இதழ்களான *தமிழன், பறையன், ஆதிதிராவிடன், பூலோகவியாஸன், மஹாவிகடதூதன்* போன்ற இதழ்கள் வரலாற்று முக்கியத்துவம் பெறுகின்றன. இதில் *தமிழன்* இதழின் ஆசிரியர் பண்டிதர் அயோத்திதாசரும் *பறையன்* இதழின் ஆசிரியர் இரட்டைமலை சீனிவாசனும் தமிழக தலித் அரசியலின் அடையாளங்களாக மாறிவிட்டனர். ஆனால் *பூலோகவியாஸன்* ஆசிரியர் பூஞ்சோலை முத்துவீர நாவலருக்கும் *மஹாவிகடதூதனி*ன் பா.அ.அ. இராஜேந்திரம் பிள்ளைக்கும், *ஆதிதிராவிடனி*ன் எஸ்.பி. கோபால்சாமிக்கும் இந்த அரசியல் முக்கியத்துவம் கிடைக்கவில்லை.

இரட்டைமலை சீனிவாசனும் அயோத்திதாசப் பண்டிதரும் தங்களின் அரசியல் சமூக பணிக்கான வாகனமாக இதழ்களைப் பயன்படுத்தினர். இரட்டைமலை சீனிவாசன் சென்னை மாகாணசபை உறுப்பினர், பறையர் மகாஜன சங்க நிறுவனர், அம்பேத்கருடன் வட்டமேசை மாநாட்டில் கலந்துகொண்டவர் போன்ற வரலாற்று முக்கியத்துவத்தைப் பெற்றார். இரட்டைமலை சீனிவாசன் போல நேரடி அரசியலில் அதிதீவிரமாகப் பண்டிதர் அயோத்திதாசர் செயல்படா விட்டாலும் பண்பாட்டு அரசியலில் அவர் நேரடியாகப் பங்குகொண்டார். பண்டிதர் தென்னிந்திய சாக்கிய பௌத்த சங்கத்தை சென்னை இராயப்பேட்டையில் தொடங்கி அதன் கிளைகளைத் திருப்பத்தூர், வேலூர், ஆம்பூர், உதகமண்டலம், இலங்கை, தென்னாப்பிரிக்கா, கோலார் தங்கவயல், பெங்களூர் போன்ற இடங்களில் பரவச் செய்தார். மேலும் அயோத்திதாசரின் எழுத்துகளை (*தமிழன்* இதழில் வெளிவந்தவை) ஞான அலாய்சியஸ் தொகுத்த பின்புதான்

அயோத்திதாசரின் அறிவு வளமை தமிழ் உலகிற்குத் தெரியவந்தது. அயோத்திதாசரின் அறிவார்ந்த செயல்பாடு தலித் அரசியலுக்குக் கருத்தியல் பின்புலத்தைத் தந்தது. அயோத்திதாசரின் எழுத்துக்கள் வெளிவந்த பின்னர் தலித் தரப்பிலிருந்து திராவிட அரசியல் விமர்சனமும், பெரியார் மீதான விமர்சனமும் எழுந்தன. தலித் சமூகத்தில் இது போன்ற ஒரு அறிவார்ந்த மரபு பிராமணரல்லாதார் அரசியல் தோன்றுவதற்கு முன்பே இருந்துள்ளது என்ற புரிதல் அயோத்திதாசர் மூலம் ஆதாரபூர்வமாக நிறுவப்பட்டிருக்கிறது.

தமிழ் மண்ணில் பௌத்த மறுமலர்ச்சிச் சொல்லாடல் அயோத்திதாசர் மூலமே தொடங்கி வைக்கப்பட்டது. பூர்வ பௌத்தர்களாகத் தாழ்த்தப்பட்டோர் இருந்ததால் அவர்களைப் பிராமண இந்துக்கள் ஒடுக்கினர் என்பது அயோத்திதாசரின் முடிவு. இம்முடிவு அம்பேத்கரின் தீண்டாமையின் வரலாற்றோடும் பௌத்த விளக்கத்தோடும் பொருந்திப்போகிறது. அயோத்திதாசரின் தமிழ் இலக்கியப் புலமை தீண்டாமையின் தோற்ற வரலாற்றைப் பௌத்த வீழ்ச்சியிலிருந்து கண்டுகொண்டது. சாதி அமைப்பிற்கெதிரான பௌத்தத் தத்துவத்தைப் பின்பற்றி வந்த மக்கள் பிராமண இந்துமத எழுச்சியால் ஒடுக்கப்பட்டுத் தீண்டப்படாதவர்கள் ஆனார்கள் என்ற விளக்கம் தீண்டாமையின் தோற்றம் குறித்த புரிதலை மாற்றி அமைத்தது. தமிழன் இதழ் மூலம் பதிவான அயோத்திதாசரின் எழுத்துக்கள் வரலாற்றுப் போக்கையே மாற்றியமைக்கக் கூடியதாக இருந்தது. தலித் இதழியலின் இரண்டாவது போக்காக எம்.சி. ராஜா, சுவாமி சகஜானந்தர், வீரையன் போன்றோரின் செயல்பாட்டைக் கூறமுடியும். இவர்கள் அரசியல் செயல்பாட்டுக்கான ஊடகமாக இதழ்களைக் கொண்டிருந்தனர். ஆனால் இவர்கள் அதிகமாக அறியப்படுவது இவர்களின் சமூக, அரசியல் செயல்பாட்டினால்தான். எம்.சி. ராஜா ஆல்காட் கிண்டர்கார்டன் ரிவியூ, ஊரிஸ் காலேஜ் கிண்டர்கார்டன் மேகசின், மெட்ராஸ் ஆதிதிராவிடன் போன்ற இதழ்களுக்கு ஆசிரியராக இருந்தாலும் முதல் இரண்டு இதழ்களும் கல்விக்கூட இதழ்களாகவே வெளிவந்திருக்க வேண்டும். மெட்ராஸ் ஆதிதிராவிடன் இதழ் கிடைக்காததால் அதன் உள்ளடக்கம் குறித்து ஒரு முடிவுக்கு வரமுடியவில்லை. ஆனால் எம்.சி. ராஜா அவரது அரசியல் செயல்பாட்டால் அகில இந்திய அளவில் அறியப்படும் தலைவரானார்.

சுவாமி சகஜானந்தர் தொடங்கிய ஜோதி இதழின் உள்ளடக்கம் குறித்துத் தகவல் கிடைக்காததால் அவரின் இதழியல் பணி குறித்த முழுப் பரிணாமம் கிடைக்கவில்லை. ஆனால் நந்தனார் கல்விக் கழகத்தை உருவாக்கியது, ஆன்மீக

சொற்பொழிவுகளை நிகழ்த்தியது, சென்னை மாகாண சபை உறுப்பினராக (காங்கிரஸ்) செயல்பட்டது போன்றவை இவரின் பணிகளாக அறியப்படுகின்றன.

அதே போல வீரையனின் *ஆதிதிராவிடப் பாதுகாவலன்* இதழும் கிடைக்காததால் அது குறித்தும் அறிந்துகொள்ள முடியவில்லை. ஆனால் வீரையன் சென்னை மாகாண சபையின் உறுப்பினராக இருந்ததால் சபைக்குறிப்பின் மூலம் அவரின் அரசியல் செயல்பாடுகள் குறித்து அறிந்துகொள்ள முடிகிறது.

தலித் இதழியலில் தீவிர இதழியல் போக்கு, அரசியல் செயல்பாட்டு இதழியலோடு மூன்றாவது வகையாக சென்னை தவிர்த்த மாவட்டங்களில் தொடங்கப்பட்ட இதழ்கள் என்ற போக்குகளைக் குறிப்பிடலாம். இவை குறுகிய காலமே வெளிவந்தாலும் அரசியல் நோக்கோடு தொடங்கப்பட்டன. *வழிகாட்டுவோன், இந்திரகுல போதினி, சாம்பவர் நேசன், சமத்துவம், தீண்டாதார் துயரம்* போன்ற பத்திரிகைகளை இந்த வகையில் சேர்க்கலாம். இந்த இதழ்கள் தலித்துகள் மத்தியில் ஒருங்கிணைவை ஏற்படுத்தின. பெனடிக்ட் ஆண்டர்சனின் அச்சு முதலாளியம் *(print capitalism)* எனும் கருத்தாக்கம், நாடு முழுவதிலும் உள்ள மக்களிடம் தேசியம் எனும் இணைவை அச்சு ஊடகம் ஏற்படுத்தியது என்பதை விளக்குகிறது.

கிராமம், வட்டாரம் சார்ந்து இருந்த தலித் ஒடுக்குதல்களைப் பத்திரிகைகளில் பதிவு செய்வதன் மூலம் அதை மாகாணம் சார்ந்த சமூகப் பிரச்சினையாக்க தலித் இதழ்களால் முடிந்தது. நவீன இந்தியா உருவாகி வந்த வேளையில் சாதியப் பாகுபாடு நவீனத்திற்கு எதிரானது என்பதைப் பிரச்சாரம் செய்தனர். 1920ஆம் ஆண்டு இராமநாதபுரம் அருகே கல்லல் கிராமத்தில் ஆதிக்கச் சாதிக் கள்ளர்கள் தலித்துகள் மீது கட்டுப்பாடுகளைப் பிறப்பித்தனர். அவை புதிய உடை உடுத்தக் கூடாது, தங்க ஆபரணங்கள் அணியக்கூடாது, விசேஷங்களுக்கு நான்குகால் பந்தல் போடக்கூடாது போன்றவை. இந்த உத்தரவை மீறினால் வன்முறை ஏவப்படும் என்று தலித்துகளை எச்சரித்தனர். இப் பிரச்சினையை இலங்கை வாழ் ஆதிதிராவிடர்கள் கடிதமாக எழுதி இலங்கையிலிருந்து வெளிவந்த *ஆதிதிராவிடன்* பத்திரிகையில் வெளியிட்டனர். மேலும் காவல் துறையிலும் புகார் செய்யப்பட்டது. பிரச்சினை நீதிமன்றம் சென்றது. காலனிய அரசு நிலைப்பெற்ற காலத்திலிருந்து தீண்டாமை, சாதிய வன்முறைகளுக்கு எதிராக தலித்துகள் புகார் மனுக்கள் அளித்து வந்தனர். பத்திரிகை வெளிவரத் தொடங்கிய காலங்களில் தாங்கள் எதிர்கொள்ளும் பிரச்சினைகளைப்

பத்திரிகைகளில் வெளியிட்டனர். இது சட்டத்தின் ஆட்சியை நடத்தும் பிரிட்டிஷ் இந்திய அரசுக்கு நெருக்கடியைத் தந்தது. சட்டம் ஒழுங்கைச் சரிபடுத்த வேண்டி அரசுக்குத் தலித்துகள் தரப்பிலிருந்து பத்திரிகைகள் மூலம் அழுத்தம் தரப்பட்டது. இராமநாதபுரம் கல்லல் கிராமத்திற்கு காவல் துறையினர் நேரடியாகச் சென்று விசாரணை செய்த போது போலீஸாரிடம் பதிலளித்த கள்ளர்கள்;

> நாங்களிவர்களோடு ஒருவிதமான சந்தர்ப்பத்திற்கு போகவே கிடையாது யெங்களை வீணாய் பத்திரிகைகளில் பிரசுரம்பண்ணி கேவலப் படுத்துகிறார்களென்று பூனையைக் கண்ட எலியைப் போலும் சிங்கத்தைக் கண்ட யானையைப் போலும் கீரியைக் கண்ட சர்ப்பம் போலும் நடுங்கி தாழ்ந்த குரலோடும் சொன்னார்கள்.[1]

என்று *ஆதிதிராவிடனில்* பதிவு செய்யப்பட்டுள்ளது. கள்ளர்கள் போஸீரிடம் "பத்திரிகைகளில் பிரசுரம்பண்ணி கேவலப்படுத்துகிறார்கள்" என்ற கூற்று கவனிக்கத்தக்கது. சாதிய வன்முறை என்பது கிராம அளவில் அதிகாரமாகவும், அதுவே பத்திரிகைகளில் வெளியிடப்படும்போது அவமானமாகவும் பார்க்கப்படும் நிலை இருந்துள்ளது. பத்திரிகை துணைகொண்டு அம்பலப்படுத்துதல் எனும் செயல்பாட்டின் மூலம் தலித்துகள் தங்கள் சமூகத்திற்கான பாதுகாப்பைத் தேடிக்கொண்டனர்.

இன்று இந்திய அளவில் தலித் எனும் அடையாளத்தின் மூலம் தீண்டப்படாத சாதிகள் அரசியல் ரீதியாக ஒன்றிணைந்திருப்பது போல் காலனிய காலத்தில் மாகாண ரீதியிலான ஒருங்கிணைவு ஏற்பட்டது. காலனியத்தின் இறுதிக் காலத்தில் அம்பேத்கரின் வருகைக்குப் பின்பு இது இந்திய அளவில் சாத்தியப்பட்டது. பத்தொன்பதாம் நூற்றாண்டின் இறுதி மற்றும் இருபதாம் நூற்றாண்டின் தொடக்கத்தில் சென்னை மாகாணத்தில் தமிழ் மக்கள் வாழும் மாவட்டங்களில் உள்ள தீண்டப்படாத சாதிகளில் வட்டாரம் சாந்த பிரிவுகளும் உட்சாதி பிரிவுகளும் இருந்தன. இந்தப் பிரிவுகள் எந்தளவுக்கு ஆதிக்கம் செலுத்திவந்தன என்பதற்கு *ஆதிதிராவிடன்* இதழில் வெளியான 'வள்ளுவர் பஞ் சமரே பறையரே' எனும் கட்டுரை உதாரணமாகும். பறையர் சாதியில் பதினெட்டுப் பிரிவுகள் இருப்பதைக் குறிப்பதற்குப் 'பறை பதினெட்டு நுளை நூற்றியெட்டு' எனும் பழமொழி இன்றளவும் கூறப்படுகிறது. பறையர்களில் பதினெட்டு வகையான பிரிவுகள் இருந்தன. இந்தப்பிரிவுகள் தொழில்ரீதியான பிரிவாகவும்

---

1. *ஆதிதிராவிடன்*, ஜூலை 1920, ப. 82.

வட்டாரம் சார்ந்த பிரிவாகவும் இருந்தன. உதாரணமாக வள்ளுவப் பறையன், சாம்பவப் பறையன், தங்கலான் பறையன், முரசுப் பறையன், தோட்டிப் பறையன், கோலியப் பறையன், சோழியப் பறையன், தலையாரிப் பறையன், உழு பறையன், குழிப் பறையன், கொம்புகாரப் பறையன், பள்ளப் பறையன், கட்டியப் பறையன், தாதப் பறையன், சங்குப் பறையன், அச்சாலிப் பறையன், துச்சாலிப் பறையன், மொட்டப் பறையன் எனப் பல பெயர்களில் அழைக்கப்பட்டனர். இதில் வள்ளுவர் பிரிவினர் தாங்கள் பறையர்கள் அல்லர் என்ற வாதத்தை முன்வைத்தனர். இதற்குப் பதிலளிக்கும் விதமாகவே 'வள்ளுவர் பஞ்சமரே பறையரே' எனும் கட்டுரை வீ.யெல். பெருமாள் நாயனாரால் எழுதப்பட்டது. அந்தக் கட்டுரையில் பிற பறையர்களுக்குச் சேவை செய்யும் வண்ணானும் அம்பட்டனும்தான் வள்ளுவப் பறையர்களுக்கும் சேவை செய்கிறார்கள். வள்ளுவப் பறையரின் குடியிருப்பும் சேரியில்தான் உள்ளது. மேலும் பிற பறையர்களைப் போலவே வள்ளுவப் பறையர்கள் மீதும் தீண்டாமை இருக்கிறது. ஆகவே வள்ளுவர்களும் பறையர்களே என்று கூறப்பட்டது.

தலித் பத்திரிகைகள் உட்பிரிவுகளைக் கடந்து சாதிகளையும் கடந்து (பறையர், பள்ளர், சக்கிலியர்) ஆதிதிராவிடர் எனும் அடையாளத்தில் அனைத்துத் தீண்டப்படாத சாதிகளையும் ஒருங்கிணைத்தது. இது மாகாண அளவிலான ஓர் அடையாளமாக இருபதாம் நூற்றாண்டின் தொடக்கத்தில் உருப்பெற்றது. இராமநாதபுரம் மாவட்டத்தில் உள்ள பறையர்கள் (பறை பதினெட்டில் எந்தப் பிரிவாகவும் இருக்கலாம்) படும் இம்சைகளைத் திருநெல்வேலிப் பகுதியிலிருந்து கொழும்புக்குச் சென்ற கோலியர்கள் என்று தங்களை அழைத்துக்கொள்ளும் பறையர்கள் 'ராமநாதபுரம் ஜில்லாவில் ஆதிதிராவிடர்களைப் படுத்தும் இம்சைகள்' என்று எழுதியிருக்கின்றனர். எழுதியவர் தனது பெயரைக் 'கொ.நா.அ., தென்னாடு திருக்குல கோலியர் மஹாஜன சங்கம்'[2] என்று குறிப்பிடுகிறார். இது வட்டார ரீதியிலான சமூக அடையாளங்களிலிருந்து மாகாண அளவிலான அரசியல் அடையாளத்திற்கு நகர்ந்ததை உணர்த்துகிறது. இந்த அடையாளப் பரவலாக்கம் பத்திரிகைகள் மூலமே நடைபெற்றது. அதேபோல இன்று தலித் எனும் தனி அரசியல் உருவெடுத்தது தற்செயலாக நிகழ்ந்தல்ல. மாறாக நவீன அரசியல் உருவான காலத்திலிருந்தே தனித்த அரசியல் குழுவாகச் செயல்பட்டு வந்துள்ளனர் என்பதைத் தலித் இதழியல் வரலாறு மூலம் அறிய முடிகிறது. இதற்குக் காரணம் தலித்துகளைப் பொதுச்சமூகமும் அரசியலும் எப்போதுமே விலக்கியே வந்துள்ளன என்பதும்

---

2. ஆதிதிராவிடன், ஜூலை 1920, ப. 82.

பொதுச் சமூகத்திற்கான தேவையும் தலித்துகளுக்கான தேவையும் வேறு வேறானவை என்பவையுமே காரணங்களாகும்.

தலித் இதழியல் வரலாற்றைப் பார்க்கும்போது தலித்துகளைப் பத்திரிகைகள் எவ்வாறு அரசியல்மயப்படுத்தின என்பது புரிகிறது. பத்திரிகைகள் தொடங்கிய காலத்திலிருந்தே அது ஜனநாயக அரசியலின் வளர்ச்சிக்குப் பாடுபட்டதை அறிவோம். அதே போல் தொடக்ககாலத் தலித் பத்திரிகைகளில் ஜனநாயக அரசியல்படுத்தலுக்கான கூறுகளைக் காணமுடியும். விமர்சனம், மதச் சார்பின்மை, சமத்துவம், சுதந்திரம், தீண்டாமை எதிர்ப்பு, சாதி ஒழிப்பு, சங்கம் அமைத்தல், அரசுக்குக் கோரிக்கை வைத்தல், அநீதிகளை அம்பலப்படுத்துதல், நவீன கருத்துக்களைக் கற்பித்தல் போன்ற ஜனநாயகக் கூறுகளை அடிப்படையாகக் கொண்டே தலித் பத்திரிகைகள் வெளியாயின. 1872இல் வெளியான *சுகிர்தவசனி* என்ற தலித் பத்திரிகை வள்ளலாரின் தெய்வீக சக்தி குறித்துக் கேள்வி எழுப்பியது; விதவை மறுமணத்தை ஆதரித்தது. அடுத்து 1883இல் *இந்து மத சீர்திருத்தி* எனும் பெயரில் பத்திரிகை தொடங்கப்பட்டிருப்பது சாதியவழக்கங்களை அடிப்படையாக கொண்டிருக்கும் இந்துமதம் சீர்திருத்தப் படவேண்டியது என்பதை உணர்த்துகிறது. இவ்வாறு நவீன சமூகத்தைக் கட்டமைக்கும் நோக்கில் தங்கள் கருத்துக்களை வெளியிட்டு வந்த தலித் இதழியல் இரட்டைமலை சீனிவாசன் காலத்தில் அரசியல் இடையீடு கொள்ளும் கருவியாக ஏற்றம் பெற்றது. அதாவது பிராமண, உயர்சாதியினரால் முன்னெடுக்கப்பட்ட சுதேசிய அரசியலுக்கு முட்டுக்கட்டை போடுமளவிற்கு அந்த இடையீடு வலிமை பெற்றதாக இருந்தது. அடுத்து அயோத்திதாசரின் இதழியல் அரசியல் இடையீடு என்பதைத் தாண்டி சாதி, மதம், பண்பாடு குறித்த தத்துவார்த்த கேள்விகளை வரலாற்று ஆதாரங்களைக் கொண்டு எழுப்பி காலத்தை கடந்து நிற்கும் ஆவணமானது.

செழித்தோங்கியிருந்த தலித் இதழியல் 1940களுக்குப் பின்பு சரிவைக் கண்டது. இச் சரிவை 1930களுக்குப் பின்பிருந்தே உணரமுடிகிறது. இங்குச் சரிவென்பது பத்திரிகைகளின் எண்ணிக்கை சார்ந்தது மட்டுமல்லாமல் கருத்தியல் வெளிப்பாடு சார்ந்ததும் ஆகும். பத்திரிகைகளின் எழுச்சி என்பதை அரசியல் எழுச்சியினூடே பொருத்திப் பார்க்க வேண்டும். இந்திய தேசிய அரசியல் எழுச்சி பெற்றபோது அதைப் பரப்புவதற்கென்றே பல பத்திரிகைகள் தொடங்கப்பட்டன. இந்தியா சுதந்திரம் பெற்ற பின்பு சில பெரிய நிறுவனமயப்பட்ட பத்திரிகைகளைத் தவிர பிற பத்திரிகைகள் நின்றுபோயின. சில பத்திரிகைகள் நோக்கப் பொருளை மாற்றிக்கொண்டன. தமிழகத்தைப் பொருத்தமட்டில்

தலித் அரசியல் பத்தொன்பதாம் நூற்றாண்டின் இறுதியில் சங்கங்களாகவும் பத்திரிகைகளாகவும் உருப்பெற ஆரம்பித்தன. பண்டிதர் அயோத்திதாசர் நிறுவிய 'திராவிடப் பாண்டியன் சங்கம்' (1885), 'திராவிட மஹாஜன சபை' (1891), இரட்டைமலை சீனிவாசன் நிறுவிய 'பறையர் மஹாஜன சபை' (1892) போன்ற அமைப்புகளும் வட்டார அளவிலான பல அமைப்புகளும் தலித்துகளை அரசியல் படுத்துவதிலும் அவர்களுக்கான உரிமைகளை ஆங்கிலேயே அரசிடம் கேட்டுப் பெறுவதையும் பிரதான நோக்கமாக கொண்டிருந்தன. இருபதாம் நூற்றாண்டின் தொடக்கத்தில் எம்.சி. ராஜா ஆதிதிராவிட மஹாஜன சங்கம் (1916), அகில இந்திய ஒடுக்கப்பட்ட வகுப்பார் சங்கம் (1926)[3] போன்றவற்றை நிறுவினார். இந்த அரசியல் வெறும் சங்கம் அமைத்தல், மனு கொடுத்தல் என்பதோடு மட்டும் நில்லாமல் அரசியல் அதிகாரத்தில் தலித்துகளும் பங்கெடுக்க வேண்டும் எனும் கோரிக்கையை முன்வைத்தது. இதன் விளைவாக 1919இல் எம்.சி. ராஜா சென்னை மாகாண சட்டசபையில் தாழ்த்தப்பட்டோரின் முதல் பிரதிநிதியாக நியமிக்கப்பட்டார். இதைத் தொடர்ந்து 15 மார்ச் 1922இல் எம்.சி. ராஜாவின் முயற்சியால் பல்வேறு தீண்டப்படாத சாதிகளுக்கு (பறையன், பள்ளன், வள்ளுவன், மாலா, மாதிகா, சக்கிலியன், தோட்டியன், செருமான், ஹொலையா மற்றும் பரிந்துரைக்கப்பட்ட பிற சாதிகள்) 'ஆதிதிராவிடர்' என்ற பெயர் வழங்கப்பட்டது. இது ஏற்கெனவே பல்வேறு பெயர்களால் அழைக்கப்பட்ட தீண்டப்படாத சாதிகளைச் சென்னை மாகாண அளவில் ஒன்றிணைத்தது எனலாம். சட்டசபையில் தீர்மானம் நிறைவேற்றியவுடன் அதில் குறிப்பிடப்பட்ட அனைத்துச் சாதிகளும் தங்களை ஆதிதிராவிடர் என்று மாற்றிக்கொள்ளவில்லை என்றாலும் மாகாணம் தழுவிய பல்வேறு மொழி பேசக்கூடிய தீண்டப்படாத சாதிகளை ஒரே வகைமையில் அடையாளப்படுத்தியது தலித் அரசியலுக்கான முன்னெடுப்பாகும். எம்.சி. ராஜாவின் இந்த மாகாணம் தழுவிய ஆளுமைதான் 1926இல் அகில இந்திய அளவிலான ஒடுக்கப்பட்டோர் அமைப்பை நிறுவும் அரசியல் வலிமையைத் தந்தது.

தலித் அரசியல் தீவிரமான காலகட்டத்தில்தான் பிராமணரல்லாத அரசியலும் நீதிக்கட்சியின் மூலம் தீவிரமானது. எம்.சி. ராஜா ஆதிதிராவிட மஹாஜன சபையை நடத்தி வந்தாலும்

---

3. இச்சங்கம் நாக்பூரில் நடந்த அகில இந்திய ஒடுக்கப்பட்ட வகுப்பாரின் தலைவர்கள் மாநாட்டில் தோற்றுவிக்கப்பட்டது. இதன் தலைவராக எம்.சி. ராஜாவும், துணைத் தலைவராக அம்பேத்கரும் தேர்ந்தெடுக்கப்பட்டார்கள் (Sekar Bandyopadhyay, 'Transfer of Power and the Crisis of Dalit Politics in India, 1945-47,' *Modern Asian Studies*, 2000).

நீதிக்கட்சியுடனும் இணைந்து பணியாற்றினார். ஆனால் இந்த இணைவு இரண்டு வருடங்களுக்கு மேல் நீடிக்கவில்லை. அதாவது சென்னை பின்னி ஆலை வேலைநிறுத்தத்தைத் தொடர்ந்து ஏற்பட்ட புளியத்தோப்புக் கலவரத்தில் தலித்துகளுக்கு எதிராக நீதிக் கட்சி நடந்துகொண்டதால் எம்.சி. ராஜா நீதிக் கட்சியை விமர்சிக்கத் தொடங்கினார். நீதிக் கட்சி தாழ்த்தப்பட்டோரை வஞ்சிப்பதாகப் பொதுக்கூட்டங்களில் பேசினார். ஆகவே ஆதிதிராவிடர்கள் தனி அரசியல் இயக்கமாக அணிதிரள வேண்டும் என்றார்.

அகில இந்திய அளவிலான தலித் அரசியலில் ஒரு மாற்றத்தை அம்பேத்கரின் வருகை ஏற்படுத்தியது. 1926இல் எம்.சி. ராஜா தலைவராகத் தேர்ந்தெடுக்கப்பட்ட 'அகில இந்திய ஒடுக்கப்பட்ட வகுப்பார் சங்கத்தின்' (All India Depressed Classes Association) துணைத் தலைவராக அம்பேத்கர் தேர்ந்தெடுக்கப்பட்டார். அக்கூட்டத்தில் அவர் கலந்துகொள்ளவில்லை. 1928ஆம் ஆண்டு நடைபெறக் கூடிய வருடாந்திர மாநாட்டில் அகில இந்திய ஒடுக்கப்பட்ட வகுப்பார் சங்கத் தலைவராக அம்பேத்கர் தேர்ந்தெடுக்கப்படுவார் என்று முன்மொழியப்பட்டது. இந்த அழைப்பை அம்பேத்கர் ஏற்றுக்கொண்டாலும் மாநாட்டில் கலந்துகொள்ளாததால் மீண்டும் எம்.சி. ராஜாவையே தலைவராகத் தேர்ந்தெடுத்தனர். அம்மாநாட்டில் கலந்துகொண்ட அம்பேத்கரின் நண்பர் சோலங்கி சங்கத்திற்கு இரு தலைவர்கள் இருக்கலாம் என்ற தீர்மானத்தை முன்மொழிந்தார். ஆனால் அதை வழிமொழிய யாரும் இல்லாததால் அத்தீர்மானம் தோல்வியுற்றது. இதற்குப் பின்பு அம்பேத்கர் இச்சங்கத்திலிருந்து விலகி 1930இல் நாக்பூரில் தனது தலைமையில் 'அகில இந்திய ஒடுக்கப்பட்ட வகுப்பார் காங்கிரஸ்' (All India Depressed Classes Congress) எனும் அமைப்பைத் தோற்றுவித்தார். பின்பு தீவிரக் காங்கிரஸ் எதிர்ப்பு நிலைப்பாட்டை அம்பேத்கர் மேற்கொண்டபோது அதை எதிர்கொள்ளும் பொருட்டு தீண்டப்படாதவர் நலனில் அக்கறை செலுத்த வேண்டிய நெருக்கடி காங்கிரசுக்கு ஏற்பட்டது. இதன் உச்சகட்ட விளைவாகத் தனித் தொகுதி வழங்கப்பட்டது. இதற்குப் பின்பு காந்தி தாழ்த்தப்பட்டோர் விசயத்தில் கவனத்தைக் குவிக்கும் பொருட்டு அகில இந்திய அளவில் ஹரிஜன சேவா சங்கத்தையும் *ஹரிஜன்* பத்திரிகையையும் தொடங்கினார். இது மாகாண அரசியலிலும் பிரதிபலித்தது. அதாவது காங்கிரஸ் கட்சிக்குச் சென்னை மாகாணத்தில் தாழ்த்தப்பட்டோர் பிரதிநிதிகள் தேவைப்பட்டனர். இதன் பயனாக எம்.சி. ராஜா ஹரிஜன சேவா சங்கச் செயற்குழு உறுப்பினரானார். 1937இல் எம்.சி. ராஜா சென்னை சட்டசபைக்குப் போட்டியிட்டபோது

அவருக்கு எதிராகக் காங்கிரஸ் கட்சி தனது வேட்பாளரை நிறுத்தாமல் ராஜாவை வெற்றி பெற வைத்தது. மேலும் காங்கிரஸ் கட்சியின் தாழ்த்தப்பட்டோர் பிரதிநிதிகளாக வி.ஐ. முனுசாமி பிள்ளை, சுவாமி சகஜானந்தர், ஆர். வீரையன் முதலானோர் சென்னை மாகாண சட்ட சபையில் உறுப்பினர்களாகப் பதவிவகித்தனர். இந்த அரசியல் சூழல் மாகாண அளவிலான நீதிக் கட்சி, அகில இந்திய அளவிலான காங்கிரஸ் ஆகிய இரண்டிலும் தாழ்த்தப்பட்டோர் பிரதிநிதிகளாகத் தலித் தலைவர்கள் நேரடியாகவும், ஆதரவு நிலைப்பாட்டோடும் செயல்பட உதவியது. இந்த அரசியல் முடிவு தலித்துகளுக்கான தனித்த அரசியல் அமைப்பு இல்லாமலாக்கியது. 1892இல் இரட்டைமலை சீனிவாசன் 'பறையர் மஹாஜன சபை' என்ற தனி அமைப்பையும் பிற்காலங்களில் பல அமைப்புகளையும் நடத்திவந்தாலும் அது தேர்தல் அரசியலில் போதிய கவனத்தைப் பெறவில்லை. அதாவது தேர்தல் முறை அறிமுகமானபோது அம்பேத்கர் 'செட்யூல்ட் இனமக்கள் கூட்டமைப்பை'த் (Scheduled Castes Federation) தொடங்கித் தேர்தலில் போட்டியிட்டது போன்ற ஒரு அரசியல் செயல்பாட்டை இரட்டைமலை சீனிவாசன் மேற்கொள்ளவில்லை. மேலும் அவர் நீதிக் கட்சி ஆதரவு போக்கை மேற்கொண்டு அரசியல் நடத்தி வந்தார். ஆனால் அவர் நீதிக் கட்சியின் உறுப்பினராக இருந்தார் என்று எழுதப்படுகிறது. அப்படி அவர் உறுப்பினராக இருந்ததற்கான ஆதாரங்கள் இல்லை. இவ்வாறு 1930களுக்குப் பின்பு தமிழக தலித் அரசியலில் ஒரு வெற்றிடம் ஏற்பட்டது அது இதழியல் வரலாற்றிலும் பிரதிபலித்தது.

~~

அட்டவணை 4: தலித் இதழ்கள், 1869–1943

வ. எண்	இதழின் பெயர்	முகவரி	ஆசிரியர் பெயர்	விற்பனை எண்ணிக்கை	தொடங்கிய வருடம்	கால முறை
1.	சூரியோதயம்	புதுப்பேட்டை, சென்னை	திருவேங்கிடசாமி பண்டிதர்	கிடைக்கவில்லை	1869	கிடைக்கவில்லை
2.	பஞ்சமன்	சென்னை	கிடைக்கவில்லை	கிடைக்கவில்லை	1871	கிடைக்கவில்லை
3.	சுகிர்தவசனி	பிளாக் டவுண், சென்னை	சுவாமி அரங்கையாதாஸ்	கிடைக்கவில்லை	1872	மாதம்
4.	இந்துமத சீர்திருத்தி	கிடைக்கவில்லை	கிடைக்கவில்லை	கிடைக்கவில்லை	1883	கிடைக்கவில்லை
5.	திராவிட மித்திரன்	கிடைக்கவில்லை	கிடைக்கவில்லை	கிடைக்கவில்லை	1885	கிடைக்கவில்லை
6.	ஆன்றோர் மித்திரன்	வேலூர்	வேலூர் முனிசாமி பண்டிதர்	கிடைக்கவில்லை	1886	கிடைக்கவில்லை
7.	விகடதூதன்	பிராட்வே, சென்னை	பா.அ.அ. இராஜேந்திரம் பிள்ளை	1,500	1886	வாரம்
8.	மஹாவிகட தூதன்	சென்னை	பா.அ.அ. இராஜேந்திரம் பிள்ளை	1,500	1893	வாரம்
9.	பறையன்	சென்னை	இரட்டைமலை சீனிவாசன்	1,000	1893	வாரம்
10.	திராவிடப் பாண்டியன்	சென்னை	ஜான் ரத்தினம்; பண்டிதர் அயோத்திதாசர்	கிடைக்கவில்லை	1896	1885 முதல் மாத இதழ் 1896 முதல் வார இதழ்

11.	இல்லற ஒழுக்கம்	கிடைக்கவில்லை	கிடைக்கவில்லை	கிடைக்கவில்லை	1898	கிடைக்கவில்லை
12.	பூலோகவியாஸன்	ஜார்ஜ் டவுன், சென்னை	பூஞ்சோலை முத்துவீரன் பிள்ளை	300	1903	மாதம்
13.	ஒருபைசாத் தமிழன்/ தமிழன்	சென்னை	பண்டிதர் அயோத்திதாசர்	கிடைக்கவில்லை	1907	வாரம்
14.	திராவிட கோகிலம்	சென்னை	டி. மனுவேல் பிள்ளை	கிடைக்கவில்லை	1907	மாதம்
15.	மதுவிலக்கு தூதன் அல்லது Temperance Herald	சென்னை	டி. மனுவேல் பிள்ளை	300	1909	மாதம்
16.	ஆல்காட் கிண்டர்கார்டன் ரிவியூ (Olcott Kindergarten Review)	இராயப்பேட்டை, சென்னை	எம்.சி. ராஜா	கிடைக்கவில்லை	1909	மாதம்
17.	விநோதபாஷிதன் அல்லது Witty Orator	ஜார்ஜ் டவுன், சென்னை	பா.அ.அ. இராஜேந்திரம் பிள்ளை	கிடைக்கவில்லை	1909	வாரம்
18.	ஊரிஸ் காலேஜ் கிண்டர்கார்டன் மேகசின்		எம்.சி. ராஜா	கிடைக்கவில்லை	1911	மாதம்
19.	நார்த் விக் அப்சர்வர்	சென்னை	சி.எம். சிங்காரம் பிள்ளை	கிடைக்கவில்லை	1913	காலாண்டு
20.	வழிகாட்டுவோன்	நாகப்பட்டினம்	எஸ்.ஏ.எஸ். தங்கமுத்து	–	1918	மாதம்

21.	ஆதிதிராவிடன்	கொழும்பு, இலங்கை	எஸ்.பி. கோபால்சாமி	கிடைக்கவில்லை	1919–22	மாதம்
22.	மெட்ராஸ் ஆதிதிராவிடன்	சென்னை	எம்.சி. ராஜா	400	1919–1920	மாதமிருமுறை
23.	ஜாதி பேதமற்றோன்	பிராட்வே, சென்னை	ஜி.எம். ஞானபிரகாசம்	கிடைக்கவில்லை	1922	கிடைக்கவில்லை
24.	இந்திரகுல போதினி	வேலூர்	ஏ.ஜி. ஸ்ரீநிவாசகம் பிள்ளை	500	1924–1927	மாதம்
25.	சாம்பவர் நேசன்	நாகர்கோவில்	எஸ்.ஜெ. ஜோசப்	கிடைக்கவில்லை	1924	மாதம்
26.	ஆதிதிராவிட பாதுகாவலன்	கோயம்புத்தூர்	ஆர். வீரையன்	300	1927–1931	மாதம்
27.	திராவிடத் தூதன்	ரங்கூன், பர்மா	கிடைக்கவில்லை	கிடைக்கவில்லை	1927	மாதம்
28.	சாம்பவகுல மித்திரன்	நாகர்கோயில்	(ஆதாரம் கிடைக்கவில்லை)	கிடைக்கவில்லை	(1930)	கிடைக்கவில்லை
29.	தருமதொனி	பெரியமேடு, சென்னை	பட்டாபிராமன்	கிடைக்கவில்லை	1932	கிடைக்கவில்லை
30.	சந்திரிகை	சிதம்பரம்	மாசிலாமணி தேசிகர் என். கிருஷ்ணமூர்த்தி	1000	1932–1933	மாதம்
31.	ஆதிதிராவிட மித்திரன்	சென்னை	ஆர். இராஜகோபாலன்	500	1934	மாதம்
32.	கிறிஸ்தவ ஊழியன்	சேலம்	ஆர். மாணிக்கம்	1000	1936	கிடைக்கவில்லை

33.	நந்தனார்	தாராபுரம்	எஸ்.பி. ராம்	கிடைக்கவில்லை	1934–1936	கிடைக்கவில்லை
34.	ஜோதி	சிதம்பரம்	சுவாமி ஏ.எஸ். சகஜானந்தர்	300	1932–39	வாரம்
35.	புத்துயிர்	திருவல்லிக்கேணி, சென்னை	எஸ்.பி.ஐ. பாலகுருசிவம்	2000	1935–1940	வாரம்
36.	சமத்துவம்	சேலம்	வி. நாராயணன்	1000	1936	கிடைக்கவில்லை
37.	தமிழர் சேவை	சேலம்	வி. நாராயணன்	கிடைக்கவில்லை	1936	மாதம்
38.	தீண்டாதார் துயரம்	சேலம்	கே.எஸ். மாரிமுத்து	கிடைக்கவில்லை	1937	மாதமிருமுறை
39.	ஜெயகேசரி	சென்னை	ஏ.கே.எஸ். சண்முகம்	கிடைக்கவில்லை	1938	மாதம்
40.	சமத்துவச் சங்கு	வேலூர்	பள்ளி கொண்டா கிருஷ்ணசாமி	கிடைக்கவில்லை	1942	கிடைக்கவில்லை
41.	தென்னாடு	ஆம்பூர்	இ. சுப்பிரமணியன் எம். ஆதிமூலம்	கிடைக்கவில்லை	1943	மாதமிருமுறை
42.	உதயசூரியன்	ஆரணி வடஆற்காடு	ஜெ.ஜெ. தாஸ்	கிடைக்கவில்லை	1943	மாதமிருமுறை

சான்றுப் பட்டியல்

அரசு ஆவணங்கள்

NNPR - Native Newspaper Reports, Madras, 1872-1910

Judicial Proceedings, Government of Madras, 1900-1918

Public Proceedings, Government of Madras, 1900-1939

இதழ்கள்

ஒரு பைசாத் தமிழன், 1907–1914

சுதேசமித்திரன், 1908

பூலோகவியாஸன், 1909

வழிகாட்டுவோன், 1918

ஆதிதிராவிடன், 1919–1921

குடியரசு, 1929–1930

Madras Mail, 1930

தமிழ் ஹரிஜன், 1946–1947

தமிழ் நூல்கள்

1. பி. இறையரசன், *தனிநாயக அடிகளின் இதழ்வழித் தமிழ்ப் பணி* (சென்னை: உலகத்தமிழ் ஆராய்ச்சி நிறுவனம், 1997).

2. இரா. கோதண்டபாணி, *இதழியல்* (மதுரை: மீனாட்சி புத்தக நிலையம், 1990).

3. அ.மா. சாமி, *19ஆம் நூற்றாண்டுத் தமிழ் இதழ்கள்* (சென்னை: நவமணி பதிப்பகம், 1992).

4. அ.மா. சாமி, *இந்து சமய இதழ்கள் ஓர் ஆய்வு* (சென்னை: நவமணி பதிப்பகம், 2000).

5. அ.மா. சாமி, *தமிழ் இஸ்லாமிய இதழ்கள் ஓர் ஆய்வு* (சென்னை: நவமணி பதிப்பகம், 1997).

6. அ.மா. சாமி, *திராவிட இயக்க இதழ்கள்* (சென்னை: நவமணி பதிப்பகம், 2003).

7. அ.மா. சாமி, *விடுதலை இயக்கத் தமிழ் இதழ்கள்* (சென்னை: நவமணி பதிப்பகம், 2002).

8. அழகிய பெரியவன், *மீள்கோணம்* (சென்னை: கருப்பு பிரதிகள், 2009).

9. அன்பு பொன்னோவியம் (முன்னுரை), ஞான அலாய்சியஸ் (தொ.) *அயோத்திதாசர் சிந்தனைகள்*, தொகுப்பு–1 (நாட்டார் வழக்காற்றியல் ஆய்வு மையம்) புனித சவேரியார் கல்லூரி, 1999).

10. அன்பு பொன்னோவியம், *பெ.மா. மதுரைப்பிள்ளை 1858–1913* (சென்னை: சித்தார்த்தா பதிப்பகம், 2008).

11. ஞான அலாய்சியஸ் (தொ.) அயோத்திதாசர் சிந்தனைகள், தொகுப்பு 1 முதல் 3, (பாளையங்கோட்டை நாட்டார் வழக்காற்றியல் ஆய்வு மையம், 2011).

12. ஆ. சிவசுப்பிரமணியன், *தமிழ் அச்சுத் தந்தை அண்ட்ரிக் அடிகளார்* (சென்னை: உலகத்தமிழ் ஆராய்ச்சி நிறுவனம், 2003).

13. ஆ.இரா. வேங்கடாசலபதி (ப.ஆ), *பாரதி கருவூலம்: ஹிந்து நாளிதழில் பாரதியின் எழுத்துக்கள், இந்தியா*, (நாகர்கோயில்: காலச்சுவடு பதிப்பகம், 2008)

14. ஆ.இரா. வேங்கடாசலபதி (ப.ஆ), எஸ்.ஜி. இராமாநுஜலு நாயுடு, *சென்றுபோன நாட்கள்*, (நாகர்கோயில்: காலச்சுவடு பதிப்பகம், 2015).

15. ஆ.இரா. வேங்கடாசலபதி (ப.ஆ), *நாவலும் வாசிப்பும்*, (நாகர்கோயில்: காலச்சுவடு பதிப்பகம், 2002)

16. ஆ.இரா. வேங்கடாசலபதி (ப.ஆ), பாரதி: *விஜயா கட்டுரைகள்*, (நாகர்கோயில்: காலச்சுவடு பதிப்பகம்).

17. ஆ.இரா. வேங்கடாசலபதி, *அந்தக் காலத்தில் காப்பி இல்லை* முதலான ஆய்வுக் கட்டுரைகள், (நாகர்கோயில்: காலச்சுவடு பதிப்பகம், 2000).

18. ஆ.இரா. வேங்கடாசலபதி, “பின்னி ஆலை வேலை நிறுத்தம் ஆதி திராவிடன் பார்வையில்” *தலித்*, 2004.

19. ஆக்கூர் அனந்தாச்சாரி, *பத்திராதிபர்களின் தமிழ்த் தொண்டு, எழுத்தாளன்:* special edition, 1961.

20. இரட்டைமலை சீனிவாசன், *திவான் பகதூர் இரட்டைமலை சீனிவாசன் அவர்களின் ஜீவிய சரித்திரச் சுருக்கம்,* (சென்னை: தலித் சாகித்திய அகாடமி, 1999).

21. ஏ.பி. வள்ளிநாயகம், "விடுதலை இயக்க வேர்களும் விழுதுகளும்", தலித் முரசு, அக்டோபர் 2005.

22. கல்யாணசுந்தர முதலியார், *திரு.வி.க. வாழ்க்கைக் குறிப்புக்கள்* (சென்னை: சாது அச்சுக்கூடம், 1944).

23. சிலம்பு நா. செல்வராசு, *பாரதி இந்தியா* சென்னை: உலகத்தமிழ் ஆராய்ச்சி நிறுவனம், 2003).

24. டி. தர்மராஜன், *நான் பூர்வ பௌத்தன்* (மதுரை: டாக்டர் அம்பேத்கர் பண்பாட்டு மையம், 2003).

25. க. திருநாவுக்கரசு, *திராவிட இயக்க வேர்கள்* (சென்னை: நக்கீரன் பதிப்பகம், 1999).

26. இர. பாவேந்தன் (தொ.ஆ), *ஆதிதிராவிடன் இதழ்த் தொகுப்பு* (சென்னை: சந்தியா பதிப்பகம், 2008).

27. பெ.சு. மணி, *விடுதலைப்போரில் தமிழ் இதழ்கள்* (சென்னை: மணிவாசகர் பதிப்பகம், 1998).

28. பொன். சுப்பிரமணியன், *சுவாமி சகஜானந்தர்* (சென்னை: சாந்தா பதிப்பகம், 2000).

29. மா.சு. சம்பந்தன், *அச்சும் பதிப்பும்* (சென்னை: மணிவாசகர் நூலகம், 1997).

30. மா.ரா. அரசு, இ. சுந்தரமூர்த்தி (தொ.ஆ.), *இந்திய விடுதலைக்கு முந்தைய தமிழ் இதழ்கள், நான்கு தொகுதிகள்,* (சென்னை: உலகத்தமிழ் ஆராய்ச்சி நிறுவனம், 2004).

31. மா.ரா. அரசு, இ. சுந்தரமூர்த்தி (தொ.ஆ.), *மகளிர் இதழ்கள்* (சென்னை: உலகத்தமிழ் ஆராய்ச்சி நிறுவனம், 2003).

32. மா.ரா. இளங்கோவன், *இந்திய இதழ்கள்* (சென்னை: பூங்கொடிப் பதிப்பகம், 1998).

33. மா.ரா. இளங்கோவன், *இந்திய இதழ்கள் – கிழக்கிந்தியக் கம்பெனி காலம் 1780–1858* (சென்னை: சேகர் பதிப்பகம், 2001).

34. மா.ரா. இளங்கோவன், *முற்காலத் தமிழ் இதழ்கள்: ஓர் அறிமுகம் 1848–1909* (சென்னை: சேகர் பதிப்பகம், 2000).

35. ரா.ஆ. பத்மநாபன், *தமிழ் இதழ்கள் 1915–1966* (நாகர்கோயில்: காலச்சுவடு பதிப்பகம், 2003).

36. வீ. அரசு, "அத்திப்பாக்கம் வெங்கடாச்சல நாயகர்: 19ஆம் நூற்றாண்டின் தொண்டைமண்டல நில உறவுகள்" *அறியப்படாத தமிழ் உலகம்* (சென்னை: பாரதி புத்தகாலயம், 2012).

37. ரவிக்குமார், "எழுதா எழுத்து", *தலித்*, 2002.

38. ஸ்டாலின் ராஜாங்கம், *தீண்டப்படாத நூல்கள்: ஒளிபடா உலகம்*, (சென்னை: ஆழி பதிப்பகம், 2008).

39. ஸ்டாலின் ராஜாங்கம், பதிப்புரை, *புத்தர் அருள் அறம்*, ஆழி பதிப்பகம், சென்னை, 2008

English

Aloysius, G., 'Caste in and above history', *Sociological Bulletin*, Vol. 8, Nos. 1 and 2, pp. 151-174, 1999.

Aloysius, G., *Nationalism without a Nation in India* (Delhi: Oxford University Press, 2006).

Aloysius, G., *Religion as Emancipatory Identity: A Buddhist Movement among the Tamils under Colonialism,* (New Delhi: New Age International 2000).

Amin, Shahid, 'Gandhi as Mahatma: Gorakhpur District, Eastern UP, 1921-22', in Ranajit Guha (ed.), *Subaltern Studies III* (New Delhi: OUP, 1984).

Anderson, Benedict, *Imagined Communities: Reflections on the Origin and Spread of Nationalism* (London and New York: Verso, 1991).

Anindita Ghosh, *Power in Print: Popular Publishing and the Politics of Language in a Colonial Society* (New Delhi: Oxford University Press, 2006).

Arnold, David, Robin Jeffrey, and James Manor, 'Caste associations in South India: A Comparative Analysis', *The Indian Economic and Social History Review*, Vol. 13, No. 3, 1976.

Bandyopadhyay, *Caste, politics, and the Raj: Bengal, 1872-1937* (New Delhi: K P Bagchi & Company, 1990).

Barns, Margarita, *The Indian Press: A History of the Growth of Public Opinion in India* (London: George Allen and Unwin Ltd, 1940).

Barrier, Gerald, N. (ed.), *The Census in British India New Perspectives*, (New Delhi: Manohar, 1981).

Basu, Raj Sekhar, 'Reinterpreting Dalit Movements in Colonial India', *The Indian Historical Review*, Vol. 33, No. 2, 2006.

Basu, Raj Sekhar, *Nandanar's Children: The Paraiyans' Tryst with Destiny, Tamilnadu 1850-1956* (New Delhi: Sage, 2011).

Bateman, Josiah, *The life of Daniel Wilson, D.D., Bishop of Calcutta and Metroplitan of India* (New York: Shelton and Company, 1860).

Bayly, C.A., *Empire and Information: Intelligence Gathering and Social Communication in India, 1780 – 1870* (New Delhi: Cambridge University Press, 1999).

Blackburn, Stuart, *Print, Folklore, and Nationalism in Colonial South India* (New Delhi: Permanent Black, 2003).

Carroll, Lucy 'Colonial Perceptions of Indian Society and the Emergence of Caste(s) Associations', *The Journal of Asian Studies*, Vol. 37, 1978, pp 233-250.

Chandra Y. Mudaliar, 'The Non-Brahmin Movement in Kolhapur', *The Indian Economic and Social History Review*, Vol. 15, No. 1, 1978.

Chartier, Roger, *The Cultural Uses of Print in Early France* (Princeton: Princeton University Press, 1987).

Chartier, Roger, *The Culture of Print. Power and Uses of Print in Early Modern Europe* (original French, Eng. Trans. by Lydia Cochrane, Cambridge: Polity Press, 1989).

Chatterjee, Partha, 'Caste and Subaltern Consciousness', *CSSS- Occasional Paper 111*, Calcutta, 1989.

Cohn, B.S., 'Changing Traditions of Low Caste', *The Journal of American Folklore*, Vol. 71, No. 281, 1958.

Cohn, B.S., 'Notes on the History of the Study of Indian Society and Culture' in M. Singer and B. Cohn (eds.), *Structure and Change in Indian Society*, (Chicago: Aldine, 1968).

Cohn, B.S., 'The Census, Social Structure and Objectification in South Asia', in *Anthropologist among the Historians* (Oxford University Press, New Delhi, 1987).

Curran, J., 'Communications, Power and Social Order', *Culture, Society and the Media*, (eds.) Michael Gurevitch, Tony Bennett, et al., (London: Routledge, 1988).

Desai, A.R., *Social Background of Indian Nationalism* (Bombay: Popular Prakashan, 1976).

Dirks, Nicholas B., 'Castes of Mind', *Representation*, No. 37, Special Issue: Imperial Fantasies and Postcolonial Histories, pp. 56-78, 1992.

Dirks, Nicholas B., 'Recasting Tamil Society: The Politics of Caste and Race in Contemporary Southern India', in C.J. Fuller (ed.), *Caste Today*, Oxford University Press, Madras. 1996

Dirks, Nicholas B., 'The Original Caste: Power, History of Hierarchy in South Asia', *Contributions to Indian Sociology*, Vol. 25, No. 1, January – June, 1989.

Eugene F. Irshick, *The Non-Brahmin Movement and Tamil Separatism, 1916-1929* (Bombay: Oxford University Press, 1969).

Geetha V and Rajadurai S.V., 'Dalits and Non-Brahmin Consciousness in Colonial Tamil Nadu', *Economic and Political Weekly*, 25 September 1993.

Goode, Luke, *Jurgen Hebermas, Democracy and the Public Sphere* (London: Pluto Press, 2005).

Gupta, Dipankar, 'Introduction: The Certitudes of Caste: When Identity Trumps Hierarchy', *Contributions to Indian Sociology*, (Special issue: The Certitudes of Caste: When Identity Trumps Hierarchy), Vol. 38, Nos. 1&2, Jan-Aug., 2004.

Hardgrave, Robert L., *The Nadars of Tamilnadu* (New Delhi: Manohar Publishers and Distributors, 2007).

Innis, Harold A. *Empire and Communications* (Toronto and Buffalo: University of Toronto Press, 1980).

Israel, Milton, *Communications and Power: Propaganda and Press in the India Nationalist Struggle, 1920-1947* (New Delhi: Cambridge University Press, 1994)

Jeffrey, Robin, *India's Newspaper Revolution: Capitalism, Politics and the Indian-language Press*, (New Delhi: Oxford University Press, 2003).

Jeyaraj, Daniel, *Bartholomaus Ziegenbalg: The Father of Modern Protestant Mission-an Indian Assessment* (Chennai: ISPCK, 2006).

John D. Rogers, "Introduction: Caste, power and region in colonial South Asia", *The Indian Economic and Social History Review*, Special issue: Caste, power and region in colonial South Asia, Vol. 41, No. 1. 2004.

Jones, K., 'Religious Identity and the Indian Census', in N. Gerald Barrier (ed.) *The Census in British India* (New Delhi: Manohar, 1981).

Kamalanathan T.P., *Mr. K. Veeramani, M.A.B.L., is refuted and the historical facts about the Scheduled Castes's struggle for emancipation in South India* (Tiruppattur, North Arcot, Tamil Nadu: Ambedkar's Self-Respect Movement, 1985).

Kaul, Chandrika, *Reporting the Raj: The British Press and India, C.1880-1922*, (Manchester: Manchester University Press, 2003).

Kaviraj, Sudipta, 'Modernity and Politics in India', *Daedalus*, Vol. 129, No. 1, winter, 2000

Kaviraj, Sudipta, *The Imaginary Institution of India: Politics and Ideas* (New York: Columbia University Press, 2012).

Kesavan, B.S., *History of Printing and Publishing in India*, 3 Vols. (India: National Book Trust, 1997).

Kothari, Rajni (ed.), *Caste in Indian Politics* (New Delhi: Orient Longman, 2004).

Krishna Reddy, G., 'Forging Public Opinion: The Press, Television and Electoral campaign in Andhra Pradesh', *Communication Process Vol. I- Media and Mediation*, (ed. Bernard Bel, Jan Brouwe et al., (New Delhi: Sage Publication, 2005).

Louis, Prakash and Surinder S. Jodhka, 'Caste Conflict and Dalit Identity in Rural Punjab: Significance of Talhan', *Social Action*, Vol. 53, 2003.

Manas Dutta, "Revisiting the Role of Paraiyans in the Madras Presendency Army c.1801-1894", *Inclusive*, June, 2015.

Mazumdar, Aurabindo, *Indian Press and Freedom Struggle 1937-42* (Hyderabad: Orient Longman, 1993).

Moffatt, Michael, 'Untouchables and the Caste System: a Tamil Case Study', *Contributions to Indian Sociology*, Vol. 9, No. 1, Jan-June, 1975.

Murdoch, John, *Classified Catalogue of Tamil Printed Books, with Introductory Notices*, 1865, p. 234.

Nadig Krishna Murthy, *Indian Journalism* (Mysore: Prasaranga, 1966).

Nalini Rajan (ed.), *21st Century Journalism in India* (New Delhi: Sage, 2007).

Narayan Mishra, *Scheduled Castes Education – Issues and Aspects* (Delhi: Kalpaz Publications, 2001).

Narayan, Badri, 'Inventing Caste Hierarchy: Dalit Mobilization and Nationalist Past', *Contributions to Indian Sociology*, Vol. 38, Nos. 1&2, Jan-Aug., 2004.

Nerone, John, 'Approaches to Media History', in Angharad N. Vadivia (ed.), *A Companion to Media Studies*, (New York: Blackwell Publishing, 2003).

Olcott, Henry Steel, *The Poor Pariah*; (Madras: Addison & Co., 1902).

Pandey. G, 'Mobilization in a Mass Movement: Congress 'Propaganda' in the United Province (India), 1930-34', *Modern Asian Studies*, Vol. 9, No.2, 1975.

Pandian, M. S. S., 'Denationalising' the Past 'Nation' in E. V. Ramasamy's Political *Discourse' Economic and Political Weekly*, 16 October 1993.

Pandian, M.S.S., 'Dalit Assertion in Tamilnadu: An Exploratory Note', *Journal of Indian School of Political Economy*, Vol. 12, No. 3&4, 2000.

Pandian, M.S.S., 'One Step Outside Modernity: Caste, Identity Politics and Public Sphere', *Economic and Political Weekly*, 4 May 2002.

Parthasarathy, Rangaswami, *Journalism in India: From the Earliest Times to the Present Day*, New Delhi: Sterling Publication, 1989).

Pathasarathy, Rangaswami, *Hundred Years of Hindu: The Epic Story of Indian Nationalism* (Madras: Kasturi & sons Ltd, 1978).

Pernau, Margrit and Yunus Jaffery (ed.), *Information and the Public Sphere: Persian Newsletters from Mughal Delhi* (New Delhi: Oxford University Press, 2009),

Rao, Anupama, 'Representing Dalit Selfhood', *Seminar*, February, 2006.

Ravi Kumar, "The Unwritten Writing: Dalits and the Media" in *21st Century Journalism in India*, ed. by Nalini Rajan (New Delhi: Sage Publications, 2007).

Sharan, Awadhendra, 'From Caste to Category: Colonial Knowledge Practices and The Depressed/Scheduled Castes of Bihar', *The Indian Economic and Social History Review*, Vol. 40, No. 3, 2003.

Shaw, Graham, 'The Copenhagen Copy of Henriques' Flos Santorum', *Fund og Forskning*, 1993-2002 - Fund og Forskning, Bind 32, 1993.

Srinivas, M.N., *Social Change in Modern India* (London: Cambridge University Press, 1971).

Subramaniam, V., 'Tamil Political Journalism: The Pre-Ghandhian Period', *Tamil Culture*, Vol. 10, 1963.

Suntharalingam, R., 'The Madras Native Association: a Study of an Early Indian Political Organisation', *The Indian Economic and Social History Review*, Vol. 4, No. 3, September, 1967.

Thaninayagam, S. 'The first books printed in Tamil', *Tamil culture*, Vol: VII, 1958.

Venkatachalapathy, A. R., 'Domesticating the Novel: Society and Culture in Interwar Tamilnadu', *The Indian Economic and Social History Review*, Vol. 34, No. 4, 1997.

Venkatachalapathy, A. R., 'Reading Practices and Modes of Reading in Colonial Tamilnadu', *Studies in History*, Vol. 10, No. 2, 1994.

Venkatachalapathy, A.R., *The Province of the Book: Scholars, Scribes, and Scribblers in Colonial Tamilnadu* (Ranikhet: Permanent Black, 2012).

Vincentnathan, S.G., 'Caste Politics, Violence and The Panchayat in a South Indian Community", *Comparative studies in Society and History*, Vol. 38, No. 3, 1996.

Viswanathan, E. Sa., *The Political Career of E. V. Ramasamy Naicker: A Study in the Politics of Tamil Nadu, 1929–1949* (Madras: Ravi and Vasanth Publishers, 1983).

Washbrook, David, 'The Development of Caste Organizations in South India1880 to 1925', in Baker, C. J. and Washbrook, D. eds. *South India: Political Institutions and Political Change 1880-1940*, (Delhi: Macmillan, 1975).

Wolseley, Roland E., *Journalism in Modern India* (New Delhi: Asia Publishing House, 1964).

~ ~

படங்கள்

PANDIT C. IYODHI DOSS
The First Indian Buddhist Revivalist, the Founder of SOUTH INDIA
Sakya Buddhist Society and the Editor of the "TAMILAN"

பண்டிதர் அயோத்திதாசர்

ஜெ.ஜெ. தாஸ், உதயசூரியன் ஆசிரியர்

எம்.சி. ராஜா தன் துணைவியாருடன்

ஜெ. பாலசுப்பிரமணியம்

ஏ.பி. பெரியசாமிப் புலவர்

இரட்டைமலை சீனிவாசன்

என். சிவராஜ்

ஜெ. பாலசுப்பிரமணியம்

பறையன்

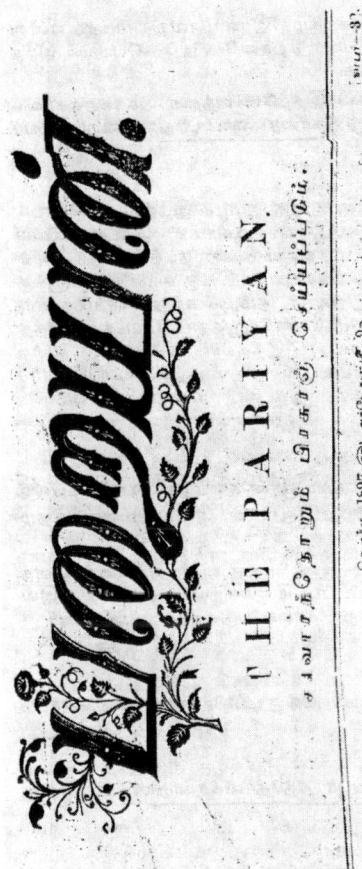

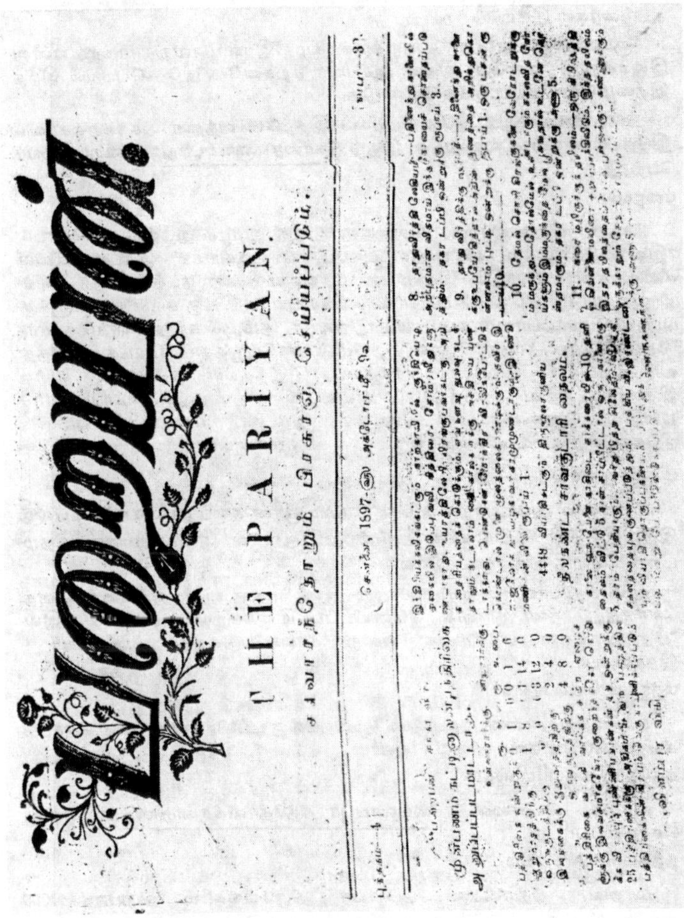

மாதந்தோறும் பிரசுரம்.

போலீஸ்காரரும் அவர்கள் சேவையும்.

பூலோகவியாஸன்

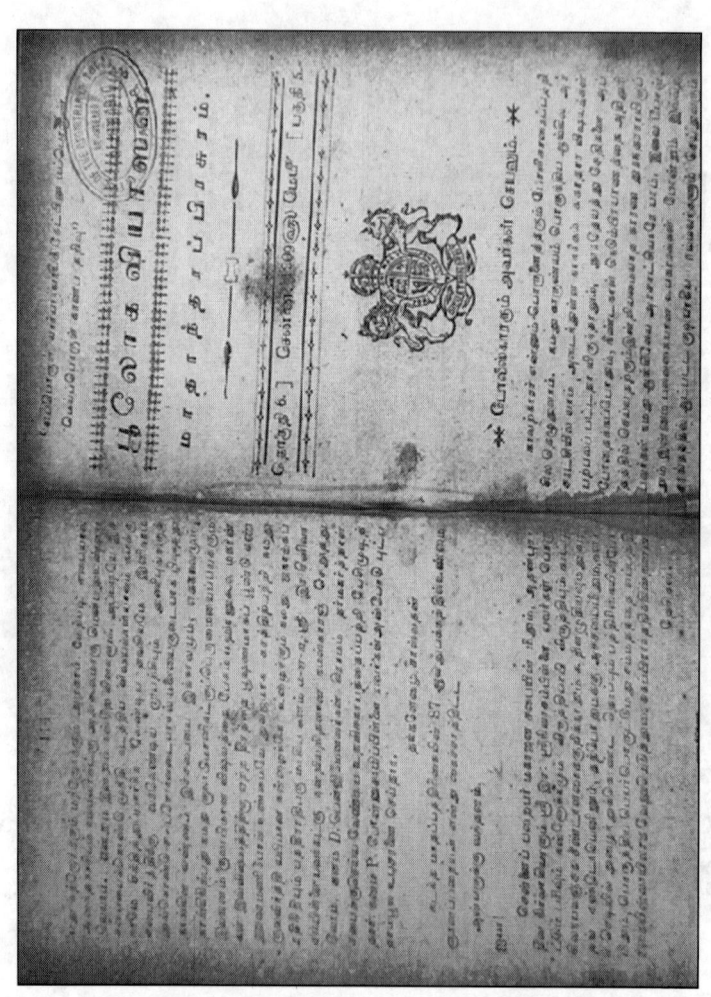

Registered No. M. 673.

EDITED BY PANDIT C. IYOTHEE THA

ஒருபைசாத் தமிழன்

ONE PICE TAMILIAN

Vol. 1. (3rd July 1907) No. 3.

ஒருபைசாத் தமிழன்

தமிழன்

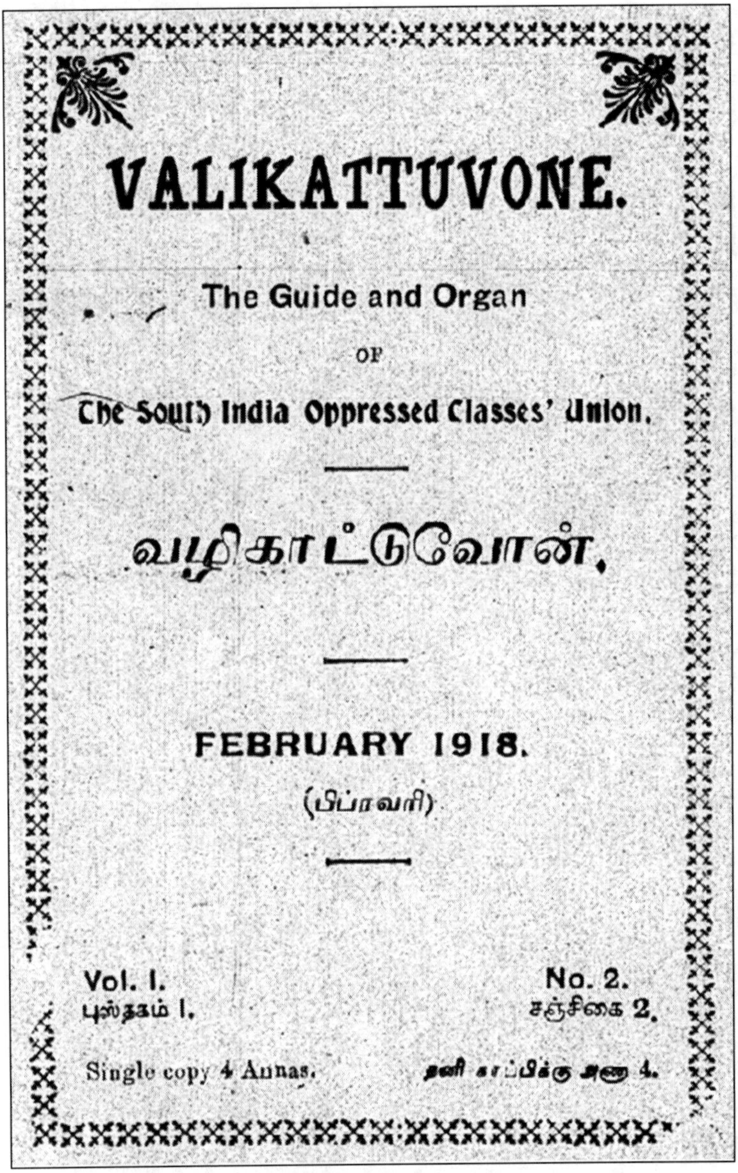

VALIKATTUVONE.

The Guide and Organ

OF

The South India Oppressed Classes' Union.

வழிகாட்டுவோன்．

FEBRUARY 1918.

(பிப்ரவரி)

Vol. I.   No. 2.
புஸ்தகம் I.   சஞ்சிகை 2.

Single copy 4 Annas.   தனி காப்பிக்கு அணா 4.

வழிகாட்டுவோன்

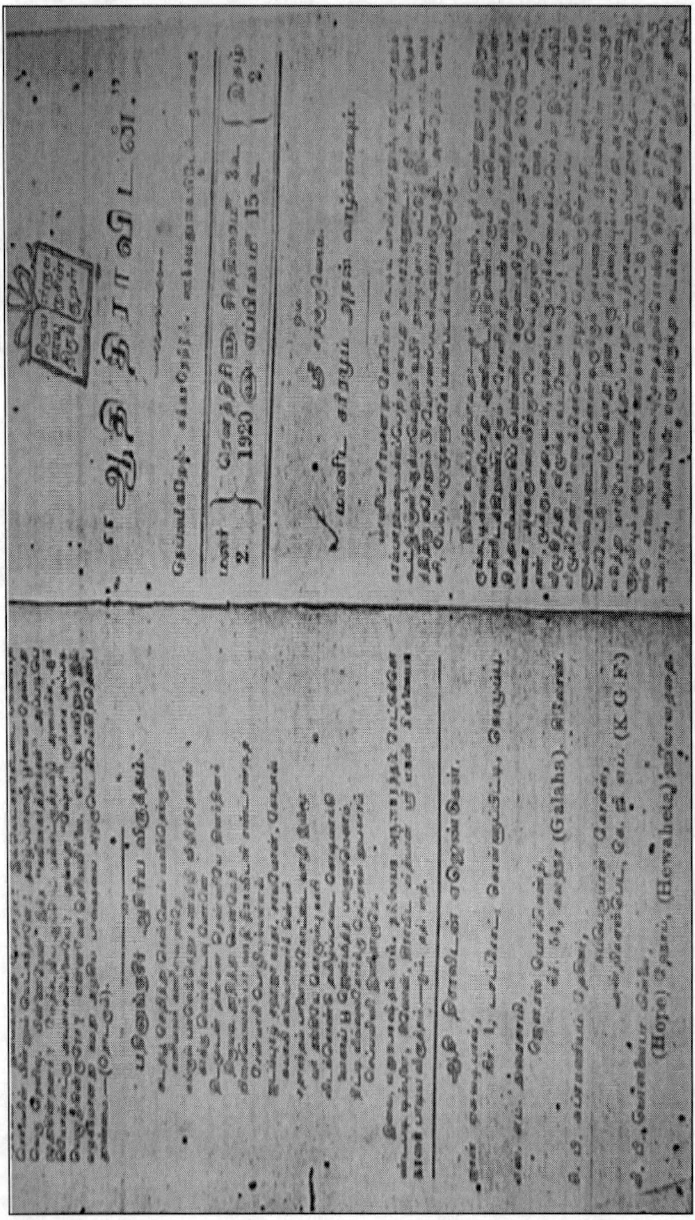

ஆதிதிராவிடன்

தனிப்பிரதி 0-1-0 ஆண்டு சந்தா ரூ. 4 Regd. No. M. 4696

EDUCATE! AGITATE! ORGANIZE!

சமத்துவம்

வியாழன் வெளியீடு. SAMATHUVAM. ஆசிரியர்: பி. முத்துசாமி.

மலர் 1.	நாமக்கல், பார்த்திப-ஆண்டு மார்கழி-மீ 20-ம் நாள் (3—1—46)	இதழ் 17.

★ சென்னை மேயர் ★

ராவ்பகதூர் N. சிவராஜ் B. A. B. L., M. L. A., (C...

அவர்களுக்குப் பாராட்டுக்கூட்டம்.

23-12-45 காலை 10 மணிக்கு சென்னை பிராட்வே டாக்கீஸில் திரு C. K. மங்களேஸ்வரம் அவர்கள் தலைமையின் கீழ் பாராட்டுக்கூட்டம் மிகச்சிறப்பாக நடைபெற்றது.

கூட்டத்திற்கு வந்திருந்தவர்களில் முக்கியமானவர்கள் திரு. வானர்கள்ளை, C. தங்கராஜன், தாதலிங்கமுதலியார் (Ex.மேயர்), N. சிவசுப்ரமணியம், குட்டியய்யா, ரத்தினம், M. K. ஆறுமுகம், சென்னை திராவிடகழகச்செயலாளர், N. V. நடராஜன், A. S. ராமன், M. S. முத்து, சத்தியவாணிமுத்து, ராஜு, சேலம் திரு. V. சுப்பிரமணியன், சமத்துவம் ஆசிரியர் P. முத்துசாமி ஆகியோரும் மற்றும் இன்டாயிரத்திற்கதிகமான மக்களும் கூட்டத்தில் குழுமியிருந்தனர்.

புருசோத்தமன் எனும் சிறுவன் மிகஅழகாகத்தமிழ்த்தாய் வாழ்த்து இயக்கப்பாடல்கள் பாடியபின் திரு. வடிவேலு, G. N. அடைக்கலம் ஆகியோர்கள் பக்கமேளத்துடன் பாடல்கள் பல பாடினர்.

மேயர் அவர்கள் மிக்க ராஜ உபசாரத்துடன் மேடைக்கு அழைத்துவரப்பட்டார். மக்கள் ஒரே ஆவேசமாய் வாழ்க சிவராஜ், வாழ்க அம்பேத்கார் என்ற ஆரவாரம் செய்தது மக்களிடையே மிக்க உணர்ச்சி ஊட்டியது.

திரு. குட்டியய்யா, அவர்கள் பிரேரேபிக்க திரு. A. S. ராமன் அவர்கள் ஆமோதிக்க கைதட்டலிடையே திரு. மங்களேஸ்வரம் பிள்ளையவர்கள் தலைமைதாங்கினர். தலைவர் முன்னுரையாக கூட்டத்திற்கு வந்தவர்களுக்கு, சென்னை மேயரைத் தெரிந்தெடுக்க தேர்தலில் ஓட்டளித்த கவுன்சிலர்களுக்கு வணக்கம் கூறி, நம் மேயர் அவர்கள் அகில இந்திய ஷெடியூல்டு வகுப்பு தலைவர் மட்டுமல்ல, உலகமுழுவதற்குமே தெரிந்த தலைவராக இருப்பாரென எதிர்பார்க்கிறேன் என்று கூறியமர்ந்தார்.

பின் மேயர் அவர்களுக்கு, சென்னை ஷெடியூல்டு வகுப்பு பெடரேஷன் சார்பில் அளித்த (English) பாராட்டுப்பத்திரத்தை திருமதி. சத்தியவாணிமுத்து அவர்களும், நாமகோயிக்கல் தோட்டம் திவான்பகதூர் M. C. ராஜா பிள்ளை கழகத்தினரால் அளித்த வாழ்த்துமடலை திரு சுந்தரம் அவர்களும், சென்னை ஜார்ஜ் டவுன் ஷெடியூல்டு வகுப்பு பெடரேஷன் மன்றம் அளித்த வாழ்த்துமடலை திரு. A. S. ராமன் அவர்களும் முறையே வாசித்தளித்தனர். நாமகோயிக்கல் பாளைய பெரியோர்களின் சார்பாகவும், அநேகமாக சங்கங்களின் சார்பாகவும் மேயருக்கு மலர்மாலைகள் அணிவித்து, தங்கள் பாராட்டைத் தெரிவித்துக் கொண்டார்கள்.

(தொடர்ச்சி அடுத்த இதழில்)

சமத்துவம்